पृथ्वीचे अंतरंग व बाह्यरंग उलगडणारा लेखसंग्रह!

पृथ्वीजिज्ञासा

डॉ. श्रीकांत कार्लेकर

डायमंड पब्लिकेशन्स

पृथ्वीजिज्ञासा
डॉ. श्रीकांत कार्लेकर

Pruthvijidnyasa
Dr Shrikant Karlekar

प्रथम आवृत्ती : जुलै, २०१६

ISBN : 978-81-8483-685-1

© डायमंड पब्लिकेशन्स

मुखपृष्ठ
शाम भालेकर

अक्षरजुळणी
मानसी घाणेकर

प्रकाशक
डायमंड पब्लिकेशन्स
२६४/३ शनिवार पेठ, ३०२ अनुग्रह अपार्टमेंट
ओंकारेश्वर मंदिराजवळ, पुणे–४११ ०३०
☎ ०२०–२४४५२३८७, २४४६६६४२
info@diamondbookspune.com

ऑनलाईन पुस्तक खरेदीसाठी भेट द्या
www.diamondbookspune.com

प्रमुख वितरक
डायमंड बुक डेपो
६६१ नारायण पेठ, अप्पा बळवंत चौक
पुणे–४११ ०३० ☎ ०२०–२४४८०६७७

प्रास्ताविक : पृथ्वीजिज्ञासा

उपग्रहीय दूर संवेदन (Satellite Remote Sensing), हवाई छायाचित्रण (Aerial Photography),जागतिक स्थान निश्चिती यंत्रणा (Global Positioning System) यासारखी अनेक साधने व तंत्रे उपलब्ध असूनही आज पृथ्वी आपल्याला नेमकी कळली आहे, असे म्हणता येत नाही.

साधारणपणे दोन हजार वर्षांपूर्वी ग्रीक लोकांनी पृथ्वी ही एखाद्या घनगोलासारखी म्हणजे Sphere सारखी असावी आणि ती विश्वाच्या केंद्रस्थानी असावी याची कल्पना केली होती. पृथ्वीभोवती फिरणाऱ्या अनेक कृत्रिम उपग्रहांवरून, वेगवेगळ्या अंतरावरून आणि निरनिराळ्या वेळी घेतलेल्या पृथ्वीच्या प्रतिमांवरून पृथ्वीचे नेमके चित्र आज आपल्यासमोर येऊ लागले आहे. हे चित्र ढोबळमानाने आपल्याला माहीत असलेल्या पृथ्वी सारखेच असले, तरी त्यातले अनेक बारकावेही आता लक्षात येत आहेत.

आपल्या आकाशगंगेतील ग्रह आणि विश्वाच्या अफाट पसाऱ्यातील इतर ग्रह आणि तारे या बद्दलचा अभ्यास दिवसेंदिवस वाढतो आहे. यातून प्रकर्षाने लक्षात येऊ लागलेली गोष्ट म्हणजे पृथ्वीची अद्वितीय लवचिकता. साडेचार अब्ज वर्षांपूर्वी पृथ्वीचा जन्म झाला. तेव्हापासून अनेक घडामोडींनी आणि क्रिया-प्रक्रियांनी पृथ्वीवर विविध भूरूपे, भूखंडे आणि समुद्र तयार झाले. आत्तापर्यंतच्या सगळ्या प्रवासात पृथ्वीवर भूकंप, ज्वालामुखीचे उद्रेक यांसारखे अनंत आघात झाले. अंतराळातून लक्षावधी लघुग्रहांचा मारा झाला. अतिथंड हिमयुगे, मोठ्या प्रमाणावर जीवसृष्टीचा नाश (Pleistocene Overkill), सदैव बदलते हवामान अशा अनेकविध संकटांना टक्कर देत, पृथ्वी अजूनही भक्कमपणे टिकून आहे. ही पृथ्वी म्हणजे एक अनाकलनीय असे वैश्विक आश्चर्यच आहे! विलक्षण लवचिकता (Resilience) असलेला असा दुसरा ग्रह आपल्या ग्रहमालेत नाही.

सजीवांच्या अस्तित्वासाठी आवश्यक असलेले नेमके तापमान आणि त्याची

सुसह्य कक्षा (Range) यामुळेच पृथ्वी हा एक 'आदर्श ग्रह' आहे. पृथ्वी शुक्र ग्रहाएवढी उष्ण नाही आणि मंगळाइतकी थंडही नाही. जीवनावश्यक पाण्याचे प्रमाण पृथ्वीवर भरपूर आहे. सर्व प्रकारच्या सजीवांसाठी, पाण्याच्या गोठणबिंदूपासून उत्कलन बिंदूपर्यंत, म्हणजे शून्य अंशापासून शंभर अंशापर्यंत तापमानकक्षा केवळ इथेच उपलब्ध आहे. पृथ्वी सूर्यापासून अगदी आदर्श अशा अंतरावर आहे. हे अंतर सजीवांच्या अस्तित्वासाठी आणि उत्क्रांतीसाठी अगदी नेमके आहे. हे अंतर जराही कमी-जास्त झाले तर पृथ्वीवरचे आजचे जीवन आणि पर्यावरण एका क्षणात नाहीसे होईल. पृथ्वी ही स्वतःच्या कललेल्या आसाभोवती फिरते आहे असे नसते, तर तिची सूर्यासमोरची बाजू अतितप्त आणि विरुद्ध बाजू अतिथंड बनली असती.

पृथ्वीचे गुरुत्वाकर्षण ही एक विलक्षण अशी घटना आहे. हे गुरुत्वाकर्षण हे तिच्या विशिष्ट आकारमानामुळे आहे. याच गुरुत्वाकर्षणामुळे तिचा लोह व निकेलयुक्तगाभा (Core) वितळलेल्या स्थितीत स्थिर आहे. या गुरुत्वाकर्षणामुळेच तिच्याभोवती असलेले जीवनदायी वातावरणाचे आवरण टिकून आहे, नाहीतर सर्व जीवनावश्यक वायू अंतराळाच्या पोकळीत केव्हाच निसटून गेले असते आणि पृथ्वीवर जीवन शिल्लक राहिलेच नसते.

दोन अब्ज वर्षांपूर्वी पृथ्वीवर प्रकाशसंश्लेषण (Photosynthesis) क्रिया करणारे जीवाणू निर्माण झाले. त्यामुळे ओझोनचा थर तयार झाला आणि पृथ्वीवरील जीवांचे अतिनील प्रारणापासून रक्षण होऊ लागले. साडेतीन अब्ज वर्षांपूर्वी पृथ्वीवर जीवांची निर्मिती झाली तेव्हापासूनच पृथ्वीचे सरासरी तापमान, सूर्याच्या ऊर्जेत चाळीस टक्के वाढ होऊनही, १० ते २० अंश सेल्सियस इतक्या अरुंद कक्षेत स्थिर राहिले आहे.

पृथ्वीवरचा प्रत्येक जीव आज एका प्रदीर्घ उत्क्रांतीचा साक्षीदार आहे. विविध ठिकाणी आढळणारे खनिजभूत आणि शीलाभूत स्वरूपात अश्मीकरण झालेले प्राण्यांचे सांगाडे, दात, झाडांची पाने, बिया आणि त्यांचे ठसे यावरून अशा विविधरंगी जीवनाचा पुरावा मिळतो. आत्तापर्यंत सजीवांच्या अस्तित्वाचा केवळ एक टक्का एवढाच जीवाश्म पुरावा आपल्या हाती गवसलाय. भूमीखंडांची मोठ्या प्रमाणावर झालेली हालचाल किंवा भूखंड वहन आणि हवामानातील बदल यामुळेही जीवजंतूंचा विनाश झालाय. कोट्यवधी वर्षांपासून पृथ्वी या सगळ्या बदलांशी जुळवून घेत आहे.

आज माणसांमुळे जीवजंतूंच्या आणि जैवविविधतेच्या ऱ्हासाची गती झपाट्याने वाढलीय. मनुष्याच्या पृथ्वीवरील सर्व नैसर्गिक घडामोडीत चालू असलेल्या ढवळाढवळीमुळे आज पृथ्वीवर जैविक आणीबाणीच निर्माण झाल्यासारखी परिस्थिती

आहे. विविध जीवजंतूंचा विनाश ही जरी नैसर्गिक प्रक्रिया असली तरी त्यांच्या निर्धारित वेळेआधीच लोप पावण्याच्या घटनेमागे माणूसच आहे, यात वैज्ञानिकांत दुमत आढळत नाही.

पृथ्वीचे हे क्लिष्ट, काहीसे अनाकलनीय आणि विलक्षण लवचीक स्वरूप समजून घेण्यासाठी शास्त्रज्ञांनी अनेक प्रयत्न केले आहेत. पृथ्वीचे संपूर्ण ज्ञान व्हावे यासाठी त्यांनी अनेक संकल्पना, सिद्धान्त मांडले. पृथ्वीवरील डोंगर, पर्वत, नदी-नाले, समुद्रकिनारे, वाळवंटे, हिमनद्या समजून घेण्यासाठी संशोधने केली. पृथ्वीभोवती असलेल्या वातावरणाचा वेध घेतला.

नैसर्गिक घटना व मानवी हस्तक्षेप यामुळे या सुंदर पृथ्वीचा होणारा ऱ्हास लक्षात घेऊन त्यावर उपाययोजना सुचविण्याचेही प्रयत्न झाले आणि अजूनही होतच आहेत.

या सर्व गोष्टींचा संक्षिप्तरूपात आढावा घेण्याचा हा प्रयत्न.

– डॉ. श्रीकांत कार्लेकर
इ-४०४, वंडरसिटी, कात्रज देहू बायपास,
कात्रज, पुणे-४११०४६
(shrikantkarlekar18@gmail.com)

अनुक्रम

१ | जिओडसी

जिओडसी हे पृथ्वीचा आकार, आकृती आणि चुंबकीय क्षेत्राच्या अभ्यासाचे शास्त्र आहे. प्रक्षेपण शास्त्र, अवकाश संशोधन आणि कृत्रिम उपग्रहांवरून मिळणारी माहिती यामुळे आमूलाग्र बदल होत असलेले हे शास्त्र आज अनेक मूलभूत संशोधनात लाभदायक ठरते आहे.

अवकाशातून पृथ्वीकडे पाहिल्यावर पृथ्वीची निरनिराळी रूपे, तिचा आकार, विस्तार, गती यांची नेमकी कल्पना येते. पृथ्वीगोल हा खड्डे आणि उंचवटे यांनी युक्त असा घनगोल असल्याचे आढळते. आढळणारे सर्व उंचवटे आणि खळगे यांचा विचार बाजूला ठेवला आणि पृथ्वीवरच्या सर्व समुद्रांचे पाणी पृथ्वीवर पसरले आहे अशी कल्पना केली तर घनगोलाला जो वर्तुळाकृती आकार येतो त्याला 'जिऑइड (Geoid)' असे म्हटले जाते. जिओडसीमध्ये प्रामुख्याने त्याचा अभ्यास केला जातो.

जिऑइडचा आकार विरुद्ध बाजूंना चपट्या असलेल्या घनगोलाकृतीला (Oblate Spheroid) खूपच जवळचा असतो. लंब वर्तुळाकृतीच्या (Ellipse) लघु आसाभोवती (Minor - Axis)फिरण्यामुळे जो आकार तयार होतो तो ही असाच असतो. ध्रुवांपाशी पृथ्वीगोलाला चपटेपणा आलेला आहे आणि विषुववृत्तीय प्रदेश थोडा फुगीर आहे.

घनगोल हा एक गणितीय पृष्ठ आहे तर जिऑइड(Geoid) हा पृथ्वीच्या पृष्ठाचा आकार आहे. हे दोन्ही आकार एकमेकांवर प्रत्यारोपित केल्यावर असे लक्षात येते की, काही ठिकाणी जिऑइड हा गणितीय पृष्ठाच्या खाली आहे. त्यामुळे पृथ्वीचा नेमका आकार कळण्यासाठी या दोन्ही पृष्ठातील फरकाचे प्रत्येक बिंदूपाशी मोजमाप करणे गरजेचे असते.

हे एक महाकठीण काम असले तरी, आज उपग्रहांनी ही अडचण खूपच कमी केली आहे. उपग्रह तंत्रज्ञानापूर्वी पृथ्वीचा आकार आणि तिचे गुरुत्वाकर्षण क्षेत्र यांचे वर्णन करण्यासाठी केवळ चार घटक उपलब्ध होते. आज त्यासाठी २५० घटक

उपलब्ध आहेत.

पृथ्वीवरील अंतरे व उंचीच्या अचूक मोजमापासाठी पृथ्वीचा नेमका आकार समजणे आवश्यक आहे. जिओडसी शास्त्राने या संबंधात खूप प्रगती केली असली तरी पृथ्वीच्या आकाराला तंतोतंत बसेल असा एकही गणितीय पृष्ठ अजूनही सापडलेला नाही; म्हणूनच पृथ्वीच्या वेगवेगळ्या प्रदेशांकरिता वेगवेगळे जिऑइड वापरले जातात. भारत व आजूबाजूच्या प्रदेशांकरिता Everest Spheroid वापरला जातो.

आज जिओडसी शास्त्रात पृथ्वीच्या आकाराबरोबरच, पृथ्वीचे चुंबकीय क्षेत्र, खडकातील प्राचीन चुंबकत्व, भूखंड वहन, भूपट्ट विवर्तनी(Plate Tectonics), ध्रुवीय भ्रमण, अशा अनेक मुद्द्यांचा सविस्तर अभ्यास केला जातो. या शास्त्राला उपग्रह तंत्रज्ञानामुळे आज एक मोठेच परिमाण लाभले आहे. पूर्वी पृथ्वी संबंधात केलेल्या निरीक्षणात व मोजमापात ज्या त्रुटी राहिल्या होत्या त्या या शास्त्रामुळे कमी होत आहेत. खगोल, भूगोल आणि भूभौतिक शास्त्रातील अनेक संकल्पना पुन्हा एकदा नव्याने तपासण्यात येऊ लागल्या आहेत.

२ | भूचुंबकीय क्षेत्र

घातक वैश्विक किरणांपासून आणि सौर वादळांपासून पृथ्वीचं रक्षण करणाऱ्या भूचुंबकीय क्षेत्रात वेगाने बदल होत असून, त्याला आजपर्यंतचं सगळ्यात मोठे छिद्रं पडले असल्याचे निरीक्षण नासाने नुक्तच नोंदवले आहे. थेमिस या नासाच्या पाच उपग्रहांच्या चमूनं हा शोध लावला आहे. पृथ्वीभोवती एखाद्या प्रचंड अशा बुडबुड्यासारख्या असलेल्या या चुंबक क्षेत्राच्या (Magnetic field) कवचातून वाट काढीत काही वेळा घातक सौर ऊर्जेनं शिरकाव केलाही आहे; पण आता लक्षात आलेलं हे प्रवेशद्वार थोडे मोठेच आहे.

'पृथ्वी ही एका प्रचंड चुंबकासारखे वर्तन करते'या कल्पनेचा उगम तसा खूप जुना आहे. सन १६००च्या जवळपास विलियम गिल्बर्ट या पदार्थ वैज्ञानिकाने ही कल्पना सर्वप्रथम मांडली. सन १८३९मध्ये गॉस या शास्त्रज्ञाने यावर अधिक संशोधन करून असे सांगितले की, पृथ्वीच्या चुंबकीय क्षेत्राचा खूप मोठा स्रोत हा अंतरंगात, बाह्य गाभ्यातच आहे.

पृथ्वीच्या अंतरंगात, मध्यवर्ती भागात, उत्तर-दक्षिण भूचुंबकीय ध्रुव

(Geomagnetic poles) जोडणाऱ्या आसाच्या दिशेने पृथ्वीचे मुख्य चुंबकीय क्षेत्र द्विध्रुवीय (Bi-polar) स्वरूपात एकवटलेलं आहे. पृथ्वीचे चुंबकीय ध्रुव व चुंबकीय विषुववृत्त हे भौगोलिक ध्रुव आणि भौगोलिक विषुववृत्त यापेक्षा वेगळे आहेत. चुंबकीय उत्तर व दक्षिण ध्रुवांना जोडणाऱ्या काल्पनिक आसास 'चुंबकीय आस' (Magnetic Axis) असे म्हटले जाते. पृथ्वीचे चुंबकीय क्षेत्र सदैव बदलत असतं. यामुळेच त्याला 'चिरंतन बदलणारे क्षेत्र' असं म्हटलं जातं.

पृथ्वीचे चुंबकीय क्षेत्र पूर्वीच्या काळी आजच्यापेक्षा खूपच निराळे होते. वेगवेगळ्या भूशास्त्रीय कालखंडात ते वारंवार बदलत गेले असावे. या निरीक्षणामुळेच एक विलक्षण आश्चर्यकारक अशी घटना ज्ञात झाली. ती म्हणजे, पृथ्वीच्या ध्रुव बिंदूंचे भूशास्त्रीय काळात सतत बदलत गेलेलं स्थान. भूचुंबकीय क्षेत्र आणि प्राचीन ध्रुवांच्या स्थानावरून असे दिसते की, भारतीय उपखंड ३७ अंश दक्षिण अक्षवृत्तापासून १३ अंश उत्तर अक्षवृत्तापर्यंत पाच हजार किमीचा प्रवास करून गेल्या सात कोटी वर्षांत उत्तर गोलार्धात सरकले आहे.

पृथ्वीचा सध्याचा चुंबकीय उत्तर – दक्षिण आस गेल्या सात लक्ष वर्षांपासूनच नक्की झाला असावा व त्यापूर्वी पृथ्वीच्या चुंबकीय क्षेत्रात २४ लक्ष वर्षांपूर्वी महत्त्वाची उलटापालट झाली असावी, असेही संकेत आढळतात.

आत्तापर्यंत मिळालेल्या माहितीनुसार पृथ्वीच्या बदलत्या चुंबकीय क्षेत्राचा संबंध हा केवळ अंतरंगातील बाह्य गाभ्यात (Outer core) तयार होणाऱ्या विद्युत प्रवाहांशीच लावता येतो. हे चुंबकीय क्षेत्र बाह्य गाभ्यात दरवर्षी ११ मिनिटे या वेगाने पश्चिमेकडे सरकत असते. चुंबकीय क्षेत्राची सरकण्याची ही गती पृथ्वीच्या परिवलन गतीपेक्षा खूपच कमी आहे. या सरकण्याच्या वृत्तीमुळेच बाह्य गाभ्यात विद्युत प्रवाहांचे भोवरे तयार होतात. जगातील विविध चुंबकीय वेधशाळा या हालचालींचं आणि विचलनाचं मोजमाप करीत असतात.

थेमिसच्या अभ्यासानुसार पृथ्वीच्या या चुंबकीय क्षेत्राला दोन मोठ्या भेगा पडल्या असून, त्यातून दर तासाला दहा लक्ष मैल या वेगानं सौर वारे पृथ्वीच्या वातावरणाच्या वरच्या थरात प्रवेश करीत आहेत. २०१४ साली पृथ्वीच्या सगळ्यात बाहेरच्या चुंबकावरणात (Magnetosphere) कमीत कमी चार हजार मैल जाडीचा सौरकणांचा थर जमल्याचे आढळून आलं होतं; पण हा थर अल्पजीवी होता आणि केवळ एक तासच टिकून होता. आत येणाऱ्या सौरज्वाला (Solar flares) अवकाशयानं, अवकाशयात्री यांच्यासाठी खूप धोकादायक ठरू शकतात. यामुळे ध्रुव प्रकाशाच्या (Aurora) तीव्रतेत वाढ होते आणि उपग्रह संपर्क साधनात मोठी अडचणही निर्माण

होऊ शकते. पृथ्वीवरील ऊर्जा जाळी (Power grids), हवाई मार्ग, लष्करी संपर्क साधनं आणि उपग्रह संकेत (Signal) यावरही त्यांचा परिणाम होऊ शकतो.

स्वार्म या तीन उपग्रह संचाने पृथ्वीच्या चुंबकीय क्षेत्रात अगदी अलीकडच्या काळात झालेले बदल लक्षात आणून दिलेत. त्यांच्या निरीक्षणानुसार पृथ्वीच्या पश्चिम गोलार्धात चुंबकीय क्षेत्र खूपच दुर्बल झाले असून, पूर्वेकडे दक्षिण हिंदी महासागरावर ते प्रबळ झालंय. पृथ्वीचा चुंबकीय उत्तर ध्रुवही सैबेरियाच्या दिशेनं सरकतोय.

पृथ्वीच्या अंतरंगातील बाह्य प्रावरणातून (Outer Core) मिळणाऱ्या चुंबकीय संकेतांमुळे हे बदल लक्षात येत आहेत. येणाऱ्या काही दिवसात पृथ्वीचे प्रावरण (Mantle), कवच (Crust) आणि अयनांबर (Ionosphere) व चुंबकावरण (Magnetosphere) या भागांकडून मिळणारे संकेत पृथ्वीच्या बदलत्या चुंबकीय क्षेत्राबद्दल अधिक अचूक माहिती देऊ शकतील. हे क्षेत्र दुर्बळ होण्यामागच्या कारणांचा संबंध सौर वादळे, सौर ऊर्जा यांच्या वातावरणातील प्रवेशाशी आहे का, हेही त्यातून समजू शकेल.

पृथ्वीच्या चुंबकीय क्षेत्रात होणाऱ्या बदलामागचे कारण अजूनही नेमकेपणाने कळत नसलं तरी पृथ्वीच्या चुंबकीय ध्रुवांच्या स्थानात होत असलेले बदल हे त्याचं प्रमुख कारण असावं असं आता वैज्ञानिकांना वाटते आहे. पृथ्वीच्या चुंबकीय ध्रुवांचे स्थानबदल भूतकाळात अनेक वेळा घडून आलेत पण हे बदल काही लक्ष वर्षांत एकदा या वेगाने झालेत. आता मात्र या बदलांचा वेग वाढला असून ते काही शतकात एकदा होऊ लागलेत. याचा परिणाम म्हणून पृथ्वीवरील चुंबकीय क्षेत्र दर दहा वर्षांत पाच टक्क्यांनी दुर्बळ होतं आहे.

पृथ्वीच्या चुंबकीय क्षेत्रातील बदलांची नोंद अनेक मार्गांनी व पद्धतींनी करता येऊ शकते. मृत्तिकापात्र भट्ट्यांच्या (Pottery furnace) साहाय्याने गेल्या हजार वर्षांतील, खोल समुद्रातील अवसादीय छिद्रांच्या (Sedimentary cores) साहाय्याने गेल्या दहा हजार वर्षांतील, सरोवरातील अवसादातून गेल्या पंधरा हजार वर्षांतील तर लाव्हा खडकातून गेल्या दोन कोटी वर्षांतील भूचुंबकीय क्षेत्राची अचूक माहिती मिळवता येते.

पृथ्वीच्या चुंबकीय क्षेत्राचं अस्तित्व हे अंतरंगातील लोहयुक्त गाभ्याच्याभोवती असलेल्या वितळलेल्या गाभ्यामुळे आहे. आंतर गाभ्यातील लोहयुक्त पदार्थांचं बदलते तापमान, पृथ्वीचं स्वांगपरिभ्रमण यामुळे बाह्य गाभ्यातील द्रव स्वरूपातील धातूंच्या हालचालींमुळे पृथ्वीभोवती 'चुंबकीय क्षेत्र' तयार होतं. या द्रव पदार्थांच्या हालचालींमुळे काही भागात पृथ्वीभोवती दुर्बळ तर काही भागात प्रबळ क्षेत्र विकसित

होते. पश्चिम गोलार्धात द्रव पदार्थांच्या हालचाली मंदावल्यामुळे तिथं दुर्बल क्षेत्र तर दक्षिण हिंदी महासागराखाली हालचालींचा वेग वाढल्यामुळे प्रबळ चुंबकीय क्षेत्र तयार झाले असावे.

पृथ्वीच्या चुंबकीय क्षेत्रातील या बदलांवरून पृथ्वीच्या अंतरंगातील प्रावरण विभागातील भू-तबकांच्या (Tectonic plates) हालचालींचाही मागोवा घेता येणं आता शक्य झालंय. भू-तबकांच्या हालचालींमुळे होणाऱ्या भूकंपांची स्थानेही आता जास्त अचूकपणे ओळखता येतील व भूकंप आपत्तीचे कदाचित भाकीतही करता येईल, असा विश्वास शास्त्रज्ञांमध्ये दुणावतो आहे.

३ | उत्तर ध्रुवाचा शोध : अभूतपूर्व घटनेचा पुनर्वेध

उत्तर ध्रुवाचे नेमके स्थान शोधून तो पादाक्रांत करण्याच्या अभूतपूर्व घटनेला आता शंभर पेक्षाही जास्त वर्षे पूर्ण होत आहेत. उत्तरध्रुवावर सर्वप्रथम पाय रोवण्याची स्वप्नवत वाटावी अशी ही घटना ६ एप्रिल १९०९ रोजी घडली आणि ही घटना सत्यात उतरू शकली ती केवळ माणसाची जिद्द आणि विज्ञानाची साथ यामुळेच! या दिवशी अमेरिकन शोधक रॉबर्ट पिअरी यांनी आपल्या वयाच्या ५३ व्या वर्षी आर्क्टिक महासागरातील उत्तर ध्रुवाचा शोध लावला.

आज उत्तर ध्रुवावरून रोज अनेक विमानांची उड्डाणे होत असतात. पूर्व आणि पश्चिम गोलार्ध जोडणारे, कमीत कमी अंतराचे सर्व विमान मार्ग उत्तर ध्रुव प्रदेशावरून जातात; असे असले तरी प्रत्यक्ष ध्रुव बिंदूचे नेमके स्थान ओळखणे आणि नेमके त्या ठिकाणी जाणे या दोन्ही गोष्टी आजही तितक्याच अवघड आणि दुरापास्त आहेत.

आर्क्टिक महासागरात सव्य पद्धतीने गोलाकार दिशेत सतत फिरत असणाऱ्या बर्फाच्या आवरणाखाली ध्रुवाचे स्थान आहे. आर्क्टिक महासागराच्या भूपृष्ठभागावर घट्ट बर्फाचे जे जाडजूड आवरण आहे त्यातले बर्फ विस्तृत हिमखंडांच्या स्वरूपात एकमेकांवर आपटत, घासत, थांबून थांबून गोलाकार कक्षेत फिरत असते. त्यामुळे एखाद्या हिमखंडाच्या संदर्भाने उत्तर ध्रुवाचे स्थान नक्की केले, तरी त्याचा उपयोग होत नाही; कारण हा संदर्भाचा हिमखंडच त्याची जागा सोडून इतरत्र निघून गेलेला असतो.

६ एप्रिल १९०९च्या आधीचे उत्तर ध्रुवाची जागा नेमकी शोधण्याचे सर्व

प्रयत्न आर्क्टिक वृत्ताच्या म्हणजे साडे सहासष्ट अंश उत्तर अक्षवृत्तापलीकडे ग्रीनलंड, आईसलंड आणि बेअरिंगच्या सामुद्रधुनीपर्यंतच जाण्यात सफल झालेले आहेत.

अठराव्या शतकाच्या अखेरीस कॅप्टन जेम्स कूक यांनी बेअरिंगच्या सामुद्रधुनीपर्यंत जाऊन असा निष्कर्ष काढला होता की, तिथून पुढे पूर्वेला किंवा पश्चिमेला जाण्यासाठी बर्फ विरहित मार्गच नसल्यामुळे उत्तर ध्रुवावर जाणे शक्य नाही. त्यानंतरच्या ध्रुवावरच्या मोहिमांत अनेकांना आपले प्राण गमवावे लागले. बर्फ फोडून मार्ग काढणे, स्थलांतर करणाऱ्या बर्फाबरोबर वाहत जाणे असे अनेक धाडसी प्रयोग झाले; पण बर्फाच्या प्रचंड पसाऱ्यामुळे आणि पराकोटीच्या थंडीमुळे अशा कुठल्याच प्रयत्नांना यश आले नाही.

१८७५–७६मध्ये अल्बर्ट मारकम्ह या ब्रिटिश शोधकाने ८३ अंश उत्तर अक्षांशापर्यंत मुसंडी मारली. ८ एप्रिल १८९५मध्ये नॉर्वेच्या डॉ. नानसेन यांनी विलक्षण चातुर्याने, जिद्दीने आणि धैर्याने घट्ट बर्फात नावा रोवून लेना नदीच्या उत्तरेकडून बर्फाबरोबरच प्रवास सुरू केला; पण बर्फ वायव्येला सरकत असल्याचे अनेक दिवसांनी त्यांच्या लक्षात आले. त्यानंतर उत्तरेकडे सरकणाऱ्या बर्फाबरोबर प्रवास करीत ८६ अंश उत्तर अक्षांशापर्यंत त्यांनी मजल मारली. इथून उत्तर ध्रुव फक्त ४०० किमी दूर होता; पण त्यानंतर वातावरणात झपाट्याने बदल होऊ लागले, परिस्थिती प्रतिकूल बनली आणि डॉ. नानसेन यांना परत फिरावेच लागले.

डॉ. नानसेन यांना परत फिरावे लागले असले, तरी त्यांच्या मोहिमेने अनेक नवीन गोष्टींचा शोध लागला. त्यांच्या हे लक्षात आले की, थंड आणि बर्फाच्छादित आर्क्टिक महासागर खूपच खोल असून, त्याची कमीतकमी खोली ३७०० मीटर आहे. प्रत्यक्ष उत्तर ध्रुवावर ती याहून जास्त असावी असा नानसेन यांचा अंदाज होता.

रॉबर्ट पिअरी यांनी मात्र उत्तर ध्रुवावर पाऊल ठेवण्याचा चंगच बांधला होता. ध्रुवीय हिवाळ्यात हिम इतके घट्ट होते की, त्यावरून प्रवास करूनच उत्तर ध्रुवापर्यंत पोहोचता येईल याबद्दल त्यांच्या मनात अजिबात शंका नव्हती. १९०० साली रॉबर्ट पिअरी यांनी ग्रीनलंडचे उत्तरेकडचे टोक गाठले. आज हा प्रदेश 'पिअरी आयलंड' म्हणून ओळखला जातो. १९०६मध्ये रॉबर्ट पिअरी यांनी ८७ अंश ६ मिनिटे उत्तर अक्षांशापर्यंत मजल मारली. उत्तर ध्रुवापासून हा भाग २७५ किमी दूर होता. इ.स. १९०९च्या ६ एप्रिल रोजी सकाळी १० वाजण्याच्या सुमारास रॉबर्ट पिअरी ८९ अंश ५७ मिनिटे अक्षांशापर्यंत पोहोचण्यात यशस्वी झाले. त्यांच्यापासून ध्रुव आता केवळ ३ मिनिटे अक्षवृत्ते दूर होता. शेवटची मजल मारण्यापूर्वी थोडी विश्रांती घेऊन रॉबर्ट पिअरी आणि त्यांच्या साथीदारांनी उत्तर ध्रुवावर पाय रोवले. २१ एप्रिल १९०८ रोजी

फ्रेड्रिक कूक यांनी हा प्रदेश आधीच पादाक्रांत केल्याचा दावा केला असला, तरी आजही उत्तर ध्रुवावर प्रथम पाय ठेवण्याचे श्रेय रॉबर्ट पिअरी यांनाच दिले जाते.

यानंतर उत्तर ध्रुवावर पाय रोवण्याचा दुसरा यशस्वी प्रयत्न अमेरिकन नेव्हीतील कमांडर विलियम अँडरसन यांनी ५ ऑगस्ट १९५८ रोजी केला. हा प्रयत्न फारच वेगळा आणि विलक्षण होता. पिअरी यांनी आर्क्टिक महासागराच्या गोठलेल्या पृष्ठभागावरून प्रवास करीत ध्रुव गाठला होता पण विलियम अँडरसन यांनी अणू पाणबुडीच्या साहाय्याने ध्रुव प्रदेशातील बर्फाच्या आवरणाखालून समुद्रातून प्रवास करून व पाणबुडीतून वर येऊन ध्रुव पादाक्रांत केला होता.

त्यापूर्वी १९३१, १९४८ आणि १९५२मध्ये ज्या काही अयशस्वी मोहिमा झाल्या, त्यात हे लक्षात आले होते की, आर्क्टिक महासागराच्या गोठलेल्या पृष्ठभागावर बर्फाच्या विस्तीर्ण तुकड्या दरम्यान प्रचंड भेगा आहेत आणि त्यातून वर येणे केवळ अशक्य आहे आणि फक्त याच ठिकाणी पृष्ठभागापर्यंत पाणी आहे. लगून सारखे हे सदैव जागा बदलणारे भागच उत्तर ध्रुव मोहिमेला उपयुक्त ठरतील याबद्दल विलियम अँडरसन यांना खात्री होती.

विलियम अँडरसन यांनी २० ते ३० मीटर खोलीवरून आपल्या हिमशोधक उपकरणातून वर पहिले. वर दिसणाऱ्या जाड ढगांसारख्या पसरलेल्या बर्फाच्या महाकाय तुकड्यातून दिसणाऱ्या सूर्यप्रकाशाने त्यांचा आत्मविश्वास वाढवला आणि त्याचवेळी त्यांनी आपल्या दुसऱ्या मोहिमेत ध्रुवावर पाय ठेवण्याचा निर्धार केला.

हवाई बेटावरील ओआहू या ठिकाणाहून २३ जुलै १९५८ रोजी त्यांनी आपल्या जगावेगळ्या मोहिमेचा आरंभ केला. नॉटीलस या १०० मीटर लांबीच्या पाणबुडीच्या साहाय्याने १२५ मीटर खोलीवरून आर्क्टिक महासागरातून प्रवास करीत ते आपल्या सहकाऱ्यांसह मार्ग आक्रमू लागले. पाणबुडीच्या डोक्यावरून २५ मीटर उंचीचे बर्फाचे विशाल ढीग ढगांसारखे दाटीवाटीने व हळूहळू सरकत होते. यांचे खाली समुद्रात घुसलेले सुळके ४० मीटर खोलीपर्यंत आत येत होते. मधून मधून बर्फाच्या भेगांतून वरचा लखलखणारा समुद्र दिसत होता. खोलवर घुसणाऱ्या बर्फाच्या सुळक्यांचा सदैव धोका होताच. त्या सुळक्यांना चुकवून नेमकी भेग सापडताच त्यातून पृष्ठभागावर येणे आवश्यक होते.

३ ऑगस्ट १९५८ या दिवशी अखेरीस सकाळी ११.१५ वाजता नॉटीलस उत्तर ध्रुवाच्या बरोब्बर खाली येऊन पोहोचली. इथे समुद्राची खोली ४४७० मीटर्स होती. पाण्याचे तापमान ३२ अंश फॅरनहाईट होते आणि समुद्रात खोलवर ९ मीटर लांबीचे बर्फाचे सुळकेही घुसलेले होते. जवळ जवळ २ दिवसांनी उत्तर ध्रुवाजवळ

बर्फ विरहित पाण्याचा एक अरुंद पट्टा तयार झाला आणि विलियम अँडरसन यांनी बरोबर ९० अंश अक्षांश म्हणजेच उत्तर ध्रुव समुद्र खालून वर येऊन पादाक्रांत केला. या वेळी त्यांच्या बरोबर त्यांचे ११६ सहकारी होते. एकाच वेळी उत्तर ध्रुवावर इतकी माणसे असण्याचा तो एकमेव प्रसंग होता.

उत्तर ध्रुवाच्या या दोन्ही मोहिमा अनेक दृष्टींनी महत्त्वाच्या होत्या. आर्क्टिक महासागराचे आणि पर्यायाने उत्तर ध्रुवाचे तापमान इतके पराकोटीचे थंड कसे, याचे समाधानकारक उत्तर अजूनही सापडलेले नाही. वातावरणातील हवेच्या व पृथ्वीवरील सागर जलाच्या अभिसरणात प्राचीन काळी आलेले अडथळे हे इतकी टोकाची थंडी आणि घट्ट बर्फाचे विस्तृत प्रदेश यांचाच परिणाम असावा, असे मानले जाते.

९० अंश अक्षांश बिंदू हा पृथ्वीचा भौगोलिक उत्तर ध्रुव आहे. पृथ्वीभोवती चुंबकीय क्षेत्र तयार करणाऱ्या चुंबकीय आसाच्या उत्तर ध्रुवाचा शोध १८३१मध्ये लागला. आज हा चुंबकीय उत्तर ध्रुव भौगोलिक उत्तर ध्रुवाच्या दक्षिणेला ८०० किमी वर कॅनॅडाच्या एलस्मीअर बेटाजवळ स्थिर आहे.

भौगोलिक उत्तर ध्रुवावर वर्षातून फक्त एकदाच मार्चमध्ये सूर्योदय होतो व सप्टेंबरमध्ये एकदाच सूर्यास्त होतो. इथे सहा महिने रात्र व सहा महिने दिवस असतो. हिवाळ्यात इथे वजा ४० अंश सेल्सियस तर उन्हाळ्यात शून्यअंश सेल्सियस तापमान असते.

२० कोटी वर्षांपूर्वी पृथ्वीवर एकच महाखंड व त्याभोवती एकच महासागर होता. ध्रुव प्रदेश आज ज्या ठिकाणी आहे तिथे तो पूर्वी नव्हता. आर्क्टिक महासागर भूकवचाच्या ज्या तबकावर होता ते तबक आजच्या ९० अंश अक्षांश बिंदूपाशी सरकले. ते सरकत असताना पृथ्वीच्या कललेल्या आसामुळे सूर्यापासून मिळणाऱ्या उष्णतेचे प्रमाणही कमी झाले. त्यामुळे सर्वत्र बर्फ साचू लागला. वाढणाऱ्या बर्फाबरोबरच त्यावरून परावर्तित होणाऱ्या सौर ऊर्जेचे प्रमाणही वाढले. त्यामुळे या प्रदेशाचे तापमान आणखीनच कमी झाले. त्यानंतर या प्रदेशात बर्फाचा खूप मोठा थर साचून पृथ्वीचा भौगोलिक उत्तर ध्रुव बर्फाच्या प्रचंड आवरणाखाली दडला गेला आणि त्याचे नेमके स्थान ओळखणे कठीण होऊ लागले.

या सर्व अडचणींमुळे उत्तर ध्रुवावर पाय रोवण्याची कल्पनाही तशी स्वप्नवत वाटावी अशीच होती. ही घटना प्रत्यक्षात उतरू शकली ती सर्वप्रथम रॉबर्ट पिअरी आणि त्यानंतर विलियम अँडरसन यांच्या जिद्दीमुळेच आणि विज्ञानाच्या साथीमुळेच, यात शंका नाही.

यानंतरही अलीकडच्या काळात उत्तर ध्रुवावर जाण्याच्या अनेक मोहिमा

आणि प्रयत्न झाले असले तरी सदैव स्थानबदल करीत असलेल्या ३ मीटर जाडीच्या आणि विस्तीर्ण बर्फाच्या तुकड्यांचा वेध घेऊन ४००० मीटर खोल असलेल्या आर्क्टिक प्रदेशात ध्रुवावर नेमक्या ठिकाणी पाय ठेवण्याची ही घटना केवळ विलक्षण होती असेच म्हणावे लागेल.

४ | सूर्याचे कर्क आणि मकर संक्रमण

भारतासारख्या मोसमी हवामानावर अवलंबून असलेल्या देशात २१ जून या दिवशी होणाऱ्या सूर्याच्या कर्क संक्रमणाचे फार मोठे महत्त्व आहे. सूर्याचा कर्कराशीत प्रवेश ही खगोलीय घटना २१ जूनच्या दरम्यान होते. भारतात सौर वर्षाऋतू प्रारंभ दिवस म्हणूनही त्याचे पावसाच्या संदर्भात वेगळे महत्त्व आहेच.

कर्क आणि मकर संक्रमणांना अनुक्रमे जून व डिसेंबर संक्रमण असेही म्हटले जाते. अधिक स्पष्टता येण्यासाठी त्यांना 'दक्षिणेकडील' व 'उत्तरेकडील' संक्रमण असेही म्हणता येते. सूर्याच्या या बदलत्या मार्गक्रमणाचे पूर्वीपासूनच माणसाला कुतूहल वाटत आले आहे. या दोन दिवसांनंतर वातावरणात आणि हवामानात जे बदल होऊ लागतात ते इतके विलक्षण असतात की, त्यामुळे अनेक संस्कृतीत या दिवसांचे स्वागत अगदी समारंभपूर्वक केले जाते.

मार्च-एप्रिल सारख्या मान्सून पूर्व महिन्यापासूनच विषुववृत्तीय प्रदेश आणि भारताच्या आजूबाजूच्या विशाल भूप्रदेशावर होणाऱ्या हवामान बदलाची २१ जूनचा दिवस ही चरम सीमा असू शकते, असे अनेक वैज्ञानिकांना वाटते; कारण या दिवशी उत्तर गोलार्धात दिनमान सगळ्यात जास्त असते. या दिवशी पृथ्वीचा सूर्याकडे असलेला कल सर्वाधिक म्हणजे २३ अंश आणि २६ मिनिटे इतका असतो.

सूर्य त्याच्या भासमान भ्रमण मार्गावर प्रवास करताना साडेतेवीस अंश उत्तर अक्षवृत्ताच्या वर आणि साडेतेवीस अंश दक्षिण अक्षवृत्ताच्या खाली कधीही जात नाही. आपल्या भासमान भ्रमण मार्गावर प्रवास करताना २१ जूनच्या दिवशी सूर्य कर्कवृत्तावर येतो आणि काही काळ तिथेच थांबल्यासारखा दिसतो, या दिवशी कर्कवृत्तावर त्याचे किरण लंबरूप पडतात. यानंतर तो हळूहळू दक्षिणेकडे सरकू लागतो.

सूर्याचे दक्षिण व उत्तर दिशेने होणारे संक्रमण (Solstice)ही पृथ्वीवरील

ऋतूचक्राच्या संदर्भात एक महत्त्वाची अशी घटना आहे. पृथ्वीवर हे संक्रमण वर्षातून दोन वेळा होते. पृथ्वीभोवती आकाशाचा एक गोल आहे असे मानले व पृथ्वीचे विषुववृत्त मोठे होत जाऊन या आकाशगोलास भिडले, तर आकाशगोलाचे विषुववृत्त (Celestial Equator) होईल. पृथ्वी ही घनगोलाकृती (Spherical) आहे, हे जेव्हा कळले तेव्हापासूनच आकाशगोलाची (Celestial sphere) कल्पना अस्तित्वात आली. सूर्याचा वार्षिक भासमान भ्रमणमार्ग (Ecliptic) व आकाशगोलाचे विषुववृत्त यांच्या दरम्यानचा कोन साडे तेवीस अंश आहे. या दोन्ही पातळ्या जेथे एकमेकांस छेदतात त्या बिंदूस 'संपात बिंदू' म्हटले जाते. २१ मार्च रोजी सूर्य जेथे असतो त्या स्थितीला 'वसंत संपात' व २१ सप्टेंबरला तो जिथे असतो त्यास 'शरद संपात' म्हणतात. या दोन्ही दिवसांना 'विषुवदिन' (Equinox) असे संबोधिले जाते.

२१ जून नंतर दररोज दक्षिणेकडे सरकणाऱ्या सूर्यामुळे दिनमान कमी होत असते आणि रात्रीमान वाढत असते. रोज कमी होत जाणाऱ्या सूर्यप्रकाशामुळे उत्तर गोलार्धात अति उत्तरेकडे थंडीचे प्रमाण खूप वाढते. उत्तर ध्रुवावर तर २४ तासांची रात्र असते. साडे सहासष्ट अंश उत्तर अक्षवृत्तापलीकडे सर्वत्र काळोखाचे साम्राज्य असते.

आपल्या भासमान भ्रमणेमार्गावर मकर संक्रांती नंतर उत्तरेकडे जाणारा सूर्य२१ मार्चला विषुववृत्त ओलांडून २१ जूनला त्याच्या उत्तरतम मर्यादेपर्यंत म्हणजे कर्क वृत्तावर येतो. त्यानंतर त्याचे दक्षिणायन सुरू होते म्हणजे तो भ्रमणमार्गावर हळूहळू दक्षिणेकडे सरकू लागतो. २३ सप्टेंबर रोजी सूर्य विषुववृत्त ओलांडून दक्षिणेकडे जाऊ लागतो. २१ डिसेंबर या दिवशी तो त्याच्या दक्षिणतम मर्यादेपर्यंत म्हणजे मकर वृत्तावर येतो आणि त्यानंतर त्याचे पुन्हा एकदा उत्तरेकडे भ्रमण चालू होते.

दक्षिण व आग्नेय आशियात जिथे मान्सून हवामान असते व शेती हा मुख्य व्यवसाय असतो तिथे उन्हाळ्याची सुरुवात मार्च महिन्यापासून म्हणजे वसंत संपातापासून होते आणि २१ जून हा दिवस उष्णऋतूमध्य (Mid summer) मानण्यात येतो. मार्च महिन्यात सुरू झालेला उन्हाळ्याचा काळ मान्सूनची सुरुवात होईपर्यंत म्हणजे २१ जूनच्या थोडा पुढे-मागेपर्यंत आणि त्यानंतर पावसाचा कालखंड मानण्यात येतो.

खगोलशास्त्रानुसार उन्हाळ्याची सुरुवात २१ मार्च पासून समजण्यात येते मात्र मोसम विज्ञानानुसार उत्तर गोलार्धात त्याचा कालखंड जून-जुलै-ऑगस्ट असा मानण्यात येतो. त्यामुळे खगोलशास्त्रानुसार भारतात २१ जून हा ऋतूमध्य दिवस असतो. उत्तर गोलार्धातील विविध देशांत त्यांच्या संस्कृतीनुसार कर्क संक्रमणाचा दिवस २१ ते २५ जून यांपैकी कुठलाही असतो. स्वीडनमध्ये या दिवसाला इतके महत्त्व आहे की, त्या देशाने हा दिवस 'राष्ट्रीय दिवस' म्हणून पाळला जावा, असे

म्हटले आहे.

विषुववृत्तावरून सूर्याचे भ्रमण त्याच्या भासमान मार्गावर विषुववृत्तीय पातळीस लंब दिशेने होताना दिसते. त्यामुळे सूर्योदय-मध्यान्ह-सूर्यास्त या घटना विषुववृत्तावरून आकाशगोलात पूर्वेकडून-पश्चिमेकडे अशा सहजपणे दिसतात. मात्र, ध्रुव प्रदेशात हा भासमान भ्रमण मार्ग समकक्ष दिसतो. त्यामुळे ध्रुवावरून सूर्योदय-मध्यान्ह-सूर्यास्त एकाच पातळीत होताना दिसतात.

विषुवदिनाची वेळ जितक्या अचूकपणे ठरविता येते तितकी संक्रमणाची ठरविता येत नाही. सूर्य जसजसा कर्क वृत्ताकडे येऊ लागतो तसतसा त्याचा कल (declination) कमी कमी होऊ लागतो.

दक्षिणायनाचा किंवा कर्क संक्रमणाचा दिवस हा उत्तर गोलार्धातील देशांच्या दृष्टीने एक अतिशय महत्त्वाचा दिवस. सूर्याच्या संक्रमणाचा हा दिवस नवाश्म (निओलिथिक) काळापासून एक महत्त्वाचा दिवस मानला जातो. सूर्याच्या कर्क व मकर संक्रमणाचे नेमके ज्ञान माणसाला केव्हा व कसे झाले, हे कुणालाही निश्चितपणे माहीत नाही; पण प्राचीन मानवाला अशा तऱ्हेच्या खगोलीय घटनेचे ज्ञान होते, हे मात्र निश्चित.

इजिप्तच्या न्युबिअन डेझर्ट भागातील नाबटा किंवा इंग्लंड मधील स्टोनहिंग्ज येथे सापडणाऱ्या प्राचीन अश्म रचना पाहिल्या की, पूर्वीच्या माणसाला कर्क संक्रमणाची निश्चित माहिती असावी, याची खात्री पटते. नाबटा येथील रचना स्टोनहिंग्ज येथील रचनेपेक्षाही जुनी असून, ती ६५०० वर्षांपूर्वीची असावी असा अंदाज आहे. यातील दगडांच्या रचनेतून, उत्तर-दक्षिण दिशा आणि कर्क संक्रमणाच्या वेळी होणारा सूर्योदय व सूर्यास्त यांच्या जागा नेमकेपणाने दाखविण्याचा प्रयत्न केलेला दिसतो.

काही पारंपरिक लेखातून असेही उल्लेख आढळतात की, दक्षिणायन दोन हजार वर्षांपूर्वी १९ जुलैला सुरू होत असे. आज ते २१ जूनला होते. पावसाळाही त्या काळात ऑक्टोबर ऐवजी नोव्हेंबरमध्ये संपत असे. कर्क संक्रमण ही उत्तर गोलार्धातील हवामानात बदल होऊ लागल्याची सुस्पष्ट अशी सीमारेषा आहे, याचाही उल्लेख अनेक जुन्या ग्रंथातून आणि जुन्या वैद्यकीय अहवालातून आढळतो.

सौरप्रारण (Insolation) आणि मान्सून यांचा खूप जवळचा संबंध आहे. कर्क संक्रमणाच्या वेळी सौरप्रारणात जे कमाल बदल होतात त्यामुळे समुद्रावरील वायुभारातही तीव्र बदल होतात. सौरप्रारणात जेव्हा थोडे विलंबित किंवा उशिराने बदल होतात तेव्हा समुद्रावरील वायुभारस्थिती अधिकच संथ गतीने त्याला प्रतिसाद देते. याचा परिणाम मॉन्सूनवरही होताना दिसून येतो.

उत्तरायणाचा किंवा मकर संक्रमणाचा दिवस हा उत्तर गोलार्धातील देशांच्या दृष्टीने एक अतिशय महत्त्वाचा दिवस. सूर्याच्या संक्रमणाचा हा दिवस फार पूर्वीपासून 'नवीन सूर्याचा दिवस' मानला जातो.

मकर संक्रमाणाच्या दिवशी सूर्यदेवाच्या आगमनाचे वेगवेगळ्या पद्धतींनी स्वागत केले जात असे. सूर्यदेवाला प्रसाद अर्पण करून त्याची प्रार्थना केली जात असे. सण-समारंभ साजरे केले जात असत. आजही अनेक देशांत या परंपरा पाळल्या जात असल्याचे आढळते.

उत्तर गोलार्धात ख्रिसमसचा कालखंड हाही नेमका मकर संक्रमणाशी जोडण्याचा प्रयत्न १६०० वर्षांपूर्वी झाल्याचे उल्लेख आढळतात. नवाश्म (Neolithic) व कांस्य (Bronze) युगातही हा दिवस फार महत्त्वाचा मानला जात असे. याचे काही पुरावे ब्रिटनमधील 'स्टोनहिंज' आणि आयर्लंड मधील 'न्यूग्रांज' इथे आढळतात. स्टोनहिंज हे कर्क आणि मकर संक्रमणाचे निर्देशन करणारे प्राचीन मानवाने बनविलेले पाषाणशिल्प आहे असे आज बऱ्याच संशोधकांना वाटते. या पाषाणशिल्पांचा प्रमुख आस मकर संक्रमण दिवसाचा सूर्योदय (न्यूग्रांज) आणि मकर संक्रमण दिवसाचा सूर्यास्त (स्टोनहिंज) यांच्याशी संलग्न असल्याचे दिसून येते. इथल्या त्रिशिला(Trilithon) संरचना केंद्रभागाकडून बाहेर या पद्धतीने बांधण्यात आल्या असून, त्यांचा सपाट पृष्ठभाग हिवाळ्यातील मध्यवर्ती सूर्य स्थानाकडे वळलेला दिसतो.

भारतात पूर्वापार मकर संक्रमण हा दिवस सूर्य जेव्हा मकर राशीतून संक्रमण करतो तेव्हा म्हणजे पौष महिन्यात पाळला जातो. या दिवशी हिवाळा संपून उन्हाळ्याला सुरुवात होते. दक्षिणेत 'पोंगल', आसामात'भोगली बिहू'तर पंजाबात 'लोहरी' अशा विविध नावांनी सूर्याचे हे आनंददायी संक्रमण भारतात साजरे केले जाते.

चिनी लोकांनी वर्षभरातल्या सूर्य स्थितीचा अभ्यास करून 'यांग-यिन' चक्र मांडले. त्यानुसार मकर संक्रमणाच्या वेळी चीनच्या प्रदेशात रोवलेल्या काठीची सावली खूप मोठी दिसते. कर्क संक्रमणाच्या वेळी ही सावली खूप लहान दिसते. या चक्रात सहा समकेंद्रीय वर्तुळे दाखविलेली असतात. त्याचे एकूण २४ भाग दाखवून त्यावर सूर्यप्रकाशाचे प्रमाण दाखविलेले असते. प्रत्येक भाग पंधरा दिवसांच्या काळातील सूर्यप्रकाशाचे प्रमाण किती असेल, ते दाखवतो.

सूर्याचा मकर राशीत प्रवेश ही खगोलीय घटना २१ डिसेंबरला होते; पण भारतातील अनेक सण व धार्मिक कृत्ये चांद्रस्थितीवर होत असल्यामुळे जानेवारी महिन्याच्या तिथीनुसार हे संक्रमण साजरे करण्यात येते. २१ डिसेंबर २०१३ रोजी उत्तरायण झाले मात्र भारतात मकर संक्रांत १४ जानेवारी २०१४ रोजी पौष शुद्ध

चतुर्दशीला होती. २०१३मध्ये उत्तर गोलार्धात कर्क संक्रमण २१ जूनला झाले. २०१४मध्येही ते २१ जूनलाच होते. २०१३, २०१४मध्ये मकर संक्रमण २१ डिसेंबरला झाले.

मकर संक्रमणाच्या दिवशी (Wintersolstice) मकर वृत्तावर मध्यान्हीचा सूर्य बरोबर डोक्यावर असतो. सावपावलो, ब्राझील, दक्षिण मादागास्कर आणि ब्रिस्बेनच्या थोडसं उत्तरेला हा अनुभव येतो.

संपूर्ण हिवाळ्यात दररोज दक्षिणेकडे सरकणाऱ्या सूर्यामुळे दिनमान कमी होत असते आणि रात्रीमान वाढत असते. रोज कमी होत जाणाऱ्या सूर्यप्रकाशामुळे उत्तर गोलार्धात अति उत्तरेकडे थंडीचे प्रमाण खूपच वाढलेले असते. उत्तर ध्रुवावर तर २४ तासांची रात्र असते. साडे सहासष्ट अंश उत्तर अक्षवृत्तापलीकडे सर्वत्र काळोखाचे साम्राज्य असते. मकर संक्रमणानंतर सगळ्या जीवनाचा 'सूर्य' हा एकमेव आधार हळूहळू उत्तरेकडे सरकू लागतो. प्रकाश आणि उष्णता यांच्या प्रमाणात होणारी वाढ, उत्तर गोलार्धातील जीवनचक्राला संजीवनी देऊ लागते.

साधारणपणे सूर्याचा भासमान भ्रमण मार्ग हा कोणत्याही ठिकाणावरून, त्या ठिकाणाचे अक्षांश ९० अंशातून वजा केल्यावर जेवढा कोन उरतो तेवढ्या कोनात आढळतो; म्हणूनच विषुववृत्तावरून तो लंब दिशेत तर ध्रुवावरून समकक्ष दिसतो. सूर्य जसजसा कर्क किंवा मकर वृत्ताकडे येऊ लागतो तसतसा त्याचा कल (Declination) कमी कमी होऊ लागतो. संक्रमणाच्या आधीच्या व नंतरच्या दिवसात काळ बदलाचा वेग रोज ३० आर्क सेकंद इतका कमी असतो. हा वेग सूर्याच्या कोनीय आकाराच्या १/६० इतका असतो.

पृथ्वी स्वतःभोवती फिरत साडेतेवीस अंशात कललेल्या आसाने सूर्याभोवती लंबवर्तुळाकार भ्रमण कक्षेत फिरत असते. जानेवारीच्या पहिल्या आठवड्यात पृथ्वीचे या लंबवर्तुळाकार मार्गावर सूर्यापासूनचे अंतर सर्वांत कमी म्हणजे केवळ ९ कोटी १५ लक्ष मैल असते. पृथ्वीच्या या स्थानास 'उपसूर्य स्थिती' म्हटले जाते. या वेळी पृथ्वीची भ्रमण मार्गावरची गती जास्त असते. जुलैच्या पहिल्या आठवड्यात हे अंतर ९ कोटी ४५ लक्ष मैल असते. या स्थानास 'अपसूर्य स्थिती' म्हटले जाते; या वेळी पृथ्वीची भ्रमण मार्गावरची गती अर्थातच कमी असते.

सूर्याच्या या बदलत्या व आनंददायी मार्गक्रमणाचे पूर्वीपासूनच माणसाला कुतूहल वाटत आले आहे. पृथ्वीवरचे ऋतूचक्र आणि सूर्याचे राशी संक्रमण या विलक्षण गुंतागुंतीच्या पण अतिशय नियमित घटनांमागे 'पृथ्वीचा कललेला आस' हेच एकमेव महत्त्वाचे कारण आहे आणि तेच निसर्गचक्रामागचे एक आश्चर्यकारक सत्यही आहे.

५ भूरूपशास्त्र : भूरूपे व भूरूप प्रक्रियांचे शास्त्र

भूरूपशास्त्र (Geomorphology) हे पृथ्वीपृष्ठावरील भूरूपे व भूदृश्ये (Landscape) यांच्या अभ्यासाचे शास्त्र आहे. भूशास्त्र व भूगोल या मुख्य विद्या शाखांमध्ये यांचा समावेश केलेला असतो. पृथ्वीशी निगडित अशी जी शास्त्रे आज सर्वत्र संशोधनात व व्यवस्थापनात वापरली जात आहेत, त्यात भूरूपशास्त्राचे महत्त्वही वेगाने वाढते आहे.

आपल्या आजूबाजूला असलेल्या डोंगर दऱ्यांचे, पर्वत शिखरांचे, पर्वत रांगांचे, मैदानी आणि पठारी प्रदेशांचे प्रत्येकालाच आकर्षण असते. इतक्या मोठ्या प्रमाणावर ही भूरूपे कशी तयार झाली असावीत, लाखो करोडो वर्षे ती या भूपृष्ठावर कशी टिकून रहात असावीत, असे अनेक प्रश्न अनेकांच्या मनात असतात. या विस्मयकारक भूरूपांच्या निर्मितीबद्दल व त्यांच्या जडणघडणीबद्दल अनेक वर्षे अभ्यास व संशोधन चालू आहे.

कुठल्याही विज्ञान शाखेचे महत्त्व हे तिच्या उपयोजन क्षमतेवर अवलंबून असते. आज आपल्यासमोर ज्या अगणित समस्या, विशेषतः नैसर्गिक रचना व घटना यातून निर्माण होणाऱ्या ज्या समस्या आहेत, ज्या विविध नैसर्गिक व मानव निर्मित आपत्तींचा आणि संकटांचा आपल्याला सामना करावा लागतो आहे त्यावर परिणामकारक उत्तरे शोधता येणे, हे महत्त्वाचे आहे. भूरूपशास्त्राचे आज असलेले महत्त्व हे त्याच्या उपयोजन क्षमतेतच आहे. पर्यावरणाची होत असलेली हानी, झपाट्याने संपुष्टात येत असणारी नैसर्गिक साधन संपत्ती आणि आपल्या नियंत्रणापलीकडे असलेल्या भूकंप, त्सुनामी, वादळे, हवामान बदल अशा समस्यांनी सगळे देशच ग्रस्त आहेत. अशा वेळी भूरूपशास्त्राचा अभ्यास व त्यातील संकल्पनांच्या परिणामकारक वापराने होऊ शकणारे समस्यांचे निराकरण हेच या विषयाचे 'बलस्थान' आहे.

माहिती तंत्रज्ञानाचा विकास व सांख्यिकी साठ्यात (डेटा बेस) वेगाने होणारी वाढ यामुळे पृथ्वीकडे पाहण्याचा व पृथ्वीवरील विविध क्रिया-प्रक्रियांचा मागोवा घेण्याचा पारंपरिक दृष्टिकोन गेल्या दशकातच वेगाने बदलू लागला आहे. भूरूपशास्त्राने या बदलाची दखल घेऊन त्याच्या उपयोजन क्षेत्राचा आवाकाही त्यानुसार वाढविलेला आहे. या विषयात काय शिकविले जाते व कोणत्या क्षेत्रात संशोधनाला प्राधान्य दिले जाते यावर नुसती नजर टाकली तरी या विषयाचे महत्त्व कोणाच्याही सहजपणे लक्षात येईल.

आज भूरूपाशास्त्राच्या अभ्यासक्रमात भूरूपांच्या प्रारंभिक अवस्थेपासूनच्या उत्क्रांतीचा अभ्यास, खंडे व महासागर यांचे वैशिष्ट्यपूर्ण वितरण, खंडांच्या हालचाली, पृथ्वीच्या चुंबकत्वात होणारे बदल, उत्तर–दक्षिण ध्रुवांच्या स्थानात होणारे बदल, त्याचा जगातील हवामानावर होणारा परिणाम, सागर पातळीत जागतिक व स्थानिक पातळीवर जाणवणारे परिणाम, भूकंप क्रियेतील क्लिष्टता व भूकंपप्रवण क्षेत्रे, डोंगर उतार व त्यांची उत्क्रांती, अशा महत्त्वाच्या विषयांचा ऊहापोह समाविष्ट आहे.

नदीखोऱ्यात तयार होणारी भूरूपे, समुद्रकिनारे व तेथे आढळणारी भूरूपे, हिमक्षेत्रातील व वाळवंटातील भूरूपे, यांच्या अभ्यासाबरोबरच, विविध हवामान प्रदेशात, भूरूपात आढळणारी विविधता यांचाही विचार यात केला जातो.

पृथ्वीवरील वनस्पती, प्राणी, खनिजे, मृदा, जलाशये, जलस्रोत या सर्वांचा आणि भूरूपांचा (land forms) खूपच जवळचा संबंध आहे. पाणी ही दिवसेंदिवस कमी होत जाणारी संपदा, भूस्तर रचना, भूरूपे, खडक यावरच ठरत असल्यामुळे भूरूपांच्या अभ्यासात तर त्याला अधिकच महत्त्व प्राप्त झाले आहे. भूकंपासारख्या विध्वंसक आणि मानवाच्या पूर्णपणे नियंत्रणाबाहेर असलेल्या घटना या तर पृथ्वीच्या अंतर्गत रचनेशीच जोडलेल्या, त्यामुळे त्याचा अभ्यास अति महत्त्वाचा. हा अभ्यास भूरूपशास्त्रात प्राधान्याने केला जातो.

भूरूपाशास्त्रातील संशोधनाची व्याप्ती तर कोणालाही अचंबित करायला लावणारी अशीच आहे.

भारतात होणारे या क्षेत्रातील संशोधन जगभरातील संशोधनाला निश्चितच हातभार लावीत आहे; असे असले तरी पाश्चिमात्य देशात व नैसर्गिक समस्यांनी ग्रस्त असलेल्या देशात भूरूपशास्त्रातील संशोधनाचे प्रमाण मोठे आहे. या संशोधनातून मिळणारे निष्कर्षही खूपच उपयुक्त ठरत आहेत.

Plate Tectonics सारख्या संकल्पना भूकंप, त्सुनामी या घटनांची नेमकी कारणमीमांसा करण्यासाठी उपयुक्त ठरत आहेत. जागतिक हवामानबदल व समुद्रपातळीची आंदोलने, त्यातील जागतिक आकृतिबंध हे समजण्यासाठी किनारी भूरूपशास्त्र (Coastal Geomorphology) या उपशाखेचा मोठाच उपयोग होत असल्याचे लक्षात येते आहे.

भूरूपशास्त्राचे हे वाढते महत्त्व व त्याची आत्यंतिक गरज लक्षात घेऊन जगभरातील अनेक विद्यापीठांनी त्यांच्या भूशास्त्र, भूगोल, पर्यावरणशास्त्र या विषयांच्या अभ्यासक्रमात त्याचा समावेश केला आहे. या विषयातील संशोधनाला अनेक सरकारी, निमसरकारी संस्था व शैक्षणिक संस्था आता वित्तीय मदत करीत आहेत.

पृथ्वीबद्दलच्या अजूनही न समजलेल्या अनेकविध रहस्यांचा उलगडा अशा संशोधनातून होईल, असे म्हणावयास हरकत नाही.

६ | स्तररचना विज्ञान

आज पर्यावरणशास्त्र या विषयाची आधुनिक तंत्रज्ञान व माहितीच्या साहाय्याने वेगाने प्रगती होते आहे. पर्यावरणाच्या निरनिराळ्या अंगांचे अगदी सविस्तर वर्णन आज आपल्याला उपलब्ध आहे. असे असले तरी, प्राचीन काळात विविध ठिकाणी कशा प्रकारचे पर्यावरण होते व त्यात कसकसे बदल होत गेले ते अजूनही आपल्याला नीटसे कळलेले नाही. त्यासाठी स्तररचना विज्ञान (Stratigraphy) या विषयात खूप मोठ्या प्रमाणावर संशोधन चालू आहे. या अभ्यासातून प्राचीन काळातील हवामानाचाही वेध घेणे शक्य होते आहे.

सर्वसाधारणपणे पृथ्वी पृष्ठाखाली आढळणारे विविध खडकांचे स्तर व त्यांची रचना, अनुक्रम म्हणजे शिलास्तर विज्ञान (Lithostratigraphy) आणि अवसादीय किंवा गाळाच्या खडकातील थरांचा अभ्यास म्हणजे अवसाद स्तर विज्ञान (Sediment stratigraphy). विलियम स्मिथ या भूशास्त्रज्ञाने १७९० आणि १९ व्या शतकाच्या सुरुवातीस या शास्त्र शाखेची उपयुक्तता सर्वप्रथम समोर आणली. त्याने पृथ्वी पृष्ठाखालील विविध स्तरातील जीवाश्मांच्या (Fossils) साहाय्याने ते थर कोणत्या भूशास्त्रीय कालखंडात निर्माण झाले असावेत ते ठरवून त्यावरून प्राचीन पर्यावरणीय इतिहासाची पुनर्रचना केली.

खडकातील स्तररचना ही सहज आढळून येणारी. यात उभ्या दिशेने खडकात होणारे बदल व समकक्ष दिशेत संचयनाच्या पर्यावरणात दिसणारे बदल महत्त्वाचे. खडकांच्या व गाळाच्या स्थानातील भौमितिक बदल व त्यातील स्तरांचे प्रत्यारोपण (Superimposition) खूप महत्त्वाचे. सर्वांत खालचा थर हा सर्वांत जुना. यात उलटापालट झाली तर त्यावरूनही प्राचीन पर्यावरणातील आंदोलने कळून येतात.

स्तरात आढळणाऱ्या जीवाश्मांच्या साहाय्याने जो अभ्यास केला जातो त्यास जैव स्तर विज्ञान (Biostratigraphy) म्हटले जाते. एकाच प्रकारच्या प्राणी व वनस्पतींचे अवशेष ज्या ज्या स्तरात आढळतात त्यांचा अभ्यास करून त्यातील सहसंबंध तपासले जातात. पृथ्वीवरील जीवांच्या उत्क्रांतीचा अभ्यास करण्यासाठी

स्तररचना विज्ञानाचा खूपच उपयोग होतो. कोणते जीव केव्हा जन्माला आले, केव्हा नष्ट झाले, त्याचाही यातून शोध घेता येतो.

भूशास्त्रीय कालगणनेचा अनुक्रम हा स्तररचना विज्ञानातूनच नक्की करण्यात आला. रेडिओमेट्रिक कालगणना वापरात येईपर्यंत ही कालगणना वापरली जात होती. भूशास्त्रीय कालखंडातील सागर पातळीतील बदलांचा अनुक्रमही अवसाद स्तरांच्या अभ्यासातूनच नक्की करण्यात आला. विविध स्तरातील अवसाद व ज्वालामुखीय पदार्थातील चुंबकत्व ठरवून पृथ्वीच्या प्राचीन व आधुनिक चुंबकीय घटनेत जे बदल झाले आहेत त्याचाही अभ्यास (Paleomagnetism) हे शास्त्र करते.

पुरातत्त्व विज्ञानात (Archaeology) स्तर विज्ञानाचा मोठाच उपयोग होतो. मृदेच्या विविध थरांचा अभ्यास, त्यात आढळणारी पुरातत्त्वीय हत्यारे (tools), संस्कृती निर्देशक अवशेष यांचा वापर करून प्राचीन वस्त्या, वसाहती यांची माहिती मिळू शकते.

स्तर विज्ञानात कालानुक्रम (Time Sequence) फारच महत्त्वाचा. जवळ जवळच्या दोन स्तरांतील विसंवाद, त्यातील सीमारेषा व ज्या प्रक्रियेतून ते स्तर बनले त्यांचे स्वरूप अशा अनेक गोष्टींचा अभ्यास यात केला जातो.

विज्ञानाची ही शाखा आजपर्यंत बरीचशी वर्णनात्मक स्वरूपाची होती. आता मात्र ती अधिक सांख्यिकी स्वरूपाची व अचूक बनली आहे. तिचे महत्त्वही हवामान बदल, सागर पातळीतील बदल, जीवांची उत्क्रांती, या संदर्भात अनेक पटींनी वाढले आहे. भूशास्त्रातील पदवी अथवा पदव्युत्तर शिक्षण घेऊन, स्तररचना शास्त्रज्ञ, म्हणून किंवा पुरातत्त्व विज्ञानात पदवी घेऊन पुरातत्त्वज्ञ म्हणून या क्षेत्रात करिअर करता येते.

७ | मृदा विज्ञान

आपल्याकडे ज्या अनेक दुर्लक्षित विज्ञान शाखा आहेत त्यात मृदा विज्ञान शाखेचा (Soil Science) वरचा क्रमांक लागतो. वास्तविक पाहता, मृदेचे शास्त्र हे जीवनाच्या अनेक अंगांना प्रत्यक्ष किंवा अप्रत्यक्ष रीत्या स्पर्श करणारे शास्त्र आहे; या शास्त्राचा संबंध केवळ धान्य उत्पादनाशी नसून वनस्पती, भूजल, यांसारख्या अनेक महत्त्वाच्या घटनांशी आहे. पृथ्वीवर जमिनीच्या प्रकारावरच प्राणी, वनस्पती आणि मानवाचेही वितरण ठरते.

पृथ्वीवरील मृदेचा थर ही एक संपन्न नैसर्गिक संपदा आहे. या संपदेचा सविस्तर अभ्यास, तिचे संधारण व विकास या सर्व गोष्टींचा अंतर्भाव मृदा विज्ञानात केला जातो. मृदेच्या निर्मितीची प्रक्रिया, तिचे स्थानिक व जागतिक वर्गीकरण, तिची प्राकृतिक रचना, जैविक व रासायनिक संरचना आणि संघटना, तिची सुपीकता अशा अनेकविध घटकांचा मृदा विज्ञानात सविस्तर अभ्यास केला जातो.

पृथ्वीवरील मृदेच्या पृष्ठीय थराखाली असलेल्या थरात असंख्य सूक्ष्म जीवांची निर्मिती व पोषण होते. त्यांचा अभ्यासही मृदा विज्ञानात समाविष्ट केलेला असतो.

मृदा वैज्ञानिकांकडे (Soil Scientist) मातीचे विविध प्रकार प्रत्यक्ष क्षेत्र भेटीच्या वेळी नेमकेपणाने ओळखण्याचे ज्ञान असणे गरजेचे असते. मातीचे नमुने गोळा करून आणि त्यांचे प्रयोगशाळेत विश्लेषण करून, मातीचे विविध गुणधर्म ओळखण्याचे तंत्रही त्याला अवगत असावे लागते. भूरूप प्रकार, प्रदेशाचा उंचसखलपणा, प्रदेशाचे हवामान, वृक्ष दाटी, प्रदेशाचा उतार हे घटक कुठल्याही प्रदेशातील मृदेचे प्रकार व संघटन ठरवितात. त्यामुळे मृदा वैज्ञानिकास मृदेचा व या घटकांचा संपूर्ण सहसंबंध माहीत असणे आवश्यक असते.

आजकाल हवाई छायाचित्रे आणि उपग्रह प्रतिमा यांच्या उपलब्धतेमुळे पृथ्वीवरच्या निरनिराळ्या हवामान व भूरूपिक प्रदेशातील मृदांचे वितरण ओळखणे सोपे झाले आहे. याचा खूप मोठा फायदा या क्षेत्रात काम करणाऱ्या संशोधक वैज्ञानिकांना होतोय. परिणामी, स्थानिक पातळीवरही उत्तम प्रकारचे मृदा नकाशे तयार होऊ लागले आहेत.

मृदा वैज्ञानिकाला प्रामुख्याने मृदा सर्वेक्षण, मृदेच्या आर्द्रतेची तपासणी, तिच्या कायिक गुणधर्मांची तपासणी, मृदा व्यवस्थापन कार्यक्रमांचे विविध पातळ्यांवर नियोजन; शेत, वने यांच्या मातीवर होणाऱ्या परिणामांचे मूल्यमापन, मृदा स्थिरता (Soilstability), जल निर्धारण क्षमता यांची निश्चिती करणे तसेच पर्यावरणीय ऱ्हासाचे होणारे परिणाम तपासणे अशी बहुविध कामे करावी लागतात.

अनेक सरकारी व खाजगी संस्थात कुशल अशा मृदा वैज्ञानिकांची गरज भासते. पाणथळ क्षेत्र विशेषज्ञ (Wetland Specialist), पाणलोट क्षेत्र तंत्रज्ञ, मृदा प्रत विशेषज्ञ, मृद संधारण अधिकारी, मृदा संशोधक या व अशा पदांवर नोकरी मिळू शकते.

निरनिराळ्या ठिकाणांना भेटी देऊन मृदा वितरण नकाशे तयार करण्याची आवड मृदा वैज्ञानिकास असणे नेहमीच फायद्याचे ठरते. या क्षेत्रात रोजगाराची संधी मिळविण्यासाठी कोणत्याही विद्यापीठाची मृदा विज्ञानातील बी. एस्सी. किंवा एम.एस्सी.

पदवी हवी. पीएच.डी. असल्यास प्राध्यापक पदावर नोकरी मिळू शकते. भूगोल, भूशास्त्र, पदार्थविज्ञान, रसायनशास्त्र व जीवशास्त्र या विषयातील पदवी अभ्यासक्रमात अनेक विद्यापीठात मृदा विज्ञान (Soil Science) या विषयाचा समावेश असतो. कृषी विद्यापीठात तर मृदा विषय अधिक सविस्तरपणे शिकवला जातो. काही खाजगी शिक्षण संस्था या विषयातील डिप्लोमा व पदवी कोर्स चालवतात, त्याचाही चांगला उपयोग होतो.

८ | पृष्ठजल आणि भूजलशास्त्र

उपलब्ध पाण्याचे परिणामकारक नियोजन व व्यवस्थापन यास सध्या जगभरात अग्रक्रमाने महत्त्व दिले जात आहे. पृथ्वीवरील पाण्याचा होणारा वापर व त्याची अनेक ठिकाणी जाणवणारी कमतरता यामुळे या निसर्गदत्त संपत्तीचे काळजीपूर्वक जतन करणे आवश्यक झाले आहे.

पृथ्वीवर चालणाऱ्या जलचक्रातून म्हणजे बाष्पीभवन – सांद्रीभवन – पाऊस – पुन्हा बाष्पीभवन या साखळीतून पृथ्वीवर पाऊस पडल्यानंतर, पृष्ठीयजलाचे (Surface Water) अनेक स्रोत निर्माण होतात. नदीनाले, सरोवरे, आर्द्र भूमी आणि खाड्या अशा विविध पृष्ठजल स्रोतातून पाण्याचा भरपूर साठा होतो. यातले काही पाणी अर्थातच बाष्पीभवन क्रियेतून पुन्हा वातावरणात जाते पण बरेच पाणी पृथ्वीच्या पृष्ठभागावरून जमिनीत झिरपते व पृथ्वीच्या कवचाखाली दगड, माती, गाळ यातील छिद्रांत साठून राहते.

विविध प्रकारच्या दगडात, खूप खोलीपर्यंत साठून राहिलेल्या या पाण्यास भूजल किंवा भूमिगत जल (Ground Water) असे म्हटले जाते. पाण्याच्या या दोन्ही प्रकारच्या स्रोतांच्या अभ्यासास एकत्रितपणे जलशास्त्र (Hydrology) असे म्हटले जाते. जलशास्त्रात संपूर्ण नदी खोऱ्याचाही विचार केला जातो. पूर, दुष्काळ यांचा अभ्यास व भाकीत, पाण्याची प्रत व दर्जा यांचे निश्चितीकरण, अभियांत्रिकी संरचनांचा आणि पर्यावरण व हवामान बदलाचा पाण्याच्या स्रोतांवर होणारा परिणाम तपासणे, अशा गोष्टीही यात समाविष्ट असतात.

जलशास्त्रज्ञ, पृष्ठीय व भूमिगत पाण्याच्या प्राकृतिक, रासायनिक व जैविक गुणधर्मांचा अभ्यास करतात. पाण्यासंबंधी आकडेवारीचे संकलन व त्याची साठवण,

त्याचे पृथक्करण, प्रतिमानांची निर्मिती आणि जल प्रक्रियांचा (processes) अभ्यासही केला जातो.

पृष्ठजलात नदीनाले, ओढे यातील पाण्याला जास्त महत्त्व असते. सिंचनासाठी, पिण्यासाठी या पाण्याचा उपयोग केला जातो. पृष्ठजल आणि भूजल हे वास्तविक पाहता एकमेकांशी निगडित असे जल प्रकार आहेत. पृष्ठीयजलाचाच फार मोठा भाग खडकात झिरपत असल्यामुळे, पृष्ठीयजल जेवढे जास्त तेवढे भूजलही जास्त. त्यामुळे 'पृष्ठजलाचा नाश म्हणजे भूजलाचा ऱ्हास' असे सर्वसाधारण गणित मांडता येते. पृष्ठजल हे जमिनीच्या उताराला अनुसरून सर्वत्र वाहत जात असल्यामुळे व वाहत जात असताना झिरपत असल्यामुळे खूप मोठ्या प्रदेशाला भूजल म्हणून त्याचा काही भाग मिळतोच. मात्र, जास्त उंचीवर, डोंगराळ भागात, सच्छिद्र (porous) व पार्य (peramble) खडकातून हे पृष्ठजल, मोठ्या प्रमाणात भूजल म्हणून खूप खोलवर झिरपते व झऱ्यांचा रूपात, नदी खोऱ्यात खालच्या टप्प्यात, दोन खडकांच्या सीमारेषेवर बाहेर पडते.

नदीमार्गात जलाशये निर्माण करून पाणी अडवले तर ते जास्त काळ पृष्ठभागावर उपलब्ध होते आणि ते भूमिगत व्हायलाही मदत होते. पृष्ठजलाचे किती पाणी भूमिगत होईल, हे खडकांची सच्छिद्रता, पार्यता, त्यांचे विदारण (Weathering), डोंगर-उतारांची झीज, जंगलांची घनता यावर प्रामुख्याने अवलंबून असते. आजकाल खूप ठिकाणी झालेल्या जंगल तोडीमुळे, पाणी पृष्ठभागावरून वाहत जाते व त्याला भूमिगत व्हायला अवधी मिळत नाही. त्यामुळे नदी पात्रात झऱ्याच्या स्वरूपातही पाणी उपलब्ध होत नाही व त्यामुळे नदी पात्रे कोरडी पडतात.

भूजल पातळी ज्या विभागाच्या वर आढळते त्याला भूजल संपृक्त विभाग (Aquifer) म्हटले जाते. वेगवेगळ्या खडकानुसार त्याची खोली व जाडी बदलते. उथळ व खोल विहिरी, आर्टेशिअन विहिरी, त्यांचे पुनर्भरण (recharge), या सर्व गोष्टी भूजल संपृक्त विभागावरच ठरतात. विंधन विहिरींची संख्या वाढली तर या थरातील पाणी कमी होते. ज्या वेगाने पाणी वर उपसले जाते त्यापेक्षा खूपच कमी वेगाने भूजलाचे पुनर्भरण होते.

पृष्ठजल सहजपणे दूषित होऊ शकते. विविध खाणींच्या प्रदेशात झिरपणारे पाणी, रासायनिक उद्योगातून जमिनीत मुरणारे पाणी, त्याज्य उत्सर्जन (Waste disposal) यामुळे पृष्ठजल प्रदूषित होते. ही सगळी प्रदूषके भूजलातही मिसळतात व भूजल प्रदूषित होते. मोठ्या शहरांच्या आजूबाजूला असणारे भूजल नेहमीच प्रदूषित असते.

पृष्ठजल व भूजलाची ही यंत्रणा पूर्णपणे निसर्ग नियमांनी नियंत्रित आहे. ती नीट

समजावून घेऊनच त्यात हस्तक्षेप करणे हिताचे असते. आजकाल पृष्ठजल व भूजलाबद्दल सर्वत्र अनास्थाच दिसते आहे. हे सगळे चित्र आता बदलणे गरजेचे आहे.

पदार्थ विज्ञान, भूगोल, भूशास्त्र आणि पर्यावरणशास्त्र या विषयांच्या अभ्यासक्रमातून भूजल व पृष्ठजलासंबंधी विस्ताराने माहिती देण्यात येते. अभियांत्रिकीतही त्याचा अभ्यास केला जातो. सरकारी पातळीवर भूजल सर्वेक्षण खात्यामार्फत भूजल दर्शक नकाशे तयार करणे, खडकांची भूजल क्षमता तपासणे वगैरे कामे केली जातात. आजकाल भूजल व पृष्ठजलाच्या सर्वेक्षणासाठी उपग्रह दूरसंवेदन, हवाई छायाचित्रण, भौगोलिक माहिती प्रणाली (GIS) अशा आधुनिक तंत्रांचा उपयोग केला जातो. प्रदेशाची भूजल क्षमता नक्की करणे, भूजल पातळी शोधणे, पृष्ठजल व भूजल प्रदूषणाचे प्रमाण शोधणे, भूपृष्ठजलाची उपलब्धता तपासणे, विंधन विहिरींचा परिणाम तपासणे अशा अनेक गोष्टींसाठी पारंपरिक पद्धतींबरोबरच वर सांगितलेल्या आधुनिक तंत्रांचा वापरही केला जातो. यासाठी प्रगत अशी Softwaresसुद्धा वापरली जातात.

भारतात जलशास्त्रामध्ये स्वतंत्रपणे पदवी अभ्यासक्रम उपलब्ध नसला, तरी अभियांत्रिकी, पदार्थ विज्ञान, भूगोल, भूशास्त्र आणि पर्यावरणशास्त्र तसेच व्यवस्थापन विषयात पदवी घेऊन नंतर एम. एस्सी. हायड्रोलॉजी, एम. टेक. हायड्रोलॉजी, पी. जी. डिप्लोमा इन हायड्रोलॉजी असे अभ्यासक्रम पूर्ण करता येतात. हायड्रोलॉजी हा विषय घेऊन पीएच.डी.सुद्धा करता येते. सेन्ट्रल ग्राउंड वॉटर बोर्ड, मिनिस्ट्री ऑफ वॉटर रिसोर्सेस, जीओलॉजीकल सर्व्हे ऑफ इंडिया, ग्राउंड वॉटर सर्व्हे डिपार्टमेंट अशा खात्यातून नोकरी मिळू शकते.

९ | सागर विज्ञान

केवळ भूशास्त्राच्याच नव्हे तर इतर अनेक शास्त्र शाखातील अभ्यासूंना ज्याचे विलक्षण आकर्षण वाटते असे शास्त्र म्हणजे 'सागर विज्ञान' (Oceanography). सागर व महासागर (Sea and Ocean) यांचा सर्वंकष अभ्यास म्हणजे सागरशास्त्राचा अभ्यास.

गेल्या काही वर्षांत या विषयात झालेले संशोधन आणि याच्या विविध उप-

शाखांत झालेले योगदान हे केवळ अचंबित करणारे आहे. पृथ्वीवरील सर्वच समुद्रांचे विशेषतः सागर तळांचे (Ocean floors) बारकाईने व नेमकेपणाने चालू असलेले सर्वेक्षण आणि मापन व सागर तळावरील अवसादांचे (Sediments) मूल्यमापन यामुळे महासागरांविषयी भरपूर सांख्यिकी साठा (Data base) निर्माण होतोय. ओशनोग्राफीतील अनेक मूलभूत संकल्पना त्यामुळे अधिक स्पष्ट होऊ लागल्या आहेत.

या सगळ्याचा परिणाम या क्षेत्रात संशोधनाच्या व नोकरीच्या असंख्य संधी निर्माण होण्यात दिसून येतोय. या विषयात प्रामुख्याने समुद्रतळ, त्यावरील खनिजे व अवसाद, समुद्रतळाची रचना व निर्मिती, सागरजलाचे गुणधर्म, सागरी वनस्पती व जीव आणि समुद्र किनारे, खाड्या, पुळणी, सागरीलाटा यांचे देशात या विषयात संशोधन आणि विकास चालू आहे. सागरशास्त्राच्या अभ्यासात भूशास्त्रीय सागर विज्ञान, रासायनिक सागर विज्ञान या गोष्टींचा अभ्यास केला जातो.

जगात बहुतांशी देशांना सागर किनारा लाभलेला आहे, त्यामुळे प्रत्येक ज्ञान, प्राकृतिक सागर विज्ञान व जैव सागर विज्ञान या मुख्य शाखांचा समावेश होतो. या बरोबरच सागर पुरातत्त्वविज्ञान (Marine Archaeology) व सागरी अभियांत्रिकी (Ocean Engineering) यांचाही अभ्यास केला जातो.

सध्या सागरी सीमा, सागरी युद्ध तंत्र, सागरा संबंधीचे कायदे, राजकीय हक्क यांचाही विचार यात समाविष्ट केलेला असतो. यासाठी जागतिक भूगोलाचे व राज्यशास्त्राचे ज्ञान आवश्यक. या विषयांचे उत्तम ज्ञान व आकलन आणि समज, इंग्रजी व्यतिरिक्त इतर भाषांचे ज्ञान, संगणक साक्षरता या सगळ्यांची गरज भासते.

आजकाल हवामान बदलात समुद्राचा सहभाग, सागरी जीवात आढळणारी औषधी रसायने, सागर तळविस्तार, भूकंप आणि ज्वालामुखींची उगम स्थाने या बाबतीतही फार मोठे संशोधन या विषयात चालू आहे. त्सुनामी सारख्या घटनेनंतर सागर तळरचनेत कसे बदल होतात, त्याचे मापन करणे हे आव्हानात्मक कामही याच विषयात चालू आहे.

मात्र, या विषयात करिअर करणेही तितकेच आव्हानात्मक आहे. समुद्रावर फार मोठा काळ व्यतीत करण्याची तयारी असणे, हे महत्त्वाचे. मनाची उभारी, आव्हाने पेलण्याची ताकद, आवड व धाडस हे गुण हवेतच.

विज्ञानातील कोणत्याही विषयातील पदवी घेऊन ओशनोग्राफीकडे वळता येते. अनेक संशोधन संस्थांमधून लाटांपासून ऊर्जा निर्मिती, खनिज व गाळ उत्खनन, सागरी शेती अशा क्षेत्रांत काम मिळू शकते. एम. एस्सी. नंतर अर्थातच जास्त संधी

उपलब्ध होतात. बी. एस्सी. (ओशनोग्राफी) ही पदवी मुंबईच्या तंत्र विज्ञान संस्थानात मिळू शकते. या शिवाय एम. एस्सी. पदवी कोचीन विद्यापीठ, बेहरामपूर विद्यापीठ, आय. आय. टी. मद्रास, कर्नाटक व गोवा विद्यापीठ, अन्नामलाई, आंध्र, विद्यापीठांमधून मिळू शकते. गोवा येथील राष्ट्रीय सागर विज्ञान संस्थान (NIO) येथे या विषयात खूप मोठे काम चालते. जागतिक पातळीवरही अनेक विद्यापीठातून या विषयातील बी. एस्सी., एम. एस्सी., एम. फील., पीएच. डी. पदवी मिळविता येते.

१० ┃ भरती-आहोटी

भरती-ओहोटी हा निसर्गाचा एक विलक्षण आकर्षक आणि आश्चर्य वाटावं इतका नियमित आविष्कार आहे. नेहमीच्या भरती-ओहोटीत असलेले सातत्य आणि त्यामुळे ठरावीक काळात किनारपट्टीच्या सगळ्या वातावरणातच होणारे बदल, हे माणसाची मती कुंठित करणारे एक वैज्ञानिक सत्य आहे.

समुद्र आपली नेहमीची मर्यादा ओलांडून भरतीच्या वेळी किनारपट्टीच्या प्रदेशावर संथ गतीने पण जबरदस्त शक्तीने आक्रमण करीत असतो. ओहोटीच्या वेळी तो पुन्हा एकदा आपल्या नित्याच्या पातळीकडे उतरत जातो. समुद्राची ही नित्य चालू असलेली हालचाल हेच किनाऱ्यांच्या जिवंतपणाचं लक्षण आहे. सागराच्या या हालचालींवर इथल्या माणसांनी आपले जीवनक्रम निश्चित केलेत. सागरातील जलचर, वनस्पती यांनीही आपल्या जीवनाची सांगड या नेहमीच्या भरती-ओहोटीशी घालून ठेवलीय.

सागरपृष्ठाची ही हालचाल नियंत्रित करणाऱ्या शक्ती मात्र पृथ्वीपासून लक्षावधी किलोमीटर अंतरावर आहेत. चंद्र व सूर्य यांच्या गुरुत्वशक्तीचा आणि पृथ्वीच्या स्वत:भोवती फिरण्याच्या गतीचा भरती-ओहोटीच्या निर्मितीत खूप मोठा सहभाग असतो. भरतीच्या वेळी समुद्रपृष्ठावर तयार होणारी लाट, ही पृथ्वीच्या जवळजवळ निम्म्या परीघाइतक्या लांबीची असते. यावरून या गुरुत्वशक्तीच्या ताकदीचा अंदाज येतो.

ग्रीक नाविक (नॅव्हीगेटर) आणि अन्वेषक (एक्सप्लोरर) पायथिअस याने ख्रिस्तपूर्व ३००मध्ये, सर्वप्रथम चंद्राचे स्थान आणि भरतीच्या लाटेची निर्मिती व उंची

यांचा संबंध लावला. भरती-ओहोटी या निसर्गचमत्काराचा उलगडा आणि त्यातील क्लिष्टपणा आयझॅक न्यूटन यांच्या १६८७मध्ये लिहिलेल्या 'प्रिन्सिपिआ मॅथेमॅटिका' या ग्रंथनिर्मितीनंतरच स्पष्ट झाला.

सागरपृष्ठावरील भरती-ओहोटी ही मुख्यत: चंद्र व सूर्य आणि पृथ्वी यांच्यातील गुरुत्वाकर्षण शक्तीमुळेच निर्माण होते. न्यूटन यांच्या म्हणण्याप्रमाणे गुरुत्वशक्तीमुळे निर्माण होणारी आकर्षणशक्ती ही या ग्रहगोलातील अंतराच्या वर्गाच्या व्यस्त प्रमाणात ठरते. मात्र, भरती-ओहोटीच्या बाबतीत ही आकर्षणशक्ती अंतराच्या घनाच्या (क्यूब) व्यस्त प्रमाणावर ठरते. त्यामुळे पृथ्वी व चंद्र यांच्या केंद्रबिंदूतील अंतर, हेच या विस्मयकारी आविष्कारामागचे महत्त्वाचे कारण आहे.

सूर्य हा चंद्रापेक्षा २.७ कोटी पट मोठा (मॅसिव्ह) आहे; पण तो पृथ्वीपासून चंद्रापेक्षा ३८७ पट अंतर दूर आहे. त्यामुळेच सूर्याचा भरती-ओहोटी प्रक्रियेतील परिणाम हा चंद्रापेक्षा केवळ ४८ टक्के इतकाच असतो.

न्यूटन यांनी मांडलेल्या भरती-ओहोटीच्या संतुलन सिद्धान्तांत (इक्विलीबिरीअम थिअरी ऑफ टाइड्स) चंद्र, सूर्य, पृथ्वी यांची अवकाशीय स्थाने व त्यांचे आकर्षण यावरच जास्त भर आहे. या सिद्धान्तात समुद्राची खोली किंवा पृथ्वीवरील भूखंडे यांच्या परिणामांचा विचार केलेला नाही. संतुलन सिद्धान्तामुळे उंचसखलपणा नसलेल्या व एकाच उंचीपर्यंत पाण्याचे आवरण असलेल्या ग्रहावरील भरती-ओहोटीचे नेमके वर्णन होते. पण पृथ्वीवरच्या भरती-ओहोटीचे नाही.

न्यूटनच्या सिद्धान्तानंतर जवळजवळ एका शतकानंतर पेरी सायमन लाप्लास यांनी या सर्व गोष्टींचा विचार करून 'डायमॅनिक थिअरी' मार्फत न्यूटनच्या सिद्धान्तामध्ये परिवर्तन (मॉडीफिकेशन) सुचवले. लाप्लास यांच्या सिद्धान्तात भरतीच्या दीर्घतरंग लाटेच्या उथळ पाण्यातील वेगाचा, आजूबाजूच्या भूखंडांच्या व्यत्ययाचा आणि भरती-ओहोटीच्या अग्र व पश्चगामी (फॉरवर्ड अॅन्ड बॅकवर्ड) चक्रीय हालचालींचा साकल्याने विचार केलेला आहे.

मात्र लाप्लासच्या सिद्धान्ताचा मूळ आधार न्यूटन यांचा संतुलन सिद्धान्तच होता. संतुलन सिद्धान्त हा असे गृहीत धरतो की, समुद्रपृष्ठ हे त्यावर परिणाम करणाऱ्या कोणत्याही बाह्य शक्तींशी सहजपणे संतुलन साधू शकते.

पृथ्वीचे वस्तुमान चंद्राच्या ८१ पट जास्त असल्यामुळे चंद्र व पृथ्वीवरील संयुक्त वस्तुमान केंद्र हे अवकाशात नसून, ते पृथ्वीच्या अंतर्भागात १७०० किलोमीटर खोलीवर स्थिर आहे. या केंद्रास 'बॅरीसेंटर' असे म्हटले जाते.

पृथ्वीच्या स्वांगपरिभ्रमणामुळे पृथ्वीच्या पृष्ठभागावर सर्व ठिकाणी केंद्रोत्सारी प्रेरणा कार्य करीत असते. पृथ्वीची जी बाजू चंद्रासमोर असते, तिथे केंद्रोत्सारी प्रेरणेपेक्षा चंद्राची आकर्षण शक्ती जास्त आहे; म्हणजे पृथ्वीच्या मध्यवर्ती भागापासून दोन विरुद्ध दिशांना दोन वेगळ्या शक्ती कार्य करीत असतात. या दोन्ही शक्तींच्या दिशेने पृथ्वीवरील सागरजलाला फुगवटा (बल्ज) येतो. हा फुगवटा म्हणजे 'भरती.' पृथ्वीवर दोन विरुद्ध दिशेस एकाच वेळी भरती येते. एक चंद्राच्या आकर्षणामुळे, तर दुसरी पृथ्वीच्या केंद्रोत्सारी प्रेरणेमुळे. या एकमेकांविरुद्ध असणाऱ्या दोन ठिकाणांच्या मधल्या जागी सागरजलाची उंची कमी होते, यास 'ओहोटी' म्हणतात. भरतीच्या ठिकाणी उंचावलेले पाणी व ओहोटीच्या ठिकाणी खाली गेलेले पाणी यांच्यात सारखेपणा आढळतो.

चंद्र–सूर्य–पृथ्वी एकाच सरळ रेषेत आल्यावर चंद्र सूर्याच्यासमोर असलेल्या पृथ्वीकडच्या बाजूवर नेहमीपेक्षा जास्त उंचीची भरती येते. यास 'उधाणाची भरती' (स्प्रिंग राइड) म्हणतात. चांद्रमासातील प्रत्येक अष्टमीस चंद्र व सूर्याची स्थिती एकमेकांस काटकोन करून असल्यामुळे या वेळी चंद्रासमोरील बाजूवर नेहमीपेक्षा कमी उंचीची भरती येते. यास 'भांगाची भरती' (नीप टाइड) असे म्हटले जाते.

चंद्रामुळे समुद्रावर येणाऱ्या भरतीच्या वेळात दर दिवशी ४८ ते ५२ मिनिटांचा म्हणजे सरासरी ५० मिनिटांचा फरक पडतो. आधीच्या दिवशी जेव्हा भरती आली असेल, त्यापेक्षा दुसऱ्या दिवशीची भरती सरासरी ५० मिनिटे उशिरा येते. याचे मुख्य कारण म्हणजे त्या २४ तासांच्या अवधीत चंद्र आपल्या कक्षेत १२ अंश अंतर पुढे गेलेला असतो आणि हे अंतर तोडण्यास पृथ्वीला ४८ ते ५२ मिनिटे लागतात.

न्यूटन यांच्या संतुलन सिद्धान्तानुसार चंद्रामुळे येणारी भरती ही कधीही ५५ सेंमी पेक्षा जास्त असू शकत नाही. त्याचप्रमाणे सूर्याच्या आकर्षणामुळे येणारा फुगवटा हाही २४ सेंमी पेक्षा जास्त असू शकत नाही. प्रत्यक्षात संपूर्ण पृथ्वीवर चंद्र व सूर्यामुळे येणारी भरती सरासरी २ मीटरच्या उंचीपर्यंत पोहोचताना दिसते; याचे कारण असे की, चंद्र व सूर्य यांची अवकाश स्थिती ज्या वेगाने बदलत असते, त्या वेगाने सागरपृष्ठ कधीही बदलू शकत नाही. संतुलन सिद्धान्तानुसार भरती–ओहोटी निर्माण होण्यासाठी भरतीचे शिखर (क्रेस्ट) ताशी १६०० किलोमीटर वेगाने पुढे सरकणे आवश्यक आहे. इतक्या वेगाने सरकणारी भरतीची लाट तयार होण्यासाठी समुद्रतळ २२ किलोमीटर खोल असणे गरजेचे आहे. समुद्राची सरासरी खोली ४ किलोमीटर आहे, याचा परिणाम असा होतो की, भरतीच्या लाटांचा वेग हा

किनाऱ्याजवळच्या समुद्राच्या खोलीवरच ठरतो. त्यांची उंचीही समुद्राच्या उथळपणामुळे वाढते.

जगभरात समुद्रावर येणाऱ्या भरती-ओहोटीचे प्रमुख तीन प्रकार आहेत. दैनिक भरती-ओहोटी (डायुर्नल टाइड्स), अर्धदैनिक भरती-ओहोटी (सेमी डायुर्नल टाइड्स) व मिश्र भरती-ओहोटी (मिक्स्ड टाइड्स) हे प्रकार दोन भरती (हाय टाइड्स) किंवा दोन ओहोटी (लो टाइड्स) यांतील वेळेच्या फरकावरून व लाटेच्या उंचीवरून ठरविलेले आहेत. दैनिक प्रकारात दोहोंतील अंतर २४ तास ४५ मिनिटे, तर अर्धदैनिक प्रकारात १२ तास ३० मिनिटे असते. मिश्र प्रकारात अर्धदैनिक किंवा दैनिक प्रकारची भरती असते, मात्र भरतीच्या लाटेची उंची व ओहोटीच्या लाटेची खोली असमान असते.

भारताच्या पूर्व किनाऱ्यावर सामान्यपणे अर्धदैनिक भरती-ओहोटी व पश्चिम किनाऱ्यावर अर्धदैनिकच, पण मिश्र स्वरूपाची भरती-ओहोटी आढळते.

नित्य येणाऱ्या या भरती-ओहोटीच्या उंचीत काही वेळा खूप मोठे बदल होतात. पौर्णिमेला किंवा अमावास्येला दर पंधरवड्याच्या अंतराने समुद्राचे पाणी खूप चढते किंवा उतरते, यास 'उधाणाची भरती' म्हणतात. प्रत्येक चांद्रमासात पंधरवड्यातून एकदा अष्टमीच्या दिवशी सूर्य-चंद्र-पृथ्वी एकमेकांस काटकोनात असतात. त्यामुळे चंद्रामुळे येणारी भरती थोडी कमी उंचीची असते, यास 'भांगाची भरती' म्हटले जाते. चंद्राच्या अपभू किंवा उपभू स्थितीत महिन्यातून एकदा मासिक भरती-ओहोटी (मंथली टाइड्स) तर सूर्याच्या उपभू व अपभू स्थितीमुळे वर्षातून एकदा जी भरती येते, तिला 'वार्षिक भरती-ओहोटी' म्हणतात.

सूर्य पृथ्वीभोवती आपल्या भासमान भ्रमणमार्गावर फिरताना दर सहा महिन्यांनी संपात बिंदूपाशी येऊन जी भरती-ओहोटी येते, तिला सांपातिक (इक्विनॉक्टिअल) भरती-ओहोटी म्हणतात.

भरती-ओहोटीच्या निर्मितीत चंद्रामुळे सागरपृष्ठावर येणाऱ्या फुगवट्याचे फार मोठे महत्त्व आहे. सागरपृष्ठावर चंद्रस्थितीला अनुसरून ज्या ठिकाणी हा फुगवटा येतो, त्यास 'अँफिड्रोमिक पॉईंट' म्हटले जाते; इथूनच भरतीची लाट आजूबाजूच्या किनाऱ्यांच्या दिशेने पुढे सरकते. ही लाट सरकण्यास जेवढा वेळ लागतो, त्यानुसार या लाटेचे दैनिक किंवा अर्धदैनिक असे प्रकार पडतात. भरती व ओहोटीच्या उंची व खोलीतील फरकास भरती-ओहोटीची तफावत (रेंज) म्हटले जाते. हीसुद्धा किनाऱ्याच्या स्वरूपानुसार बदलते. इतकी क्लिष्ट प्रक्रिया अनादी काळापासून सातत्याने

चालू आहे. तितक्याच नियमितपणाने.

भरती-ओहोटीच्या लाटांपासून जी ऊर्जा निर्माण होते तिला 'भरती-ओहोटी ऊर्जा' असे म्हटले जाते. त्यापासून मोठ्या प्रमाणावर विजेची निर्मिती करता येते. पवन ऊर्जा किंवा सौर ऊर्जा यांच्यापेक्षा भरती-ओहोटी ऊर्जेची विश्वासार्हता जास्त असते.

असे असले तरी, जगात सगळ्याच समुद्र किनाऱ्यावर ती निर्माण करता येत नाही. तिच्या निर्मितीसाठी भरती-ओहोटी प्रवाहांचा वेग खूप जास्त असावा लागतो व भरती-ओहोटी कक्षाही जास्त असावी लागते. टिवन तंत्रज्ञानाच्या साहाय्याने या अडचणींवर मात करून ही ऊर्जा आजकाल निर्माण करता येते मात्र आर्थिकदृष्ट्या ती परवडत नाही.

चंद्र आणि पृथ्वीच्या परस्पर आकर्षणामुळे व पृथ्वीच्या परिभ्रमणामुळे भरती-ओहोटी निर्माण होते. त्यामुळे ही ऊर्जा वास्तविक पाहता सदैव उपलब्ध होणारी ऊर्जा आहे. ही ऊर्जा सामान्यपणे भरती-ओहोटी प्रवाहांचा उपयोग करून किंवा खाडीत धरण सदृश भिंत बांधून मिळविली जाते. मात्र, खाडीत भिंत बांधल्यामुळे खाडीचे सगळे पर्यावरण हळूहळू बिघडण्याचा व मत्स्यजीवन नष्ट होण्याचा मोठा धोका यात असतो.

आज जगात केवळ चाळीस ठिकाणेच अशी आहेत की, जिथे ही ऊर्जा आर्थिकदृष्ट्या लाभदायकरीत्या मिळवता येईल. जिथे उधाणाच्या भरती-ओहोटी प्रवाहांचा वेग दर सेकंदाला दोन ते अडीच मीटर आहे, किनाऱ्याजवळ पाण्याची खोली २०ते ३०मीटर आहे आणि भरती-ओहोटी कक्षा ८ ते ११मीटर आहे तिथेच ही ऊर्जा तयार करणे किफायतशीर ठरते.

महाराष्ट्राच्या किनाऱ्यावर या ऊर्जेच्या फायदेशीर निर्मितीसाठी पोषक परिस्थिती व अनुकूल ठिकाणे नाहीत. भरती-ओहोटीची कक्षा डहाणूपर्यंत पाच मीटरपर्यंतच वाढते शिवाय भरती-ओहोटी प्रवाहांचा वेग दर सेकंदाला एक मीटर पेक्षाही कमी आहे.

गुजरात मधील कच्छचे आखात, कांडला बंदरा जवळ असलेली हन्स्थळ खाडी, पश्चिमबंगाल मधील सुंदरबनची दुर्गादुअनि खाडी या ठिकाणी भरती-ओहोटी ऊर्जेचे प्रयोग यशस्वी होऊ शकतात. महाराष्ट्राच्या समुद्रावरील परिस्थिती ही भरती-ओहोटी ऊर्जेपेक्षा सागरी लाटांपासून तयार करता येणाऱ्या ऊर्जेसाठी जास्त अनुकूल आहे.

११ | हवामानशास्त्र

ज्या विज्ञान शाखांना आज मोठे महत्त्व प्राप्त होत आहे त्यामध्ये हवामानशास्त्र हे आघाडीवर आहे. पृथ्वीच्या तापमानात होणारे बदल आणि त्या अनुषंगाने बदलणाऱ्या जागतिक हवामान आकृतिबंधांचे अजूनही आपल्याला नेमके आकलन झालेले नाही;ते समजून घेण्याचे प्रयत्न हवामानशास्त्रातील संशोधनाद्वारे सध्या मोठ्या प्रमाणावर चालू आहेत.

वातावरण हे पृथ्वीभोवती असलेल्या विविध वायुंनी युक्त असे एक जाड आवरण असून पृथ्वीच्या गुरुत्वशक्तीमुळे ते पृथ्वीभोवती टिकून आहे. पृथ्वीवरील जीवन हे मुख्यतः या वातावरणामुळेच आहे. पृथ्वीवर येणाऱ्या सौरशक्तीतील अतिनील प्रारणाचे शोषण या वातावरणामुळेच होते. उष्णतेचे पृथ्वीवर असलेले समकक्ष व समलंब वितरण हे ही वातावरणाचे मुख्य वैशिष्ट्य आहे. या सर्वांचा पृथ्वीवरील जीवआवरणास पोषक असा उपयोग होत असतो.

हवामानशास्त्राच्या अभ्यासात, वातावरणाच्या प्राकृतिक व रासायनिक घटनेचा विचार (एरीओलॉजी), हवा व त्यातील हालचाली व क्रिया-प्रक्रिया यांचा अभ्यास (मिटिरिओलॉजी) आणि हवामानाच्या तापमान, वायुभार, वारे आणि आर्द्रता या प्रमुख घटकांचा अभ्यास समाविष्ट असतो. जगाच्या विविध भागात आढळणारे हवामान व त्याची वैशिष्ट्ये, त्यात ऋतूनुसार होणारे बदल, त्यांचे वर्गीकरण, हवामान व हवेचे भाकीत या सर्व गोष्टींचा हवामानाच्या, सूक्ष्म हवामान, स्थानिक हवामान आणि विस्तृत प्रदेश हवामान अशा विविध उप शाखांमार्फत अभ्यास केला जातो.

आजकाल उपग्रह प्रतिमांमुळे या अभ्यासास वेगळेच परिमाण प्राप्त झाले आहे. Meteosat सारखे केवळ हवा / हवामान व वातावरणाच्या अभ्यासासाठीच अवकाशात पाठविलेले उपग्रह, पृथ्वीभोवती असलेल्या या थराची भरपूर माहिती पुरवीत आहेत. यामुळे हवामानाचे भाकीत करणेही खूपच खात्रीशीर बनले आहे.

१६ व्या शतकापर्यंत हवामानाचे व वातावरणाचे आपले ज्ञान अतिशय मर्यादित, त्रोटक व उपलब्ध आकडेवारीवर अवलंबून होते. १५९३ नंतर हवामानविषयक उपकरणे तयार झाल्यावर या विषयातील सांख्यिकी व माहिती साठ्यात झपाट्याने वाढ झाली. वातावरणाचे तापमान, त्याचा वायुभार याबद्दलच्या माहितीवर आधारित काही निश्चित नियम तयार करता आले. गॅलिलिओ, सन्तोरी, तौरीसिली, फ्रान्सिस बेकन, बौइल, एडमंड हेली, हेडली या व अशा अनेकांच्या योगदानामुळे, हवामानशास्त्र

खूपच प्रगत झाले. विसावे शतक हे खऱ्या अर्थाने हवामानशास्त्राचे शतक होते. सतत मिळणारी हवामान विषयक सांख्यिकी, जागतिक हवामानाचे अचूक वर्णन व वर्गीकरण, हवामान बदलांच्या आकृतिबंधांचे निश्चितीकरण, हवामानांची भाकिते, आंतरराष्ट्रीय सहकार्याने जागतिक हवामान प्रतिमानांची निर्मिती, स्थिरांबर व ओझोन थरांची निर्मिती, जेट प्रवाह, एल् निनो अशा अनेक नवनवीन संकल्पनांनी हवामानशास्त्र समृद्ध बनले.

आज जगापुढे तापमान वृद्धी, हवामान बदल, ध्रुवीय बर्फाचे विलयन, सागर पातळीतील वाढ अशा अनेक समस्या आहेत ज्यांची उत्तरे फक्त हवामानशास्त्रातील प्रगत संशोधनांवरच अवलंबून आहेत. ऋतूचक्रात होणारे बदल, पर्जन्यमान व तापमान यांत आढळणारी आंदोलने, पृथ्वी पृष्ठाचा वाढणारा कोरडेपणा, सागरजलाच्या गुणधर्मातील फेरफार, अशा सध्याच्या विज्ञान जगतास आव्हान देणाऱ्या घटनांची उत्तरेही याच शास्त्रात दडलेली आहेत. यामुळेच आज हवामान संबंधीच्या संशोधन क्षेत्रात जागतिक पातळीवर खूप मोठ्या संधी उपलब्ध आहेत.

आज हवामान शास्त्रज्ञाचे काम हे हवामानाचे अचूक भाकीत करणे व त्यासाठी उपग्रह प्रतिमा, संगणकीय कार्यप्रणाली वापरणे हे जसे आहे तसेच, वादळे, आवर्ते, हवामान बदल, प्रदूषण यांचा मागोवा घेणे हेही आहे. अनेक सहकारी व खाजगी कंपन्यातून हवामानशास्त्रातील पारंगत व्यक्तींची गरज भासते. वारे, तापमान, आर्द्रता याविषयीची दैनंदिन माहिती, Gas and Oil exploration, हायड्रो इलेक्ट्रिक प्लांट्स, विविध उद्योग यांना लागते. अनेक ठिकाणी हवामान आकृतिबंधाचे नमुने, वेदर बलून, रडार व उपग्रहांवरून मिळालेल्या माहितीचे विश्लेषण करणारा विश्लेषक, हवामानाशी निगडित वादळे, गारपीट, अतिवृष्टी यांची माहिती व आपत्तीसूचना देणारे शास्त्रज्ञ, जुने हवामान अहवाल वाचून त्यांचे विश्लेषण करणारे विश्लेषक, हवामान दिनदर्शिका बनविणारे, वातावरणातील कमी व जास्त उंचीवरच्या प्रवाहांचे मापन करून त्यासंबंधी माहिती देणारे आणि मोठ्या प्रमाणावर अंकीय प्रतिमाने (Numerical Models) तयार करणारे तज्ज्ञ यांची नेहमीच गरज भासते.

ढगफुटी, गारपीट, कृत्रिम पर्जन्य, अतिवृष्टी, पूर, दरडी कोसळणे, ओझोनचा ऱ्हास, जागतिक तापमानवृद्धी, प्रकाश, ध्वनी आणि रेडिओ लहरींवर होणारे वातावरणाचे परिणाम या सर्व घटनांच्या स्पष्टीकरणास आज हवामानशास्त्राची गरज आहे. हवामानशास्त्रातील पदव्युत्तर शिक्षण नाहीतर पदवीपर्यंतचे शिक्षण हे नोकरी मिळवण्यासाठी आवश्यक असते नाहीतर भूगोल, पदार्थविज्ञान अशा विषयातील पदव्युत्तर शिक्षण घेताना हवामानशास्त्र हा कमीत कमी एक पेपर असणेही फायद्याचे

ठरते.

भारतात आय. आय. टी. (खरगपूर व दिल्ली), इंडियन इन्स्टिट्यूट ऑफ सायन्स (बंगळुरू), आंध्र युनिव्हर्सिटी (विशाखापट्टणम्) येथे हवामानशास्त्रातील पदव्युत्तर शिक्षण तसेच कोचीन, बरोडा व शिवाजी युनिव्हर्सिटी येथे पदवी व डिप्लोमापर्यंतचे शिक्षण मिळण्याची सोय आहे.

१२ | मॉन्सून

एप्रिल महिन्याच्या सुरुवातीलाच होणाऱ्या पावसामुळे 'मॉन्सून' या विलक्षण शिस्तबद्ध आणि अवाढव्य अशा हवामान यंत्रणेची चाहूल लागते आणि जून पासून येणाऱ्या पावसाचा अंदाज घेणे शक्य होते. मॉन्सून या अजूनही काही गोष्टीत अनाकलनीय असलेल्या महाकाय नैसर्गिक यंत्रणेची दरवर्षी होणारी सुरुवात पाहणे फारच उपयुक्त असते. यातून नैसर्गिक आपत्ती, कृषी व्यवसाय आणि देशाचे सर्वसाधारण अर्थकारण यांचा अंदाज घेता येतो. हे अंदाज आणि घडणाऱ्या घटनांची वर्तविलेली शक्यता नेहमीच अचूक असते, असे नाही; कारण यंत्रणा कितीही शिस्तबद्ध असली तरीही त्यात अनिश्चिततेचे प्रमाणही तेवढेच मोठे आहे.

दक्षिण भारताच्या नजीकच असलेला विषुववृत्तीय प्रदेश हा या संदर्भात खूप महत्त्वपूर्ण आहे. इथे भूपृष्ठाजवळ वर्षभर प्रभावी पश्चिमी वारे सतत वाहत असतात. इथले पूर्वीय वारे फेब्रुवारीत वीस अंश उत्तर अक्षवृत्तापर्यंत पोहोचतात. त्यानंतर ते अधिक उत्तरेकडे सरकतात आणि जास्त उंचीवरील हवामान अभिसरणात एकाएकी अनेक बदल घडू लागतात. खरे म्हणजे, हा काळ ईशान्य मॉन्सूनचा शेवट आणि नैर्ऋत्य मॉन्सूनची सुरुवात यातील संक्रमण काळच असतो. २१ मार्च नंतर म्हणजे वसंत संपातानंतर अर्थातच उत्तर गोलार्धात उष्णतेचे प्रमाण झपाट्याने वाढू लागते. हळूहळू वातावरणीय अस्थिरता, ऊर्ध्वगामी ढगांची निर्मिती आणि पाऊस या गोष्टींची सुरुवात होऊ लागते. पश्चिमी जेट प्रवाह उत्तर भारताकडे होत असलेल्या वाऱ्यांच्या मार्गक्रमणावर नियंत्रण ठेवतात आणि पृष्ठीय वारे ईशान्य वारे बनतात. तपांबरात सुमारे दहा ते पंधरा हजार मीटर उंचीवर पश्चिम-पूर्व जाणारा व तासाला सुमारे ५०० किमीपर्यंत वेग असणारा हवेचा जो प्रवाह असतो त्याला 'जेट प्रवाह' किंवा 'वायू स्रोत' असे म्हटले जाते.

हिमालयामुळे उत्तरेकडून येणाऱ्या थंड हवेस अटकाव होतो आणि एप्रिल पासून भारतभर उष्णतेचा प्रकोप वाढू लागतो. उच्च तपांबरात तुलनेने जास्त उष्णता असलेले प्रदेश, बंगालच्या उपसागराच्या दक्षिण भागात, तिबेट पठार आणि आशियातील अनेक द्वीपकल्पिय भागांच्या टोकास तयार होतात. बंगालच्या उपसागरावर ६ ते १६ किमी उंचीवर, १०० ते ५०० मिलिबार वायुभार प्रदेशात हा प्रकार आढळतो. याउलट, दक्षिण हिंदी महासागरावर कमी उष्णतेचा उच्चभार प्रदेश तयार झालेला दिसतो. या भागातून उत्तरेकडे मान्सून वारे वाहू लागतात.

मे महिन्यापर्यंत नैर्ऋत्य मॉन्सून श्रीलंकेवर तयार होतो. मे महिन्यातच ४००० मीटर उंचीवरील तिबेटमध्ये हवा जमिनीवरून होणाऱ्या उष्णता उत्सर्जनामुळे तापू लागते. या भागात ६००० मीटर उंचीवर वाऱ्यांची प्रत्यावर्ती संरचना तयार होते व उत्तर भारतात, उच्च तपांबरात वेगवान पूर्वीय वारे वाहू लागतात. समशितोष्ण कटिबंधातील जेट प्रवाह अचानक त्याचा मार्ग बदलून या प्रत्यावर्ताच्या उत्तरेकडे सरकतो. पश्चिमी जेट प्रवाह आणि पूर्वीय वारे यांची, तापमानाचे उभे वितरण व वायुभाराचा ६०० ते ३०० मिलिबार मधील कल यात सरमिसळ होते आणि याचवेळी या भागात त्याच्यापासून १५०० किमी दक्षिणेला येऊ घातलेल्या मॉन्सूनची चाहूल लागते. या घटनांत असलेल्या क्रमबद्ध संबंधांचे नेमके ज्ञान अजूनही आपल्याला झालेले नाही.

भारतीय उपखंडाचा आकार हा उलट्या त्रिकोणासारखा आहे. त्याचा रुंद भाग उत्तरेकडे आहे आणि समुद्राच्या दिशेने आकार निमुळता आहे. अरबी समुद्राच्या प्रदेशात सुरुवातीची, आघाडीची मान्सून प्रक्रिया सुरू होते. किनारी भागातली सापेक्ष आर्द्रता ७० % पेक्षाही जास्त होते. तप्त जमिनीवरच्या हवेत, १५०० मीटर उंचीपेक्षा कमी उंचीवर हवा अस्थिर बनू लागते. हवेतील वरच्या भागातील पूर्वीय हवेमुळे ती स्थिर राहण्यास मदत होते. परिणामी मेच्या अखेरीस वादळांची वारंवार निर्मितीही होते.

जूनमध्ये १३००० ते १६००० मीटर उंचीवरच्या हवेत १०० ते १५० मिलिबार वायुभार प्रदेशात जेट प्रवाह स्थिरावतो. १५ अंश उत्तर अक्षवृत्तापर्यंत प्रत्यावर्ती प्रदेशाच्या दक्षिणेला या प्रवाहाचा वेग खूपच वाढतो. स्थिरांबरात ३० ते ४० अंश अक्षवृत्तादरम्यान, ५०० मिलिबार वायुभार प्रदेशात, ६०० मीटर उंचीवर, प्रत्यावर्ती संरचनेच्या वर, अतिथंड हवेचा प्रदेश बनतो. विषुववृत्तापासून दूर वातावरणाच्या वरच्या थरात घडणाऱ्या या सर्व घटना, भूपृष्ठालगत तयार होणाऱ्या मॉन्सूनशी निगडित असतात. जेट प्रवाहाचे स्थान, मॉन्सून पावसाचे स्थानही ठरवते. भारतात जमिनीवरून अतितीव्र, आर्द्र, अस्थिर, नैर्ऋत्य वारे ८० % पेक्षा जास्त बाष्प घेऊन

वाहू लागतात आणि खऱ्या अर्थाने मॉन्सूनचा वर्षाव होऊ लागतो. मॉन्सूनचे आगमन वेगवेगळ्या ठिकाणी आणि कमी-जास्त पावसाच्या स्वरूपात जूनमध्येच होऊ लागते.

पश्चिम घाटाच्या वाताभिमुख बाजूवर २००० ते ५००० मिमी पाऊस पडतो. बाष्पयुक्त हवा जमिनीवर येताच सांद्रीभवनामुळे हजारो मीटर उंचीच्या, प्रचंड मोठ्या क्युम्युलोनिम्बस ढगांची निर्मिती होते. वातविन्मुख बाजूवर ४०० ते ५०० मिमी प्रमाणावर पडणाऱ्या पावसात, जमिनीच्या उंचसखलपणामुळे कमी-अधिक बदल सातत्याने होत राहतात. मॉन्सूनच्या हवेत जुलै आणि ऑगस्टमध्ये लघुभार अधिक तीव्रतेने आढळतो. महिन्यातून एक-दोन वेळा तरी ही परिस्थिती दिसून येतेच.

अशा तऱ्हेने दरवर्षी तयार होत असलेल्या या विस्मयकारी यंत्रणेचा मागोवा घेणे भारतासारख्या कृषिप्रधान देशाला नेहमीच गरजेचे असते. त्यामुळेच त्याची लागणारी चाहूल हवामान शास्त्रज्ञांच्या दृष्टीने दरवर्षी फार महत्त्वाची ठरते. दक्षिण आशियातील उन्हाळी हवामान परिस्थिती व त्यातील बदल यांचा अंदाज किंवा पूर्वसूचना, जगातील इतर प्रदेशांवरील हवामान आकृतिबंधातून मिळू शकतात. या पूर्वसूचना मार्च-एप्रिल सारख्या मॉन्सून पूर्व महिन्यापासूनच मिळू लागतात. जून मधल्या मॉन्सूनच्या आगमनाची घोषणा करण्यापूर्वी, दक्षिण अमेरिकेवरील वायुभार आणि भारतावरील हवेच्या उच्च स्तरातील वाऱ्यांसंबंधीची एप्रिल महिन्यातील सांख्यिकी मिळवून त्याचे अध्ययन करणे हितावह ठरते. भौगोलिक दृष्टीने इतक्या दूर अंतरावर असलेल्या या भूखंडावरील हवेचे घटक एकमेकांशी संबंधित असल्यामुळे, भारतातील जून महिन्यातील हवेचे ते पूर्वसूचक किंवा निर्देशक म्हणून वापरता येतात. झिम्बाब्वे आणि जावा येथील पावसाचे आकृतिबंध आणि प्रमाण यांची, कोलकाता वरील पूर्वीय वाऱ्यांशी तुलना करून, मेमध्येच भारतीय मॉन्सूनचे भाकीत करणे शक्य होते.

मार्च-एप्रिल सारख्या मान्सून पूर्व महिन्यापासूनच विषुववृत्तीय प्रदेश आणि भारताच्या आजूबाजूच्या विशाल भूप्रदेशावर होणाऱ्या हवामान बदलाचा बारकाईने अभ्यास केला तर जूनमध्ये आगमन होणाऱ्या मॉन्सून यंत्रणेचा थोडाफार तरी अंदाज करता येणे शक्य व्हावे.

मॉन्सूनची अनिश्चितता

मॉन्सूनचा पाऊस हा भारतीय माणसाचा अतिशय जिव्हाळ्याचा विषय आहे. वैशाख वणव्यात होरपळून निघाल्यावर त्याच्या आगमनाची केवळ चाहूलही प्रत्येकासाठी एक अतीव आनंदाची घटना असते. त्यामुळे दरवर्षी तो अंदमान-निकोबारमध्ये कधी

येणार, केरळला कधी पोहोचणार आणि त्यानंतर भारतभर त्याचा प्रवास कसा असेल, याची उत्सुकता सर्वांनाच लागून राहिलेली असते. देशातले शेतीचे सगळे वेळापत्रक या मोसमी पावसावरच अवलंबून असल्यामुळे, त्याच्या आगमनाचे आणि पुढच्या चार महिन्यातील त्याच्या प्रमाणाचे आणि तीव्रतेचे पूर्वानुमान इथल्या शेतकऱ्याच्या दृष्टीने फार महत्त्वाचे असते.

मोसमी पावसाच्या आगमनाची तारीख, त्याचे प्रमाण, अतिवृष्टी होईल की अवर्षणाला सामोरे जावे लागेल, शेतीला उपयोग होईल की नाही, याबद्दल दरवर्षी भारतीय मोसम विज्ञान विभागातर्फे पुर्वानुमाने केली जात असली, तरी त्याची खात्री अनेकांना वाटत नाही; कारण अनिश्चितता हा मोसमी पावसाचा अलीकडची काही वर्षे जणू स्थायिभावच बनला आहे.

मोसमी पावसाची ही अनिश्चितता, त्याच्या आगमनाची वेळ, एकदा सुरू झालेल्या पावसात पडणारा खंड, त्याच्या प्रमाणात होणारे चढ-उतार अशा अनेक बाबतीत असते. २०१४चा मॉन्सून अंदमान-निकोबारमध्ये दाखल झाला होता आणि तो ५ जूनपर्यंत केरळला पोहोचला असा अंदाज भारतीय मोसम विज्ञान विभागाने वर्तविला होता. २०१४चा मॉन्सून एल् निनो या अनियमित उष्ण सागरी प्रवाहाच्या प्रभावाखाली असेल आणि त्यामुळे पाऊस सरासरीपेक्षा कमी असेल असेही भाकीत मोसम विज्ञान विभागाने केले होते.

भारतीय मोसम विज्ञान विभागाच्या दूरमापी पूर्वानुमान प्रारूपानुसार (Long range forecasting model) या वर्षीचा पाऊस सरासरीपेक्षा कमी असण्याची शक्यता ५६ टक्के व सरासरी इतकाच किंवा समाधानकारक असण्याची शक्यता ४४ टक्के असेल. मॉन्सूनच्या यंत्रणेवर एल् निनोचा ६० टक्के इतका प्रभाव जाणवण्याची शक्यताही वर्तविण्यात आली आहे. या वर्षीचा मॉन्सून काळजीचा विषय असेल की नाही, हे आज तरी सांगणे कठीण आहे, असेही मोसम विज्ञान विभागाला वाटते. मागच्या वर्षी एल् निनो व ला निना यांपैकी कोणत्याच अनियमित उष्ण सागरी प्रवाहाचा परिणाम नव्हता, मॉन्सूनचे पंधरा दिवस आधीच आगमन झाले होते आणि मॉन्सून त्याच्या निर्धारित वेळेच्या पुढेही बराच काळ अनुभवता आला होता.

उन्हाळा आणि हिवाळा अशा दोन ऋतूत वर्षातून दोन वेळा आपली दिशा बदलणाऱ्या वाऱ्यांना 'मोसमी वारे' म्हटले जाते. 'मौसिम' या अरेबिक शब्दावरून व 'मोन्सीन' या मल्याळी शब्दावरून 'मॉन्सून' हा शब्द तयार झालाय. वार्षिक दिशा बदल हा एकच निकष अर्थातच मॉन्सून ठरवीत नाही. समुद्र व जमीन यांच्या असमान तापण्यामुळे व थंड होण्यामुळे आणि त्या अनुषंगिक होणाऱ्या औष्णिक बदलांमुळे

निर्माण होणाऱ्या पृष्ठीय अभिसरण यंत्रणेस मॉन्सून म्हटले जाते.

भारतातील मॉन्सूनची निर्मिती मुख्यतः हिमालय व तिबेटच्या पठाराचे भौगोलिक स्थान, तपांबरात (Troposphere) अत्युच्च उंचीवर तयार होणारे ध्रुवीय प्रवाह चक्र, जेट प्रवाह आणि एल् निनोचे दक्षिण दोलन (Southern Oscillation) यावर अवलंबून असल्याचे दिसते. उष्णतेतील फरकामुळे तयार झालेल्या लघु व गुरू भारामुळे भारतात मॉन्सून निर्माण होतो, या १९५०पर्यंत अस्तित्वात असलेल्या संकल्पनेत त्या नंतरच्या संशोधनामुळे खूप नेमकेपणा येत गेला आणि असे लक्षात आले की, मॉन्सून ही वाटते इतकी सरळ आणि साधी वातावरणीय यंत्रणा नसून, ती त्यापेक्षा अधिक क्लिष्ट, अनाकलनीय आणि काहीशी अनिश्चितही आहे. ७ ते १४ किमी उंचीपर्यंत तपांबरात आढळणारे जेट प्रवाहांचे चक्र मॉन्सूनच्या निर्मितीत फार महत्त्वाचे असते.

भारतीय उपखंडातील या यंत्रणेस 'आदर्श मॉन्सून' मानले जात असले, तरी आग्नेय आशिया, चीन, जपानचा काही भाग, दक्षिण संयुक्त संस्थाने, उत्तर ऑस्ट्रेलिया आणि पश्चिम आफ्रिका इथेही मॉन्सून सदृश्य वातावरणीय यंत्रणा तयार होतात. जागतिक हवामानाचा विचार करताना, आशियाई मॉन्सून, आफ्रिकी मॉन्सून आणि अमेरिकी मॉन्सून अशा तीन प्रमुख मॉन्सून यंत्रणांचा विचार केला जातो.

आशियाई मॉन्सूनच्या दक्षिण, पूर्व व आग्नेय अशा शाखा आढळतात. पूर्व आशिया आणि दक्षिण आशियातील मॉन्सूनमध्ये जो फरक दिसतो, तो त्यांच्या भौगोलिक स्थानामुळे. दक्षिण कोरिया, पूर्व चीन व जपान हे समशीतोष्ण कटिबंधातील देश तर भारत, श्रीलंका हे उष्ण कटिबंधातील. वायव्य भारतात या काळात असलेला तीव्र लघुभार अधिक प्रभावी असतो. त्यामुळेच नैर्ऋत्य मॉन्सून हा भारतात जास्त प्रबळ असतो. हिमालयामुळे मोसमी पावसाच्या निर्मितीस हातभार लागतो आणि संपूर्ण भारतभर मॉन्सूनचा पाऊस पडतो. ईशान्य मोसमी वारे हे केवळ पूर्व आशियातच प्रबळ असतात.

हिंदी महासागर व अरबी समुद्रात तयार झालेल्या उष्ण कटिबंधीय वायुराशी खूपच उबदार, बाष्प संपृक्त आणि अस्थिर असतात. भारतीय उपखंडातील वाढलेल्या तापमानामुळे व त्यामुळे तयार झालेल्या ऊर्ध्वगामी प्रवाहामुळे त्या जास्तच अस्थिर बनतात. त्यामध्ये अनेक अभिसरण प्रवाह निर्माण होतात. उत्तरेकडून येणाऱ्या ध्रुवीय वायुराशीत या वायुराशी मिसळून मध्य चीन, जपान येथे मोठमोठी आवर्ती वादळे तयार होतात व भारतात होणारा पाऊस लांबणीवर पडतो.

भारतातील मॉन्सूनमध्ये निर्माण होणाऱ्या अनिश्चिततेची अनेक कारणे आहेत आणि त्यामध्येही एक सूत्रबद्ध यंत्रणा आहे. २१ जून या दिवशी सूर्य कर्कवृत्तावर

असतो. या वेळी पूर्ण विकसित झालेला लघुभार प्रदेश पश्चिम राजस्थानावर स्थिरावतो. जेट प्रवाह हिमालयाच्याही उत्तरेकडे सरकल्यामुळे आंतर आयनिक अभिबिंदुता प्रदेश (Inter Tropical Convergence Zone : ITC) २० ते ३० अंश उत्तर अक्षांशापर्यंत सरकतो. एक अतितीव्र लघुभार तयार होऊन तो नैर्ऋत्य दिशेकडून येणारी बाष्पयुक्त हवा मोठ्या प्रमाणावर खेचतो आणि मॉन्सून अक्षरशः कोसळू लागतो. या वेळी दक्षिण गोलार्धातील 'ITC' झपाट्याने उत्तरेकडे सरकू लागतो. तो भारतावर येऊ लागल्यावर अनेक आवर्तांचे शिरोबिंदू तयार होतात.

बराचसा मॉन्सून अशा आवर्तातूनच पडतो. ही आवर्ते दुर्बळ झाली तर हवा कोरडी होते आणि पाऊस थांबतो. नवीन आवर्ते तयार झाल्यावर पुन्हा पाऊस पडतो. अशा रीतीने मॉन्सूनचा अनिश्चितपणाही वाढतो.

आज आपल्याकडे भारतातील पर्जन्याविषयीची८५ वर्षांपेक्षा जास्त कालखंडाची आकडेवारी उपलब्ध आहे. यावरून भारतातील मॉन्सूनचे नेमके आकृतिबंध जसे लक्षात येतात तशी त्याची अनिश्चिततही समजू शकते. ही आकडेवारी असेही दाखविते की, अतिवृष्टीची आणि अवर्षणाची वर्षे संख्येने जवळपास सारखीच असतात. मात्र, अवर्षणानंतर अतिवृष्टी किंवा अतिवृष्टीनंतर अवर्षण अशी वृत्ती नेहमीच आढळते असेही नाही. दरवर्षी मॉन्सूनच्या पावसाच्या प्रमाणात व वितरणात नेहमीच वैविध्य आढळते. संपूर्ण मॉन्सूनमध्ये २० ते २५ लहान-मोठी आवर्ते नेहमीच तयार होतात. अनेक वेळा ही आवर्ते एकाच ठिकाणी स्थिर होतात आणि आजूबाजूच्या विस्तृत प्रदेशावरील पावसाला कारणीभूत ठरतात. त्यामुळे पावसाचे नेहमीचे वेळापत्रकही बिघडते. या आवर्तांनी आपली नेहमीची दिशा बदलली तरी मॉन्सूनचे आगमन लांबणीवर पडते.

या सर्व वातावरणीय क्लिष्टतेमुळे भारतात दरवर्षीच मॉन्सून अनिश्चित आणि तितकाच लहरी बनतो आहे. त्याची लय वारंवार बदलतेय आणि त्याचे पूर्वानुमानही अधिक कठीण आणि आव्हान देणारे ठरत आहे, हे नक्की!

१३ | परतीचा मॉन्सून

सप्टेंबर-ऑक्टोबरमध्ये एखाद्या प्रदेशात सलग ५ दिवस पाऊस न पडणे, हे त्या भागातून मॉन्सूनचे पूर्ण निर्गमन झाल्याचे महत्त्वाचे लक्षण मानण्यात येते. हवेतील

आर्द्रतेत झपाट्याने घट आणि तपांबराच्या खालच्या थरात ८५० हेक्टां-पास्कल किंवा त्याहूनही कमी वायुभाराच्या प्रत्यावर्ताचे अस्तित्व ही त्याची आणखी काही लक्षणे.

२३ सप्टेंबर या दिवशी सूर्य विषुववृत्तावर लंबरूपात प्रकाशत असतो. या दिवसास 'शरद संपात' असे म्हटले जाते; त्यानंतर माथ्यावरच्या सूर्याचे भ्रमण विषुववृत्ताच्या दक्षिणेकडे होऊ लागते. खऱ्या अर्थाने यानंतरच मॉन्सून भारतीय उपखंडातून माघार घेऊ लागतो; कारण याच काळात भारताच्या वायव्य प्रदेशावरील लघुभार प्रणाली दुर्बळ होऊ लागते. सप्टेंबरच्या अखेरीस नैर्ऋत्य मोसमी पावसाचे प्रमाण अगदी नगण्य होते. हवा अधिक स्वच्छ आणि आकाश निरभ्र होऊ लागते.

मॉन्सूनच्या परतीची ही प्रक्रिया संथ गतीने होते. ऑक्टोबरच्या दुसऱ्या आठवड्यापासून भारताच्या ६० ते ७० टक्के भागातून मॉन्सून पूर्णपणे संपलेला असतो. २३ सप्टेंबर नंतर आंतर आयनिक अभिबिंदुता प्रदेशही (Inter Tropical Convergence Zone : ITC) विषुववृत्ताच्या दक्षिणेकडे सरकू लागल्यामुळे उत्तरेकडील ध्रुवीय हवेचे प्रवाह विषुववृत्ताकडे येऊ लागतात. तपांबरातील पश्चिमी जेटप्रवाह हिमालयाच्या दक्षिणेस पुनर्स्थापित होतो.

वायव्य भारत पूर्णपणे प्रत्यावर्ती हवेच्या प्रभावाखाली आल्यामुळे पश्चिमेकडून कोरडे वारे वाहू लागतात.

ईशान्येकडून येणारे वारे बंगालच्या उपसागरावरून येताना बाष्पाने संपृक्त होतात आणि आंध्र व तमिळनाडूच्या किनारीपट्ट्यात भरपूर पाऊस देतात.

सामान्यपणे सप्टेंबरमध्ये बरेच वेळा रिमझिम पावसाची वृत्ती आढळते तर काही वेळा भरपूर पाऊस पडतो. मॉन्सून परतीचा होऊ लागला की, मात्र विजांचा गडगडाट, विजेचे लोळ आणि संध्याकाळी मुसळधार पाऊस या घटना हमखास दिसून येतात. या वर्षी पावसाचे आगमन १५दिवस लवकर झाले आणि परतीच्या मॉन्सूनची सगळी लक्षणे सप्टेंबरच्या पहिल्याच पंधरवड्यातल्या पावसात दिसून येत आहेत.

उन्हाळ्यात नैर्ऋत्येकडून वाहणाऱ्या वाऱ्यांचे चक्र बदलून ऑक्टोबर नंतर वारे ईशान्येकडून वाहू लागणे हे भारतीय मॉन्सूनचे महत्त्वाचे लक्षण आहे. मॉन्सूनने भारतीय उपखंडातून परतीचा प्रवास सुरू केल्यानंतर हवेत हळूहळू लक्षणीय बदल होऊ लागतात. उष्ण पावसाळी ऋतूचे रूपांतर कोरड्या हिवाळी ऋतूत होऊ लागते. परतीच्या मॉन्सूनची तऱ्हा मात्र वेगळीच असते. कधी सकाळपासून, कधी दुपारी नाहीतर संध्याकाळी आणि रात्री-बेरात्री परतीचा हा मॉन्सून नुसता ओतत असतो. आत्तापर्यंत त्याने जम्मू काश्मीर, हिमाचल, पंजाब, राजस्थान व हरियाणाचा काही

भाग आणि कच्छमधून बरीच माघार घेतली आहे. हिस्सार, जोधपूर, नलियापर्यंत तर तो पूर्णपणे मागे हाटला आहेच.

२० दिवस उशिरा आलेला मॉन्सून २७ सप्टेंबर नंतर परतीच्या मार्गावर निघाला होता.

सामान्यपणे महाराष्ट्रातून १ ते १५ ऑक्टोबर दरम्यान मॉन्सूनचे पूर्ण निर्गमन झालेले असते. २०१४ साली परतीच्या मॉन्सूनच्या तडाख्यात पुण्यात ७० मिमी, मुंबईत ६० मिमी तर पूर्व किनाऱ्यावर ४० मिमी आणि कोकणात रत्नागिरी, अलिबाग येथे ३० मिमी पाऊस झाला होता.

बंगालच्या उपसागराच्या वायव्य भागावर आणि पश्चिम बंगाल व ओडिशावर तीव्र लघुभार तयार झाल्यामुळे व बंगालच्या उपसागरापासून अरबी समुद्रापर्यंत २००० मीटर उंचीवर लघुभाराची द्रोणी तयार झाल्यामुळे पावसाचा जोर वाढलेला होता. त्यामुळे २२ सप्टेंबरपर्यंत मध्य भारतापासून महाराष्ट्रापर्यंत वादळी वृष्टीची शक्यता वर्तविण्यात आली आहे. त्यानंतर मात्र २६ सप्टेंबरपर्यंत पावसाच्या प्रमाणात लक्षणीय घट होईल व काही भागातून मॉन्सून पूर्णपणे परत गेला असेल. अर्थात, हे एका विलक्षण अस्थिर व काहीशा क्लिष्ट यंत्रणेबद्दल केलेले भाकीत आहे, हे विसरून चालणार नाही.

१४ | एल् निनो

भारतीय मॉन्सूनवर एल् निनोचा प्रभाव काही वर्षं असल्याचे दिसून आले आहे. आज एल् निनोचा शोध हा वार्षिक हवामानात आणि मोसमी पावसात होणारे जागतिक बदल नेमकेपणाने सांगणारा शोध आहे, हे सर्वमान्य होत आहे. मात्र, एल् निनोची निर्मिती, विस्तार, तीव्रता आणि कालखंड यांचे भाकीत करण्यात म्हणावी तितकी अचूकता आलेली नाही.

एल् निनो ही एक चक्रीय घटना असून, काही वर्षांच्या अंतराने ती पुन्हा पुन्हा कार्यरत होते. ही यंत्रणा ७ वर्षांतून एकदा कार्यरत होते असे पूर्वी वाटत होते मात्र नवीन संशोधनानुसार व हवामानाच्या सातत्याने घेतलेल्या आकडेवारीनुसार आता असे लक्षात येते आहे की, ही घटना ४ ते ५ वर्षांतून एकदा घडते आहे. या चक्रीय घटनेत सातत्य आढळत नसल्यामुळे तिचे भाकीतही नेमकेपणाने करता येत नाही.

दक्षिण अमेरिकेच्या पेरू प्रांतातील मासेमारी करणाऱ्या जमातींना, डिसेंबर नंतर, किनाऱ्याजवळून दक्षिणेकडे वाहणाऱ्या उष्ण समुद्र प्रवाहाची, एकोणिसाव्या शतकापासूनच माहिती होती. हा प्रवाह ख्रिसमस नंतर वाहत असल्यामुळे त्यांनी त्याचे नाव 'एल् निनो' म्हणजे 'बाल येशू' असे ठेवले.

दक्षिण अमेरिकेच्या पश्चिम किनारी प्रदेशात म्हणजे प्रशांत महासागराच्या पूर्व बाजूस, अंटार्क्टिककडून येणाऱ्या शीत प्रवाहांमुळे नेहमीच थंड हवामान असते. एल् निनो प्रवाहाच्या निर्मितीनंतर या भागात उष्ण कटिबंधीय स्वरूपाचे सागरी हवामान तयार होते. हे हवामान खूपच वेगळे असल्याचे पेरूवासियांना जाणवत होते. अनियमितपणे तयार होणाऱ्या 'एल् निनो' प्रवाहामुळे समुद्र पृष्ठाचे तापमान वाढून व त्यावरील हवा बाष्पाने संपृक्त होऊन भरपूर पाऊस पडतो. किनाऱ्यावरील वाळवंटी प्रदेशाला तर हे वरदानच असते.

इ. स. १९३२मध्ये सर गिल्बर्ट वाकर हे भारतातील सर्व वेधशाळांचे डिरेक्टर जनरल होते. त्या वेळी त्यांनी भारतीय उपखंडातील मॉन्सून चक्राचा, १८७७ व १८९९च्या तीव्र दुष्काळाच्या संदर्भात सविस्तर अभ्यास केला. त्यानंतर १९३०मध्ये त्यांनी असे लक्षात आणून दिले की, नैर्ऋत्य प्रशांत महासागरात, वातावरणात चक्रीय स्वरूपाचे वार्षिक बदल होतात. त्यांनी या बदलांना दक्षिण दोलन (Southern oscillation) असे म्हटले. या दोलनामुळे समुद्रावरील वायुभार, वारे, पर्जन्यमान या घटकात नैर्ऋत्य प्रशांत महासागर आणि हिंदी महासागर या प्रदेशांत मोठे बदल होतात.

इ. स. १९६०पर्यंत या संबंधी खूपच सांख्यिकी (data) तयार झाली आणि त्यामुळे हवामान व सागर शास्त्रज्ञांच्या असे लक्षात आले की, हे दक्षिण दोलन संपूर्ण प्रशांत महासागरावर पसरले आहे. यास 'walker circulation' असे म्हटले जाऊ लागले. याचाच एक भाग म्हणजे 'एल् निनो' हा उष्ण सागरी प्रवाह.

उष्ण कटिबंधातील समुद्र पृष्ठावरचा पाण्याचा थर कमी घनतेचा, कमी खारट व तुलनेने अधिक उष्ण असतो. त्या खालचा थर मात्र थोड्या जास्त घनतेचा, अधिक खारट आणि थंड असतो. या दोन थरांच्या मधला थर सदैव बदलणाऱ्या घनतेचा व उष्णतेचा असतो. या थराला 'Thermocline' किंवा 'तापनती' म्हणतात.

सामान्य हवामान परिस्थिती प्रशांत महासागरात पाण्याचा वरचा उष्ण थर वाऱ्यांबरोबर पश्चिमेकडे सरकत असतो. त्यामुळे थर्मोक्लाइनची जाडी पश्चिमेकडे १५० ते २०० मीटर इतकी असते. पूर्वेकडे ती केवळ ३० ते ५० मीटर एवढीच असते. पश्चिमी वारे व पृथ्वीचे परिभ्रमण यामुळे विषुववृत्ताकडून सागर पृष्ठावरील पाणी

उत्तर व दक्षिण दिशेकडे जाऊ लागते. यामुळे समुद्र पृष्ठाच्या खालच्या थरातील थंड पाणी वर येते. मात्र, रुंद थर्मोक्लाइनमुळे हे पाणी प्रशांत महासागरात पश्चिमेकडे जाऊ शकत नाही.

पश्चिम प्रशांत महासागरात वर्षाच्या सुरुवातीलाच एल् निनोसाठी पोषक परिस्थिती तयार होऊ लागते. थंड पाणी वर येणे कमी होते व वरचे उष्ण पाणी पूर्वेकडे सरकू लागते. त्याबरोबर लघुभाराचा, ऊर्ध्वगामी झालेला हवेचा पट्टाही पूर्वेकडे सरकू लागतो. अशा रीतीने विषुववृत्तीय प्रदेशात पश्चिम-पूर्व अशी मोठी लाटच तयार होते. या लाटेला 'केल्विन वेव्ह' म्हटले जाते. ही लाट दर सेकंदाला ३ मीटर या वेगाने पुढे सरकत राहते. एप्रिलमध्येच पेरूच्या किनाऱ्यावर समुद्र पृष्ठाच्या तापमानात प्रचंड वाढ होऊ लागते. साधारणपणे डिसेंबर नंतर ही लाट प्रशांत महासागराच्या पूर्व किनाऱ्यावर पोहोचते व ती दक्षिण व पूर्व वाहिनी होते. पुढील तीन ते चार महिन्यात किनाऱ्याला समांतर वाहात ती उत्तर व दक्षिण दिशेने पुढे सरकते. किनाऱ्याला आपटून ही लाट परावर्तित होते व पश्चिम वाहिनी 'रोसबी वेव्हज' तयार होतात. या प्रामुख्याने विषुववृत्ताच्या उत्तरेला व दक्षिणेला आढळतात. या इतक्या संथ असतात की, इथे एल् निनोचा परिणाम पुढच्या १० ते १२ वर्षांनी दिसून येतो.

एल् निनोच्या या निर्मितीचे परिणाम जागतिक पातळीवर होतात. ही घटना नेहमीच कमी-जास्त तीव्रतेने घडत असली तरी काही वर्षी हा उष्ण प्रवाह इतका प्रबळ असतो की, हवामानात मोठे बदल होऊन अतिवृष्टी होते. डिसेंबरमध्ये पूर्व प्रशांत महासागरात 'walker circulation' अक्षरशः उद्ध्वस्त होते.

एल् निनोमुळे समुद्र पृष्ठावरील तापमान बदल विषुववृत्तापासून उत्तरेला व दक्षिणेला साडेसात अंश अक्षांश प्रदेशात आढळतात. नेहमीपेक्षा तापमान ३ अंश सेल्सियसनी वाढते. कमी भाराच्या पूर्वेकडील सरकण्यामुळे, प्रशांत महासागराच्या पश्चिमेकडे ऑस्ट्रेलिया, इंडोनेशिया, आफ्रिका व भारतात दुष्काळ सदृश परिस्थिती उद्भवते. भारतात मोसमी पाऊस पुढे जातो किंवा खूप कमी पडतो. थर्मोक्लाइनच्या जाडीत फरक झाल्यामुळे पश्चिम प्रशांत महासागराच्या प्रदेशात अन्नद्रव्यात घट होते, प्रवाळ हानी होते, झूप्लांकटन आणि मासे यांची संख्या घटते आणि असंख्य जलचरांचा संहार होतो.

जेकॉब बर्कनेस या नॉर्वेजिअन वैज्ञानिकाच्या म्हणण्याप्रमाणे एल् निनो ही संपूर्ण प्रशांत महासागरातील स्थिती, सागरपृष्ठ आणि वातावरण यामधील विशिष्ट संपर्क क्रियेचा विस्तृत क्षेत्रव्यापी परिपाक आहे, मात्र या संपर्क क्रियेचे संपूर्ण आकलन आपल्याला अजूनही झालेले नाही.

१५ | गारपीट

गारपीट हा भरपूर नुकसान करण्याची क्षमता असलेला वृष्टीचा एक प्रकार आहे. सर्व प्रकारच्या शेतीचे गारपिटीमुळे जे नुकसान होते ते लक्षात घेऊन बऱ्याच शेतीप्रधान देशात या संकटाला 'राष्ट्रीय आपत्ती'च मानले जाते. गारपीट हा वृष्टीचा प्रकार उष्ण तसेच समशीतोष्ण कटिबंधातील देशातही तितकाच उपद्रवी म्हणून ओळखला जातो.

गारपीट होताना पृथ्वीवर येणाऱ्या गारांचा आकार पाच मिलिमीटर पासून दहा सेंटिमीटरपर्यंत असतो. साधारणपणे एक सेंटिमीटर आकाराच्या हिमगारांची संख्या तुलनेने जास्त असते. हवेत एकाएकी तयार होणाऱ्या तीव्र ऊर्ध्वगामी प्रवाहांमुळे गारांची निर्मिती होते. क्युम्युलोनिम्बस प्रकारच्या ढगातील अतिथंड बाष्पाच्या आधिक्यामुळे ही क्रिया अधिक वेगाने घडून येते.

गारपीट प्रक्रियेत पृथ्वीवर येऊन आदळणाऱ्या गारांमध्ये सामान्यपणे स्वच्छ पारदर्शी बर्फ व अपारदर्शी बर्फ असे एकावर एक थर आढळतात. अपारदर्शी थरातील बर्फात हवेचे असंख्य बुडबुडे असतात. क्युम्युलोनिम्बस ढगातील अतिथंड बाष्पाच्या एकत्रीकरणाच्या व थंड होण्याच्या वेगातील फरकामुळे अशी रचना तयार होते.

वातावरणाच्या वरच्या थरातून बाष्पाने संपृक्त झालेल्या गारा जेव्हा खाली येत असतात तेव्हा त्यातील पाण्याचे झपाट्याने एकत्रीकरण होऊ लागते. त्याचा मग एक थरच त्या गारेभोवती तयार होतो. गोठल्यावर हा थर बर्फाचा एक पारदर्शी गोल बनतो. खाली येणाऱ्या ढगात कमी जलकण असल्यास व त्यांचा आकारही लहान असल्यास ते पृथ्वीवर आघात होताक्षणीच गोठतात. यामुळे त्यांचा तडाखाही अधिक जोरदार असतो.

या सर्व प्रक्रियेमागे क्युम्युलोनिम्बस ढगांची निर्मिती हा मुख्य घटक असतो. आज उपग्रह तंत्रज्ञानामुळे या ढगांचा नेमका अभ्यास होऊ शकतो. उपग्रह प्रतिमांवरून गारपीट किंवा हिमवर्षाव यासंबंधीची अनुमाने काढण्याचे तंत्र आज काही देशात बरेच प्रगत आहे. यासाठी विवक्षित प्रदेशांपुरते हवामान लक्षण नकाशे तयार करून रोजच्या हवामानातील बदलांचा अभ्यास केला जातो.

गारपिटीपासून होणारे पिकांचे, इमारतींचे व वाहनांचे नुकसान टाळण्यासाठी बरेच उपाय योजले जातात. रशिया, पूर्व आफ्रिका विशेषतः केनिया इथे गारपीट घडवून आणणाऱ्या गारांच्या निर्मितीसच आळा घालण्यासाठी प्रयत्न केले जातात.

यात प्रामुख्याने ढगात सिल्व्हर आयोडाइडचे बीजन (seeding) करण्याचा प्रयत्न असतो. सिल्व्हर आयोडाइडची विमानाच्या साहाय्याने ढगात फवारणी केली जाते. यामुळे ढगात लक्षावधी सूक्ष्म हिमकण तयार होतात; परिणामी ढगात तयार होणाऱ्या हिमकणांपासून बनलेल्या गाराही लहान आकाराच्याच बनतात आणि त्यांच्यामुळे होणारे नुकसानही खूपच कमी होते.

गारपीट नियंत्रणाची यंत्रणा अमेरिकेतील कान्सास, उत्तर डाकोटा, ओक्लोहामा आणि कॅनडात तसेच फ्रान्समध्ये प्रभावीपणे राबवली जाते. प्रत्यक्षात ढगात सिल्व्हर आयोडाइडचे केलेले बीजन आणि संगणकावरून मिळविलेली प्रतिमाने यांची उत्तम सांगड घातली जाते; असे असूनही वातावरणाची अस्थिरता पाहता, मिळणारे यश नेहमीच शंभर टक्के मिळते, असे नाही. मेघ बीजनामुळे गारपिटीचा तडाखा कमी करण्याच्या पद्धतींची आज पाच प्रकारची प्रतिमाने उपलब्ध आहेत. मात्र, सांद्रीभवन प्रक्रियेतील वैविध्यामुळे ती सर्वत्र सारख्याच प्रकारे लागू पडत नाहीत. यासाठी आजकाल मेघांची सांख्यिकी प्रतिमाने तयार करून संगणकाच्या सूचनेनुसार मेघबीजन केले जाते. प्रत्यक्ष गारपिटीच्या वादळात प्रवेश करून आज तिच्या निर्मितीविषयी माहिती मिळविण्याचे प्रयत्न केले जात आहेत.

आज हवामानसंबंधी माहितीचा तुटवडा नाही. मात्र, या माहितीचे प्रसारण, आपत्ती सूचन या गोष्टी अजूनही पाहिजेत तेवढ्या परिणामकारक नाहीत. त्यामुळे गारपिटीसारख्या नुकसान आणि केवळ नुकसानच करणाऱ्या आपत्तीची पूर्वसूचना संबंधितांना मिळू शकत नाही, हे नाकारून चालणार नाही.

१६ | आकाशातली वीज

दरवर्षी पावसाळ्यात पडणारी वीज ही एक फार मोठी नैसर्गिक आपत्ती आहे. तिच्यामुळे होणारी जीवितहानी ही माणसाच्या प्रयत्नांच्या आवाक्याबाहेर असलेली घटना वाटावी इतके या विजेचे भयंकर रूप असते.

आकाशातली ही वीज हा अतिशय शीघ्र गतीने वाहणारा विद्युत भारीत कणांचा प्रवाह असतो. तो दर सेकंदाला शंभर वेळा पृथ्वीवर येतो असा पूर्वीचा अंदाज होता. आज या विजेची नोंद करणाऱ्या कृत्रिम उपग्रहांमुळे ही वारंवारता सेकंदाला केवळ ४० ते ५० इतकीच असल्याचे लक्षात आले आहे. पृथ्वी भोवतालच्या

वातावरणात तयार झालेल्या पर्जन्य मेघांकडून निमिषार्धात हा प्रवाह जमिनीकडे झेपावतो.

पृथ्वीवर या नैसर्गिक विजेचे वितरण खूपच असमान आहे. विजांच्या ७०% टक्के घटना भारतासारख्या उष्ण कटिबंधीय प्रदेशात घडतात; कारण पृथ्वीच्या याच भागात जास्तीतजास्त वादळे होतात व प्रचंड झंझावाती ढगांची निर्मिती होते.

नैसर्गिकरीत्या विजा निर्माण होताना विस्तृत प्रदेशात विद्युत चुंबकीय प्रारणे (Electromagnetic Radiations) तयार होतात. विजेचे उत्सर्जन जिथे होत असते अशी अनेक ठिकाणे या प्रारणामुळे शोधता येतात. अमेरिकेत संपूर्ण देशात वीज उत्सर्जनाची अशी ठिकाणे शोधून त्यांचे एक जाळेच तयार करण्यात आले आहे.

या विजेची अनिश्चितता हा या प्रक्रियेतला सर्वांत महत्त्वाचा भाग आहे. भौगोलिक परिस्थितीनुसार वीज कोसळण्याची शक्यता असलेली वीजप्रवण ठिकाणे सांगता येत असली, तरी त्याचठिकाणी नेहमी वीज पडेल याची शक्यताही फारच कमी.

या आपत्तीची संभाव्य ठिकाणे शोधण्यासाठी आपत्तीचे नेमके स्वरूप कळणे फार महत्त्वाचे असते. आकाशातील विजेचा हा लोळ ताशी २ लक्ष २० हजार किमी वेगाने प्रवास करतो. याचे तापमान ३० हजार अंश सेल्सिअस इतके प्रचंड असते. विजेचे हे लोळ तयार होण्यापूर्वी, अतिविशाल अशा पर्जन्य ढगात विद्युत भाराचे वितरण झालेले असते. वर जाणाऱ्या उबदार हवेत धनविद्युत भारीत अणुकेंद्रे ढगांच्या माथ्याकडे जाऊन स्थिरावतात. त्यामुळे ढगांच्या पायथ्याकडे ऋण भाराचे प्राबल्य वाढते. पृथ्वीच्या पृष्ठभागापाशी म्हणजे जमिनीवर असलेला धन भार व ढगांच्या तळाशी असलेला ऋण भार यात आकर्षण निर्माण होऊन विजेचा लोळ तयार होतो व पृथ्वीवर प्रचंड वेगाने उतरतो. याबरोबरच गडगडाटी आवाजही होतो.

हवेची आर्द्रता, वारे, घर्षण, वायुभार याबरोबरच सौरवाऱ्यांचा परिणाम आणि विद्युत भारीत सौरकणांचे एकत्रीकरण अशा अनेक घटकांचा या प्रक्रियेत विचार करावा लागतो. ढगातील हिमकणांमुळे धन व ऋण विद्युत भाराचे पृथक्करण होते व त्यामुळे ही वीज निर्माण होते.

खाली येताना या लोळाला अनेक उपशाखा तयार होतात. पृथ्वीच्या जवळ विद्युत प्रवाहांचे प्राबल्य क्षेत्र वाढते. जमिनीवरच्या उंच वस्तूंच्या माथ्यापासून उंचावरच्या ढगांचा तळभाग जवळ असल्यामुळे तेवढ्या भागात विद्युत भारीत कणांचे मोठे क्षेत्र तयार होते. यामुळेच झाडे, मनोरे, उंच इमारती यातून हा लोळ झपाट्याने खाली येतो.

याचवेळी आजूबाजूच्या हवेतही विद्युत वहनास अनुकूल असे अनेक प्रदेश तयार होतात.

विद्युत वहन मार्गांचे तापमान एकदम वाढून हवेचे प्रसरण होते. या प्रक्रियेतील कंपन एवढे तीव्र असते की, त्यातून गडगडाटी आवाज निर्माण होतो.

एका लोळात कमीत कमी ३ उपप्रवाह असतातच. वातावरणातील विजेच्या प्रत्येक आविष्कारात ४० ते ५०मिली सेकंदांचे अंतर असते. या सर्व घटकांचा विचार करून वीज कोसळण्याच्या ठिकाणांचा अंदाज करता येतो. मात्र, हा केवळ अंदाजच असतो आणि तो चुकण्याची शक्यता जास्त असते.

१७ | धुक्याचे अंतरंग

केंद्र सरकारच्या भूविज्ञान विभागातर्फे आता २०१५ पासून धुक्याच्या संपूर्ण अभ्यासाचा प्रकल्प हाती घेण्यात येत आहे. थंडीच्या दिवसात दाट धुक्यामुळे दळणवळणासह इतर अनेक क्षेत्रात धुक्यामुळे ज्या समस्या येतात आणि ज्यामुळे मोठे आर्थिक नुकसान होते, त्याचा विचार करता अशा अभ्यासाची खरे म्हणजे मोठी गरज आहेच. केंद्र सरकारच्या या प्रस्तावित प्रकल्पानंतर धुके या हवामानाशी निगडित प्रक्रियेचा नेमका वैज्ञानिक उलगडा व्हायला नक्कीच मदत होईल, यात शंका नाही. धुके तयार होण्यामागच्या सर्व घटकांचा अभ्यास करणे, त्याची घनता व कालावधी समजून घेणे, त्यामुळे बाधित होणाऱ्या दृश्यमानतेचा (Visibility) अंदाज घेणे आणि या सगळ्या गोष्टींचा देशभरासाठी अंदाज वर्तविणे, या सगळ्याचा या प्रकल्पात प्रामुख्याने विचार होणार आहे.

धुके या घटनेमागचे शास्त्र अजूनही अनेकांना माहीत नाही. 'एक सुंदर आणि रम्य निसर्गाविष्कार' यापलीकडे आपण त्याचा फारसा विचारही करीत नाही. ज्या देशात धुक्याच्या प्रादुर्भावामुळे तिथले फळबागांचे आणि दळणवळणाचे अर्थकारण आणि समाजजीवन बाधित होते अशा थंड हवामान प्रदेशात धुक्याचा एक आपत्ती म्हणूनही विचार केला जातो आणि त्यानुसार धोरण आखले जाते. आपल्याकडे प्रामुख्याने उत्तर व मध्य भारतात या समस्येला वारंवार सामोरे जावे लागते. आजकाल बदलत्या हवामान आकृतिबंधांमुळे भारताच्या अनेक भागात कमी-जास्त तीव्रतेच्या

धुक्याचा प्रादुर्भाव दिसून येऊ लागला आहेच. उणे दहा ते सोळा अंश सेल्सिअस इतके नीचांकी तापमान आणि त्यामुळे निर्माण होणारे थंड वारे व धुके यामुळे उत्तरेकडच्या मोठ्या भागातील जनजीवन विसकळीत होते आहे. धुक्याचा परिणाम आता दक्षिणेकडच्या काही राज्यांपर्यंत जाणवू लागलाय. महाराष्ट्रात फक्त सकाळच्याच वेळी दिसणारा धुक्याचा दाट पडदा उत्तर भारतात जास्त काळ टिकून राहतो आणि विमान व रेल्वे सेवांना अडथळा ठरतो.

धुके म्हणजे मूलतः हवेत तरंगणाऱ्या अतिसूक्ष्म जलकणांचा किंवा हिमकणांचा जमिनीलगत तयार झालेला एक समुच्चय असतो. यामुळे एक किमी किंवा त्यापेक्षाही जास्त अंतरापर्यंत दृश्यता कमी होते. थंडीच्या दिवसात रात्री आकाश निरभ्र असते तेव्हा जमिनीने दिवसभरात मिळविलेली सूर्याची सर्व ऊर्जा वातावरणात परत जाते. या ऋतूत दिवसापेक्षा रात्र मोठी असल्यामुळे सर्व ऊर्जा परत गेल्यामुळे जमिनीचे तापमान आणखीनच कमी होते. जमिनीलगतच्या हवेचे तापमान दवबिंदूपेक्षाही कमी होते. त्यामुळे इथली हवा बाष्पसंपृक्त होते आणि सर्वत्र धुक्याचा एक दाट थर तयार होतो. अशा धुक्याला प्रारण धुके (Radiation fog) असे म्हटले जाते.

मंद गतीने वारे वाहत असलेल्या पाणथळ प्रदेशांत किंवा जिथे पावसाळ्यात खूप पाऊस पडून जमिनी ओल्या झाल्यात तिथे 'प्रारण धुके' हमखास तयार होते. हे धुके काही मीटर जाड असते आणि सूर्योदयानंतर काही तासच टिकून राहते. या धुक्याचा अस्तित्व काळ आणि त्याची जाडी स्थानिक प्रदेशाची रचना व दिवसभरात तिथे वाढलेले तापमान यांवर ठरते. शिशिर ऋतूतील सूर्याची कमी दाहकता आणि नदी खोऱ्यासारखा सखल प्रदेश यामुळे प्रारण धुके खूप दाट बनते व जास्त काळ टिकूनही राहाते. थंडीच्या दिवसात बाष्पयुक्त हवा डोंगराच्या वाताभिमुख बाजूवर उताराला अनुसरून वर सरकते व हळूहळू थंड होऊन थोड्या उंचीवर धुके तयार होते. यास ऊर्ध्वउतार धुके (Upslopefog) म्हटले जाते. सह्याद्रीच्या कोकणाकडील उतारावर असे धुके आढळते. हे बऱ्याच मोठ्या भूभागावर बराच काळपर्यंत टिकून राहाते.

थंड प्रदेशावरून वाहणारी उबदार हवा सांद्रीभवन पातळीला एकदम थंड होते तेव्हा ऊर्ध्वगामी धुके (Advection fog) तयार होते. स्थानपरत्वे या धुक्याचे किनारी धुके (Coastal fog), हिमधुके (Ice fog), व ऊर्ध्वगामी प्रारण धुके (Advection Radiation fog) असे प्रकार पडतात. थंडीच्या दिवसात तापमान नीचांकी असते तेव्हा थोड्याशा उबदार जलाशयावर थंड व उष्ण हवेचे मिश्रण होऊनही धुके बनते.

याला बाष्प धुके (Steam fog) म्हणतात. आर्क्टिक समुद्रावर असे धुके खूप मोठा प्रदेश व्यापताना दिसून येते. आर्क्टिकवर याला आर्क्टिक समुद्र धूम्र (Arctic sea smoke) म्हणून ओळखले जाते.

या सर्व प्रकारच्या धुक्यातील जलकणांचा व्यास दहा मायक्रोमीटर एवढा असतो. धुक्यातील एका घन सेंटिमीटर भागात असे शंभर जलकण असतात. लहान आकाराचे जलकण नेहमीच बराच काळ तरंगत राहतात. एक हजार मीटरपेक्षाही कमी दृश्यता हे कुठल्याही प्रकारच्या धुक्याचे महत्त्वाचे लक्षण समजण्यात येते. धुके तयार होण्यासाठी अतिसूक्ष्म जलकणांची निर्मिती होणे गरजेचे असते. ज्याभोवती ही क्रिया घडू शकते असे कण विविध कारणांनी उपलब्ध होत असतात. जंगलातील वणवे, ज्वालामुखीचा उद्रेक, मातीची धूप, क्षारयुक्त जलकण, धूर या सर्वातून जलकणांचे समुच्चय निर्माण होण्यासाठी सूक्ष्म केंद्रिका उपलब्ध होतात. काही केंद्रिका (Nuclei) या जलाकर्षक (Hygroscopic) असतात. समुद्र किनाऱ्याजवळच्या फुटणाऱ्या लाटातील क्षार जलाकर्षक असतात; अशा कणाभोवती लगेचच सांद्रीभवन होऊ शकते.

धुके हे नेहमीच एकजिनसी, एकसंध व विस्तृत क्षेत्रव्यापी असतेच असे नाही. काही भागावर दाट धुके तर नजीकच्या प्रदेशात त्याचा लवलेशही नाही असा विलक्षण आविष्कारही दिसू शकतो. सामान्यपणे नदीपात्रे, खोरी, खाड्या आणि बंदरे या भागात धुके लगेचच तयार होते. रात्रीच्या वेळी आणि सकाळी धुक्याचा प्रभाव अधिक जास्त असतो. थंड हवेच्या प्रदेशात तर धुके दिवसभरसुद्धा टिकू शकते. लांब अंतरावरून पहाताना दाट धुके हा जमिनीलगत उतरलेला ढगच आहे, असे वाटते. जसजसा सूर्य वर चढत जातो तसतसे धुके विरळ होत जाते. काही प्रदेशात जोरात वाहणाऱ्या वाऱ्यामुळे धुके आजूबाजूच्या प्रदेशात पसरत जाते व विरळ होऊन नष्ट होते. इमारती, झाडे यामुळेही धुक्याच्या निर्मितीत घट होऊ शकते कारण आजूबाजूच्या हवेपेक्षा त्यांचे तापमान थोडे जास्त असते.

धूर व धूळ यामुळे धुके धोकादायक ठरते. सदैव वाढते शहरीकरण, वाढणारे वाहनांचे प्रमाण यामुळे होणारे प्रदूषण धुक्याच्या निर्मितीला हातभारच लावते. असे धुके नैसर्गिक धुक्यासारखे स्वच्छ, आनंददाई असत नाही. अशा धुक्यामुळेच जगात सगळीकडे प्रदूषण, आरोग्य आणि वाहतूक यांच्याशी निगडित समस्या निर्माण होतात. नैसर्गिक धुके मात्र नेहमीच आल्हाददायक, बोचरे आणि हवेहवेसे वाटणारे असते.

१८ | समुद्र किनाऱ्यांचे संशोधन

आज जगातली दोन तृतीयांश लोकसंख्या समुद्र किनारी किंवा किनाऱ्यानजीक राहते. मनुष्याच्या विविध उद्योगांमुळे आज जगातल्या समुद्र किनाऱ्याचा मोठ्या प्रमाणावर ऱ्हास होतो आहे. किनाऱ्यावरच्या वाळूच्या पुळणी, वाळूच्या टेकड्या, खाड्या, आजूबाजूच्या जमिनी, खारफुटीची जंगले व त्यातील सागरी जीव, किनाऱ्यावरील खनिजे या सर्वच गोष्टींवर झपाट्याने परिणाम होत असून, त्यांचे संरक्षण करणे आवश्यक बनले आहे.

समुद्र किनाऱ्यावरील विविध भूरूपांचा व त्यावरील जैव विविधतेचा अभ्यास आणि त्यांच्या सद्य:स्थितीचे मूल्यमापन हा जगातील अनेक देशात महत्त्वाचा संशोधन विषय म्हणून पुढे येतो आहे. इंग्लंड, स्कॉटलंड, ऑस्ट्रेलिया, न्यूझीलंड याबरोबरच भारतातही या विषयात मोठ्या प्रमाणावर संशोधन चालू आहे.

किनाऱ्यावरील पुळणी व त्यांचे विविध प्रकार, त्यांची क्षति किंवा झीज, वाढत्या सागर पातळीचा परिणाम, पुळण प्रदेशांचे प्रदूषण, वाळूचे उत्खनन, क्षतिग्रस्त पुळणीचे भरण असे अनेक विषय घेऊन संशोधन चालू आहे. त्या त्या संदर्भात विषय निहाय नोकऱ्याही मिळणे शक्य होते आहे. अशाच तऱ्हेचे संशोधन वाळूच्या टेकड्या, खाड्या, खारफुटी या बाबतीतही चालू आहे. सागरी आणि सागर किनारी प्रदेशांची जैव विविधता दिवसाच्या निमित्ताने या सगळ्या प्रयत्नांना अधिक बळकटी देता येईल.

समुद्र किनाऱ्यांना सर्वत्र मोठे पर्यटन मूल्य आहे आणि ते आणखी वाढावे असे प्रयत्न नेहमीच चालू असतात. मात्र, त्यासाठी आवश्यक असलेला समुद्र किनाऱ्यांचा शास्त्रीय अभ्यास व संशोधन अजूनही पुरेसे नाही. त्यासाठी प्रयत्न होणे व त्यास वैज्ञानिक दिशा देणे आवश्यक आहे. समुद्र किनाऱ्यांच्या संशोधनाबद्दल तरुण पिढीत रुची निर्माण करणे आणि या संशोधनाची गरज व महत्त्व त्यांच्या लक्षात आणून देणे, हे ही महत्त्वाचे आहे. या प्रदेशातील संशोधन प्रक्रियेतील क्लिष्टपणा व घ्यावी लागणारी मेहनत याचीही पूर्व कल्पना संशोधकाला असायला हवी. या सर्वाची तयारी ठेवून केलेले किनारी संशोधन ही एक विलक्षण आनंददायी प्रक्रिया आहे, यात शंका नाही.

भूगोल किंवा भूशास्त्र विषयात सागरी भूरूपशास्त्र (Coastal Geomorphology) अशी एक अभ्यास शाखा आहे. यात समुद्र किनाऱ्यांच्या विविध पैलूंची माहिती

दिली जाते. पृथ्वीचा हा विभाग मानवी जीवनाच्या दृष्टीने किती अनमोल आहे आणि त्याचे रक्षण करणे किती महत्त्वाचे आहे, हे या अभ्यासातून कळते. किनाऱ्यानजीक भागातील प्रवाळ, त्यांचे प्रमाण व ऱ्हास, या भागात होणारे गाळ संचयन, अशा विषयांबरोबरच खोल व उथळ समुद्रातील जैवविविधतेचे मूल्यमापन आणि तिच्या संरक्षणाची गरज, तेल-गळतीची समस्या यांचाही समावेश या अभ्यासात केलेला असतो. संशोधनाचे एक मोठे क्षेत्र या विषयात आज उपलब्ध आहे.

१९ | अरबी समुद्रातील पर्वतरांग

भारताच्या पश्चिम किनाऱ्यापासून ४७५ किमी अंतरावर, अरबी समुद्रात, १६ अंश ३७ मिनिटे उत्तर अक्षांश आणि ६८ अंश ५० मिनिटे पूर्व रेखांश असे स्थान असलेल्या ठिकाणी लक्ष्मी पर्वताची रांग आहे. ३५०० ते ४००० मीटर खोल असलेल्या समुद्र तळावरची ही पर्वतरांग आणि भारताचा पश्चिम किनारा यामध्ये सहाशे किमी लांब आणि तीनशे किमी रुंद लक्ष्मी नावाचा लांब-रुंद खळगा म्हणजे बेसिन आहे. समुद्र तळावरची ही पर्वतशृंखला अनेक सागरी उंचवटे यांनी बनली आहे. याच परिसरात १६४५ मीटर उंचीचा रमण पर्वतही आहे. या प्रदेशात अनेक वर्षे चालू असलेल्या संशोधनातून बरेच काही हाती लागण्याची शक्यता आता निर्माण झाली आहे.

गोव्यातील राष्ट्रीय सागर विज्ञान अनुसंधान (NIO) आणि आंतरराष्ट्रीय सागरशोध प्रकल्प (IODP) यांच्या प्रयत्नातून या पर्वतरांगेच्या व बेसिनच्या निर्मितीचे रहस्य लवकरच उलगडेल अशी चिन्हे त्यांनी प्रसिद्ध केलेल्या अहवालातून दिसू लागली आहेत. भारताच्या पश्चिम किनाऱ्याच्या उत्क्रांती संदर्भात तर या संशोधनाला खूपच महत्त्व आहे.

वास्तविक पाहता जगातील सर्वच महासागरात आणि लहान समुद्रात अनेक पर्वत, पर्वत रांगा आणि उंचवटे आहेत. त्यांच्या निर्मितीविषयी नेमके स्पष्टीकरण बऱ्याच अंशी आज उपलब्ध आहे. मात्र, लक्ष्मी पर्वतरांग व लक्ष्मी बेसिन ही सर्वमान्य भूशास्त्रीय गुणधर्म लागू न होणारी भूरूपे आहेत हे नव्वदच्या दशकातच सागर शास्त्रज्ञांच्या लक्षात आले आणि तेव्हापासून त्यावर सतत संशोधन सुरू आहे.

अरबी समुद्रात असलेले सेचेलीस हे लघुखंड पूर्वी भारतीय उपखंडाचा भाग

होते. ते भारतापासून वेगळे होण्याचा कालखंड आणि दख्खनच्या पठार निर्मितीच्या वेळी झालेल्या लाव्हाच्या उद्रेकाचा काळ साधारणपणे एकच असावा, असे शास्त्रज्ञांना वाटते. या दोघांच्या दरम्यान सध्या अस्तित्वात असलेली लक्ष्मी पर्वतशृंखला आणि तिच्या पूर्वेकडील विस्तृत लक्ष्मी खळगा व त्यातील पर्वत हे अनेक कारणांमुळे आजही मोठे भूशास्त्रीय रहस्य आहे.

लक्ष्मी पर्वतशृंखला आणि तिच्या पूर्वेकडील विस्तृत लक्ष्मी खळगा व भारताचा किनारा यात आढळून येणाऱ्या चुंबकीय असाधारण प्रवृत्तींमुळे (Magnetic anomaly) खरे तर, या रहस्याचा उलगडा होण्याची गरज भासू लागली. लक्ष्मी पर्वत शृंखलेच्या अभ्यासामुळेच आज जगन्मान्य असलेल्या भू-तबक सिद्धान्ताकडे (Plate Tectonics) नव्याने पाहण्याची गरज आहे असे अनेक शास्त्रज्ञांना वाटू लागले आहे. भूतबक सिद्धान्तातील, खंडीय व सागरी तबके, त्यांची घनता, त्यांच्या सीमा, त्यांची हालचाल या सगळ्याचाच पुनर्विचार यामुळे करता येईल. पृथ्वीवरील भूकंप प्रवण विभागांचे आणि भूकंप रिक्त स्थानांचे नव्याने आकलन होईल, असाही एक आशावाद या संशोधनामागे आहेच.

भूतबक सिद्धान्तात जी मूलभूत कल्पना आहे तिला 'सागर तळ विस्तार (Seafloor spreading) कल्पना' असे म्हटले जाते. १९६०मध्ये हेस या शास्त्रज्ञाने ही कल्पना मांडली. त्यांच्या मतानुसार, सागर तळावरील पर्वतरांगेच्या शिखर रेषेवरून, पृथ्वीच्या अंतरंगातील लाव्हा वर येऊन तो दोन्ही दिशांनी पसरू लागतो. त्यामुळे पर्वतरांगेच्या दोन्ही बाजूंजवळ असलेली भूखंडे दूर ढकलली जातात. दूर सरकत असतानाच हा लाव्ह थंड होऊन घनरूप बनतो व नवीन सागरी कवचाची निर्मिती होते.

१९६३मध्ये व्हाईन आणि माथूस या जोडीने हिंदी महासागरात केलेल्या चुंबकीय सर्वेक्षणातून असे सिद्ध केले की, पर्वतरांगेतून बाहेर पडणाऱ्या लाव्हात, त्या त्या काळातील, पृथ्वीवरील ध्रुव स्थानानुसार चुंबकत्व निर्माण होते. जेव्हा ध्रुवीय स्थानांची अदलाबदल झाली व चुंबकत्वात उलटापालट झाली तेव्हा लाव्हात ऋण चुंबकीय असाधारणता (Negative magnetic anomaly) तयार झाली. लक्ष्मी पर्वतरांगेत अशी असाधारणता आढळते. ध्रुवांचे भ्रमण व खडकातील चुंबकीय गुणधर्माची उलटापालट सतत होत असते. पृथ्वीचे भौगोलिक व चुंबकीय ध्रुव आपली जागा सतत बदलत असतात. पृथ्वीवरील हीमटोपांचे (Ice Caps) आकारमान वाढल्यानंतर भूकवचावरील हिमाचा भार वाढतो. या वाढीमुळे भूकवचाच्या आवरणाचे संतुलन बिघडते. हे संतुलन राखण्याच्या प्रक्रियेत ध्रुवांचे भ्रमण व स्थान बदल होतात.

भूकवच हे आपल्याला वाटते तितके स्थिर नसून, दरवर्षी अर्धा ते एक सेंमी इतक्या मंद गतीने त्याची हालचाल होतच असते. या वेगाने ध्रुवही स्थान बदल करीत असतात.

सागराच्या पोटातील ही पर्वतरांग गुरुत्वशक्ती, चुंबकीय असाधारणता आणि खडकांची घनता या सर्वच बाबतीत असामान्य असून, तिचे सगळे गुणधर्म सागरी पर्वतासारखे नसून, एखाद्या खंडीय पर्वतासारखे आहेत. तिच्या पूर्वेकडील लक्ष्मी बेसिनचे गुणधर्म मात्र सागरी कवचासारखे आहेत. हे सगळे नवीन संशोधन आहे. पूर्वीचा समाज असा होता की, लक्ष्मी बेसिनसुद्धा खंडीय कवचासारखेच आहे. आज या लक्ष्मी बेसिनमध्ये उत्तरेकडील सिंधू नदीमुखाकडून व पश्चिम किनाऱ्यावरून भरपूर गाळ वाहून येत असतो. या गाळाखाली भूजन्य गाळाचा मोठा थर आहे. सगळ्यात महत्त्वाचा निष्कर्ष जो या संशोधनातून निघतो आहे तो असा की, लक्ष्मी बेसिनचा शिखर रेषेवरचा लांबट उंचवटे असलेला भाग हा सागरतळ विस्ताराला कारणीभूत असलेला प्रदेश असावा. आज तो केवळ एक नष्ट झालेल्या पर्वत शिखराचा उर्वरित भाग आहे. त्यातून लाव्हा वर येण्याची घटना ७ कोटी वर्षांपूर्वीची असावी, असेही संकेत मिळाले आहेत. लक्ष्मी पर्वतरांगेच्या प्रदेशात आढळणारे खडक दख्खनच्या पठारावर आढळणाऱ्या बेसॉल्ट खडकासारखे आहेत. या खडकात आढळणारी ऋण चुंबकीय असाधारणता हा पर्वत खंडाचाच भाग असल्याची पुष्टी करतो.

या वैशिष्ट्यपूर्ण संशोधनातून अनेक प्रश्नांची उकल होईल, याची सागर वैज्ञानिकांना खात्री वाटते. भारताचा पश्चिम किनारा आजच्यापेक्षा जास्त पश्चिमेला असेल का, सेचेलीस लघुखंड भारतापासून कोणत्या प्रक्रियेने विभक्त झाले असेल, लक्ष्मी बेसिनमध्ये सागरतळ विस्ताराचा उगम असेल व ती गाळाने भरलेली खचदरी सदृश रचना असेल आणि लक्ष्मी पर्वत खंडाचाच तुकडा असेल, तर भूतबक सिद्धान्तानुसार त्यांचे वर्णन कसे करता येईल आणि सगळ्यात महत्त्वाचे म्हणजे हे सगळे समजण्यासाठी भूतबक सिद्धान्त नव्याने अभ्यासणे गरजेचे आहे का, अशा अनेक प्रश्नांच्या समर्पक उत्तरांसाठी हे संशोधन जागतिक पातळीवरही क्रांतिकारक ठरू शकते.

पृथ्वीवरील समुद्रतळावर असलेल्या सागरमग्न पर्वतरांगांची एकूण लांबी सुमारे ७४,००० किमी असून, अटलांटिकच्या मध्यभागी असलेली पर्वत श्रेणी हिंदी आणि प्रशांत महासागरातील पर्वतरांगेशी संलग्न आढळते. अशा अनेक पर्वतरांगा महासागरांच्या आणि लहान-मोठ्या समुद्रांच्या तळावरही आढळतात. यातील भेगांमधून पृथ्वीच्या अंतरंगातील वितळलेला लाव्हा बाहेर येतो व दोन्ही दिशांनी पसरू लागतो. पसरण्याचा

हा वेग सगळीकडे सारखा नसतो. सागरतळ निर्मितीपासूनच अजूनही ही प्रक्रिया चालू असल्यामुळे प्राचीन काळी वर आलेला लाव्हा दूर ढकलल्या गेलेल्या भूमीखंडाच्या किनाऱ्याजवळ व नवीन लाव्हा व त्याने बनलेले कवच पर्वतरांगेजवळ आढळते.

लक्ष्मी बेसिनच्या मध्यवर्ती भागात आज जिथे अवशिष्ट डोंगर माथे आहेत तिथे लाव्हा पसरण्याचा म्हणजे पर्यायाने सागरतळ विस्तार पावण्याचा आत्ताचा वेग दरवर्षी २६ मिमी आहे. बेसिनच्या दोन्ही बाजूस म्हणजे पश्चिमेकडील लक्ष्मी पर्वताजवळ आणि पूर्वेकडील भारताच्या किनाऱ्याजवळच्या सागरी उतार भागात तो १सेंमी ते ३सेंमी असावा असे तेथील खडकात अश्मीभूत झालेल्या चुंबकीय असाधारण गुणधर्मातून लक्षात येते.

सागर तळावरील लक्ष्मी बेसिनसारख्या भागात प्राचीन काळात असलेल्या पर्वतातून जेव्हा सर्वप्रथम लाव्हा बाहेर पडला तेव्हा बनलेल्या खडकात त्या वेळी पृथ्वीवर असलेल्या ध्रुव स्थानानुसार चुंबकत्व निर्माण झाले. पर्वतातून त्यानंतर झालेल्या लाव्हाच्या उद्रेका वेळी ध्रुवांचे स्थान बदलल्यामुळे त्या वेळी बनलेल्या खडकात पूर्वीपेक्षा वेगळे चुंबकत्व निर्माण झाले. त्यामुळेच खडकातील चुंबकत्व हे पृथ्वीवरील ध्रुवस्थानात झालेले बदल ओळखण्यासाठी आणि खडकाचे वय ठरविण्यासाठीही उपयुक्त ठरते.

सागरमग्न पर्वतशृंखलेत अनेक ठिकाणी तप्तस्थळे (Hot Spots) असतात व त्यातून लाव्हा बाहेर पडत असतो. लक्ष्मी बेसिन हे ७ कोटी वर्षांपूर्वी असेच एक तप्तस्थळ असावे व त्यातून बाहेर आलेला लाव्हा पश्चिमेकडे पसरत जाऊन साठल्यामुळे लक्ष्मी पर्वत तयार झाला असावा, असे मानण्यात येते. या पार्श्वभूमीवर आत्ताच्या संशोधनामुळे भूतबक सिद्धान्त किंवा भूपट्ट विवर्तनी (Plate Tectonics) सिद्धान्तात काही नवीन गोष्टींचा उलगडा होईल व सिद्धान्त अधिक प्रगल्भ होईल, असे भूशास्त्रज्ञांना वाटते आहे.

२० | पश्चिम घाट

सह्याद्री पर्वताच्या कुशीत ७८० मीटर उंचीवर वसलेल्या, आंबेगाव तालुक्यातील, माळीण गावात ३० जुलै २०१४ रोजी दरड कोसळून त्या गावाचे अस्तित्वच संपून गेले. झालेल्या जीवितहानीमुळे मने सुन्न झाली. निसर्ग इतका कठोर

होऊ शकतो, हे सत्य पचवणेही अवघड होऊन बसले.

खरं म्हणजे, ज्याला 'सह्याद्री' असे म्हटले जाते तो पश्चिम घाट ही जगातील एक अतिशय कठीण आणि कणखर अशी पर्वत शृंखला मानली जाते. लक्षावधी वर्षे आपले संतुलन टिकवून ठेवणारी ही विलक्षण पर्वत श्रेणी गेल्या काही दशकांपासून इतकी संवेदनशील का बनली आहे, त्याचा पुनर्विचार करण्याची वेळ आता नक्कीच येऊन पोहोचली आहे, यात दुमत नसावे.

माळीण गावाच्या आजूबाजूचा डोंगराळ भाग हे पश्चिम घाटाचे आणि त्यात वसलेल्या असंख्य खेड्यांचे अगदी प्रातिनिधिक चित्र आहे. डोंगर उतारांचे सपाटीकरण, दगडांच्या खाणी, बेलगाम जंगलतोड या व अशा अनेक गोष्टींमुळे पश्चिम घाटाचे संतुलन वेगाने ढासळत असल्याचे भरपूर पुरावे आपल्यासमोर या आधीही आले आहेत. पश्चिम घाटाची पर्वतरांग मुळात किती भक्कम आहे, हे समजण्यासाठी या पर्वताचे भूशास्त्रीय संशोधन करण्याची गरज केंद्रीय गृहमंत्री राजनाथ सिंह यांनी म्हणूनच अधोरेखित केली असावी.

तापीपासून कन्याकुमारीपर्यंत पसरलेला पश्चिम घाट हा स्वप्नवत वाटावा इतका विलोभनीय, आकर्षक आणि तितकाच कणखर आणि राकट भूप्रदेश आहे. या पर्वतरांगेतून फिरताना जागोजागी होणारे इथल्या ताशीव, गुळगुळीत आणि असंख्य भेगांनी विदीर्ण झालेल्या खडकांचे आणि कडेकपारींचे दर्शन हे विलक्षण आकर्षक, मोहमयी आणि तितकेच भयावह आहे, हे कोणीही मान्यच करील.

जैवविविधता हे या पर्वत रांगेचे मुख्य लक्षण असले तरीही हे खरेच आहे की, या पर्वतरांगेत आढळणारी भूरूपातील भूशास्त्रीय विविधतासुद्धा तितकीच महत्त्वाची आहे. पश्चिम घाटाचं भूशास्त्रीय रूप इतकं समृद्ध आणि प्रगल्भ आहे की, जगातल्या अनेकांना एकदातरी हे अग्निजन्य राकट रूप बघण्याचे कुतूहल नेहमीच वाटत आले आहे.

सह्याद्रीला सर्वसामान्यांप्रमाणे 'पश्चिम घाट प्रदेश' असे म्हटले जाते. समुद्रसपाटीपासून १५०० मीटर उंचीच्या आणि १६०० किलोमीटर लांबीच्या दख्खनच्या पठाराची तीव्र उताराची बाजू म्हणजे सह्याद्रीचा कडा. या पर्वताची महाराष्ट्रातील उत्तर-दक्षिण लांबी ४४० किलोमीटर आहे.

डी. एन. वाडिया या प्रसिद्ध भूगर्भ शास्त्रज्ञांच्या म्हणण्याप्रमाणे पश्चिम घाटाचा कडा प्रस्तरभंग प्रक्रियेतून १.२ कोटी वर्षांपूर्वी तयार झाला. त्यानंतरच्या कालखंडात तो अनाच्छादन, विदारण आणि अपक्षरण क्रियांमुळे बरेच अंतर पूर्वेकडे मागे हटल्याचेही भूशास्त्रज्ञांचे म्हणणे आहे. काही तज्ज्ञांच्या मते, घाटाचा कडा हा एक

प्राचीन समुद्र कडा आहे. समुद्र पातळी खाली गेल्यामुळे हा कडा उघडा पडला आणि गेल्या लक्षावधी वर्षांत विदारण आणि अपक्षरण क्रियांमुळे त्याचे मुळचे रूपच पालटून गेले.

दख्खन पठाराच्या पश्चिम सीमेवर असलेल्या या पर्वतरांगेचे दक्षिण टोक मलबारच्या दक्षिणेस आहे. दोडाबेटा येथे त्यांची उंची २६५२ मीटर आहे. पालघाटच्या पुढे अन्नामलाई पर्वतरांगातून पश्चिम घाट भारतीय द्वीपकल्पाच्या टोकापर्यंत जातो. ३ ते ७ कोटी वर्षांपूर्वीच्या कालखंडात झालेल्या लाव्हाच्या उद्रेकातून तयार झालेले थर या दक्षिणेकडच्या भागात दिसत नाहीत. इथे सर्वत्र प्राचीन स्फटिकजन्य खडकांचाच प्रादुर्भाव आढळतो. कळसुबाईच्या भागात ही पर्वतरांग किनाऱ्यापासून १०० किमी दूर आहे तर अंकोला होनावर भागात ती किनाऱ्यापासून केवळ २० किमी इतकी जवळ आली आहे.

या पर्वतात वलीकरण प्रक्रियेचे पुरावे आढळत नाहीत. मात्र, अनेक ठिकाणी सामान्य प्रकारचे प्रस्तरभंग दिसून येतात. आजूबाजूच्या आर्कियन समतल प्रदेशापासून १०७० ते १८३० मीटर उंचीवर असलेल्या कार्डमम डोंगर रांगातील तीव्र कडे आणि निलगिरी - पळणीचे उत्थापित भाग प्रस्तरभंग क्रियेचेच पुरावे आहेत.

पश्चिम घाटाच्या कड्याची निर्मिती कशी झाली याबद्दल एकापेक्षा अधिक मतप्रवाह आहेत. काहींच्या म्हणण्याप्रमाणे दख्खनच्या पठाराच्या पश्चिम बाजूस झालेला प्रस्तरभंग मूलतः समुद्रात झाला. त्यानंतर तयार झालेला कडा गेल्या कोट्यवधी वर्षांत हळूहळू मागे सरकत आजच्या स्थितीला आला. काहींच्या म्हणण्याप्रमाणे तो प्रस्तरभंगाने तयार झाला.

काही असले तरी सध्याची सह्याद्री पर्वतरांग हा एक विलक्षण सुंदर असा भूशास्त्रीय आविष्कार आहे, यात शंका नाही. पर्वतातल्या घाट माथ्याची उंची कमी-जास्त होत असली तरी साधारणपणे उत्तरेकडून दक्षिणेकडे कमी होत जाते. महाराष्ट्रात कळसुबाई इथे याची उंची १६४६ मीटर तर आंबोली या ठिकाणी ती केवळ ७०० मीटर आहे. अति दक्षिणेकडे अनंतपूरम् इथे या रांगेची उंची ६६० मीटर, कलकाडू इथे १५२५ मीटर तर उधगमंडलम् (उटी) इथे २३१९ मीटर आहे.

पश्चिम घाटात अनेक पूर्व व पश्चिम वाहिनी नद्यांचे उगम आहेत. महाराष्ट्रात सह्याद्रीच्या मुख्य पर्वतरांगेपासून पूर्वेकडे पठारी प्रदेशात महादेव, अजिंठा, बालाघाट, सातमाळा अशा अनेक डोंगर रांगा पसरल्या आहेत. प्रत्येक २ डोंगर रांगांच्या दरम्यान गोदावरी, कृष्णा, भीमा अशा नद्यांची खोरी आहेत.

१६४६ मीटर या महाराष्ट्रातील सर्वोच्च उंचीच्या कळसुबाई या शिखराप्रमाणेच १५६७ मीटर उंचीचे साल्हेर व १४३८ मीटर उंचीचे हरिश्चंद्रगड ही महत्त्वाची शिखरे

या पर्वतराजीत आहेत. मुख्य पर्वत रांगेपासून पूर्वेकडे पसरलेल्या पर्वत रांगा जेथून निघतात तिथे घाट माथ्यापाशी भीमाशंकर, महाबळेश्वर, पाचगणीची पठारे आहेत. महादेव, अजिंठा, बालाघाट, सातमाळा या मुख्य पर्वत रांगांबरोबरच तोरणमाळ, वेरूळ, मुदखेड, गरमसूर डोंगर आणि दरकसा, चीरौली व गाविलगड या टेकड्यांनी सह्याद्रीचा सगळा आसमंत समृद्ध बनला आहे.

पश्चिम घाटाची भूशास्त्रीय व भूरूपिक विविधता ही उंच शिखरे, पठारे, डोंगररांगा, टेकड्या आणि दऱ्याखोऱ्यांनी खूपच समृद्ध आहे. इथे सगळ्यात जुने लाव्हाचे खडक ७ कोटी वर्षे इतके जुने आहेत. लाव्हा उद्रेकाची घटना या भागात ३ कोटी वर्षांपूर्वीपर्यंत चालू असावी.

लाव्हाच्या उद्रेकाने तयार झालेले अनेक थर इथे दृष्टीस पडतात. दर दोन थरांच्यामध्ये आढळणाऱ्या आंतरउद्रेकी (Inter- trappean) पदार्थांच्या स्वरूपावरून असेही लक्षात येते की, ज्वालामुखीच्या अनेक उद्रेकांनी हा पर्वत बनलेला आहे. या पर्वतात वरच्या भागात आढळणारे लाव्हाचे थर ५०० मीटर जाडीचे आहेत. या थरांची जाडी १३०० मीटरपर्यंत असू शकते.

मुळच्या ज्या उभ्या भेगांत लाव्हा थंड झाला त्यास कालांतराने भित्ती खडकाचे (डाईक) रूप प्राप्त झाले. भित्ती खडकांच्या अस्तित्वामुळे लाव्हाचा उद्रेक कसा झाला असावा, त्याची कल्पना येऊ शकते. दख्खन पठाराच्या दोन तृतीयांश भागात भित्ती खडक दिसून येत नसल्यामुळे उद्रेकाच्या प्रक्रियेचे स्वरूप जास्तच क्लिष्ट बनले आहे.

लाव्हाच्या उद्रेकाच्या वेळी जे वायू बाहेर पडले त्यामुळे व ब्रेशिया या खनिजयुक्त प्रवाहामुळे या खडकात अनेक लहान-मोठ्या पोकळ्या तयार झाल्याचे दिसते. सह्याद्रीत अनेक ठिकाणी, विशेषतः किल्ले असलेल्या ठिकाणी या पोकळ्या मोठ्या होऊन त्यात पाणी साठल्याचे दिसते. भूगर्भात विस्तृत जलजशैल (Aquifer) यामुळेच आढळून येतात. सह्याद्रीत विशिष्ट प्रकारच्या बेसॉल्ट खडकात दरडी कोसळण्याच्या घटना घडताना नेहमीच दिसून येतात.

पश्चिम घाटातल्या नद्यांच्या पात्रात गाळ संचयनाचे विस्तृत प्रदेश दिसून येतात. ३००० मिलिमीटर पेक्षा जास्त पाऊस जिथे पडतो त्या महाबळेश्वर, पाचगणी, माथेरान व कास याठिकाणी बेसॉल्टचे विदारण होऊन जांभा खडक तयार झाल्याचे दिसते. पश्चिम घाटाचा सगळा प्रदेश विविध प्रकारची खनिजे आणि दाट जंगले यांनी अगदी समृद्ध आहे.

या पर्वतरांगात आढळणारे डोंगर उतारावरील व नदीपात्रातील धबधबे, लाव्हाच्या थरांच्या दरम्यान असलेल्या लांब-रुंद व खोल गुहा, भित्ती खडक, एकावर एक

असलेल्या लाव्हाची स्तर रचना, ठिकठिकाणी कोसळणाऱ्या दरडी या सगळ्यांना सह्याद्रीच्या विशिष्ट अग्निजन्य भूरचनेचा आगळावेगळा असा आविष्कार आहेत! इथली वनस्पती, पाण्याचे झरे, जलाशये याबरोबरच विखुरलेल्या वस्त्या, किल्ले आणि त्यांचे विशिष्ट स्थान या सर्वांवर या अग्निज भूरचनेचाच प्रभाव आहे.

पश्चिम घाटात वारंवार डोके वर काढू लागलेल्या भूस्खलन, दरड कोसळणे, प्रवाही चिखल, मृदा घसरण अशा आपत्तींच्या पूर्वानुमानासाठी सह्याद्रीच्या या भूशास्त्रीय व भूरूपिक वैशिष्ट्यांची जाण असणे आवश्यक आहे. या सर्वच गोष्टीत सह्याद्री निर्मितीची प्रक्रिया व निर्मितीचा कालसंदर्भ यांचा विचार असेल तर त्या अधिक आशयघन व शास्त्रशुद्ध बनतात. इथे घडणाऱ्या प्रत्येक घटनेचे विश्लेषण त्यामुळे अधिक सोपे होते. आंबोली घाटाला आता पर्यायी मार्ग तयार करण्याची निकड का आहे, ते समजण्यासाठी किंवा कोलाड, प्रतापगड, ताम्हिणी, आंबा आणि करूळ या भागात दरडी कोसळण्याची ठिकाणे इतकी संवेदनशील का आहेत, भरपूर पाऊस असूनही सह्याद्रीत पिण्याच्या पाण्याचे दुर्भिक्ष का आहे, जमिनीचा कस वेगाने कमी का होत आहे, हे कळण्यासाठी इथल्या भूशास्त्रीय रचनेचे आकलन अत्यावश्यक आहे.

पश्चिम घाटात वास्तव्य करून राहणाऱ्या लोकांना सह्याद्रीच्या या भूशास्त्रीय रचनेची नेमकी जाण आहे. त्यांच्या अनुभवांचा व माहितीचा उपयोग या पर्वतातील आपत्ती प्रवण ठिकाणे शोधण्यासाठी नक्कीच करून घेत येईल. याबरोबरच या प्रदेशाचे भूतांत्रिक (Geotechnical), भूशास्त्रीय, भौगोलिक आणि भूरूपिक (Geomorphic) नकाशे अगदी शास्त्रशुद्ध पद्धतीने तयार करणेही गरजेचे आहे.

केवळ महाराष्ट्रातील सह्याद्री पर्वताचा अभ्यास असे सुचवितो की, ४०० किलोमीटर लांबीच्या आणि पर्यायाने संपूर्ण पश्चिम घाटाच्या निसर्गदत्त भूशास्त्रीय संपदेचे रक्षण करण्यासाठी आणि विविध ठिकाणांची आपत्ती प्रवणता ठरविण्यासाठी त्याचे विशिष्ट भौगोलिक विभाग करून तेथील वनसंपदा, जलसंपदा, भूशास्त्रीय जडणघडण, पर्जन्यमान, विदारण व अपक्षरण पातळी, मानवी हस्तक्षेपाचे स्वरूप व प्रमाण आणि नैसर्गिक आपत्तींची वारंवारता व तीव्रता या संदर्भात मोठी सांख्यिकी (डेटाबेस) तयार करण्याची आज गरज आहे; कारण उपलब्ध सांख्यिकी खूपच अपुरी व विखुरलेली आहे.

सह्याद्रीच्या रांगांची उंची जिथे थोडी कमी झाली आहे तिथून कोकणात जाणारे घाटरस्ते आहेत. माळशेज, बोर, ताम्हिणी, वरंध, कुंभार्ली, आंबा, करूळ, गगनबावडा, फोंडा आणि आंबोली या महाराष्ट्रातील घाटरस्त्यांच्या आजूबाजूचे पर्यावरण इतके संवेदनशील आणि आपत्ती प्रवण का झाले आहे, याचे उत्तर अशा

भूशास्त्रीय अभ्यासातून शोधण्याची गरज आहे.

अतिवृष्टी, खडकातील भेगांत पाणी जाऊन वाढलेली स्खलन प्रवणता, कमी तीव्रतेच्या सततच्या भूकंप लहरींनी भुसभुशीत झालेले भेगायुक्त खडक या आपत्तीजनक नैसर्गिक घटनांची तीव्रता जंगलतोड, रस्ते, बोगदे, सुरुंग, उतारांचे सपाटीकरण अशा नानाविध गोष्टींमुळे झपाट्याने वाढते आहे आणि पश्चिम घाटाचा लाखो वर्षे कायम राहीलेला समतोल ढासळू लागला आहे. माणसाचा आजच्याइतका बेसुमार आणि अनिर्बंध हस्तक्षेप नसता तर पश्चिम घाटाची ही कणखर आणि कठीण संरचना एवढी संवेदनशील बनली नसती हे माळीण सारख्या दुर्दैवी घटनेनंतर आतातरी मान्य करायला हरकत नसावी.

सह्याद्रीचे रक्षण म्हणजे सह्याद्रीच्या भूशास्त्रीय वारशाचे रक्षण. इथल्या कठीण आणि दुर्गम प्रदेशात पसरलेल्या वस्त्यांचे रक्षण. जलाशये, झरे, डोंगर उतार आणि खडकांचे रक्षण.

आज अनेक जण सह्याद्रीच्या संरक्षणाचे मनापासून प्रयत्न करीत आहेत. त्याच्या होणाऱ्या ऱ्हासामुळे आणि हानीमुळे व्यथित होत आहेत. सह्याद्रीच्या होत असलेल्या हानीला आपणच कारणीभूत आहोत, हे आता अनेकांच्या लक्षात आले आहे पण तरीही त्याच्या रक्षणाचे आणि त्या प्रदेशातील वैविध्याच्या जोपासनेचे प्रयत्न तोकडेच पडताहेत. सह्याद्रीच्या भूशास्त्रीय वारशाचे नेमके आकलन या सगळ्याच प्रयत्नांना नेमकी दिशा देण्यासाठी नक्कीच फायद्याचे ठरेल, असे वाटते.

पश्चिम घाटाला 'वर्ल्ड हेरीटेज साईट'चा दर्जा मिळण्यामागे या सगळ्या भूशास्त्रीय व भौगोलिक संपदेचाही मोठा वाटा आहे, यात शंका नाही!

२१ | दूरसंवेदन

दूरसंवेदन (Remote Sensing) हे एक अतिशय प्रगत असे तंत्रज्ञान आहे. जगभरातील व भारतीय उपग्रह मालिकेतील उपग्रहांनी पृथ्वीविषयी पाठविलेल्या माहितीने दूरसंवेदन व दूरसंचार क्षेत्रात क्रांती घडवून आणलेली आहे. भारत या तंत्रज्ञानात इतर देशांइतकाच किंबहुना काही बाबतीत त्यांच्याही पेक्षा थोडा पुढेच आहे.

उपग्रहीय आय. आर. एस. आणि इनसाट श्रेणीतील उपग्रह पृथ्वीविषयी मोठ्या प्रमाणावर माहिती उपलब्ध करून देत आहेत. आपल्या देशातील नैसर्गिक

साधन संपत्तीबद्दल सविस्तर सांख्यिकी त्यामुळेच सातत्याने मिळते आहे. पृथ्वीवरील वनस्पती, मृदा, पाणी, खडक व खनिजे अशा अनेकविध घटकांची सातत्याने व भरपूर माहिती मिळविणे हाच या तंत्राचा मुख्य उद्देश आहे.

१९७२मध्ये नासाकडून (NASA) सर्वप्रथम सांख्यिकी मिळू लागल्यानंतर आपण या क्षेत्रात मोठी प्रगती केली आहे. आज IRS व INSAT श्रेणीतील सूर्यानुगामी (sun synchronous) व भूस्थिर (Geostationary) उपग्रह हवामान आणि नैसर्गिक साधन संपत्तीची माहिती, सांख्यिकी स्वरूपात, प्रतिमांच्या स्वरूपात आणि आता त्रिमित स्वरूपातही उपलब्ध करून देत आहेत.

Oceansat, Resourcesat, Cartosat, Metsat व Edusat असे विशिष्ट माहिती देणारे उपग्रहही आपल्याला फायद्याचे ठरत आहेत. त्यांनी दिलेल्या माहितीचा नागरी भूमिउपयोजन, खारभूमी व्यवस्थापन, भूस्खलन नियंत्रण, पूर नियंत्रण व व्यवस्थापन, जंगलांचे व मृदांचे सर्वेक्षण आणि संधारण यात चांगला उपयोग करून घेता येत आहे.

आज पृथ्वीवरील पाण्याचे साठे, शेतीचे उत्पादन, प्रवाळ प्रदेश, खारफुटी जंगले, शहरांचा विस्तार, जंगलांची घनता व त्यांच्या ऱ्हासाचे प्रमाण याबरोबरच मान्सून सारख्या क्लिष्ट यंत्रणेतील ढग, बाष्प, तापमान यांचे योगदान अशा विविध गोष्टींसंबंधी विस्तृत माहिती साठा दूरसंवेदन तंत्रामुळे उपलब्ध होतो आहे.

विविध आपत्तींचे सूचन (वार्निंग), हवामान भाकीत (वेदर फोरकास्टिंग), शेती उत्पादनाचे भाकीत, अशा महत्त्वाच्या निर्णय प्रक्रियेत हवाई छायाचित्रे व उपग्रह प्रतिमांचा उत्तम प्रकारे उपयोग केला जात असल्याचे दिसते.

पृथ्वीवरच्या निरनिराळ्या घटकांची जी माहिती या तंत्राने मिळते ती अगदी बिनचूक असते. एवढेच नाही, तर त्या माहितीची साठवण करून ठेवणेही तितकेच सोपे असते; तशी ती केलीही जाते. संगणकावर, टेपवर, व्हिडिओवर ही माहिती सहजपणे साठविता येते व केव्हाही मिळविताही येते. बहुमुखी प्रतिमांनी (मल्टीपल इमेजिंग) ही या तंत्रातील नावीन्यपूर्ण कल्पना आहे यात एकापेक्षा अधिक वर्णपटात चित्रण, एकाच प्रदेशाचे अनेक ठिकाणांहून केलेले चित्रण, एकाच प्रदेशाचे अनेक दिवशी केलेले व अनेक कोनातून केलेले चित्रण समाविष्ट असते. त्यामुळेच पूर, त्सुनामी यासारख्या आपत्तींच्या व्यवस्थापनात, जिथे पटकन् निर्णय घेणे आवश्यक असते अशा प्रसंगी या तंत्राचे महत्त्व केवळ विलक्षण असते.

आज या तंत्रज्ञानात पर्यावरणाची अचूक माहिती मिळावी म्हणून अनेक प्रगत अशा सुधारणा करण्यात आल्या आहेत. वने आणि जंगले यांच्या वितरणात

आणि घनतेत होत असलेले बदल, जलाशयात होत असलेले फेरबदल, मृदांची प्रत व विस्तार यात दिसणारे बदल, याचबरोबर शहरी वस्त्या, भूमी उपयोजन यात झपाट्याने होत असलेले बदल यांचे मापन व पर्यावरणातील सर्वंकष बदलांचा अभ्यास हेच या तंत्रज्ञानाचे मुख्य उद्दिष्ट बनले आहे.

या तंत्रातून मिळालेली माहिती, पारंपरिक पद्धतीने मिळविलेल्या माहितीपेक्षा अधिक नेमकी व बिनचूक असते. भारतात होत असलेल्या नागरी भूमिउपयोजन, खारभूमी व्यवस्थापन, भूस्खलन नियंत्रण, पूर नियंत्रण व व्यवस्थापन, जंगलांचे व मृदांचे सर्वेक्षण आणि संधारण या व अशा सर्व प्रक्रियात प्रगत दूरसंवेदन तंत्राचा उपयोग जास्तीत जास्त होणे गरजेचे झाले आहे, यात शंका नाही.

दूरसंवेदन तंत्र हे पर्यावरण अभ्यासाचे साधन व्हावे, पर्यावरणाच्या विविध समस्यांवर यातून नेमकी व अचूक उत्तरे मिळावी यादृष्टीने हे तंत्र अधिकाधिक प्रगत करण्याचे जगभर प्रयत्न चालू असल्याचे दिसते. पर्यावरण अभ्यासासाठी अति उच्च वियोजन (High resolution) प्रतिमांची व त्रिमित प्रतिमांची आवश्यकता भासत असल्यामुळे त्या मिळविण्याचे प्रयत्नही सातत्याने चालू आहेत.

पृथ्वीच्या पृष्ठभागावरील जंगले, वनस्पती, जलाशये, वाळवंटे यावरून जेव्हा सूर्यप्रकाश, विद्युतचुंबकीय प्रारणाच्या स्वरूपात परावर्तित होतो, तेव्हा परावर्तित प्रावरणात विविध तरंगलांबीचे विभाग ओळखता येतात. ज्या प्रदेशावरून ही ऊर्जा परावर्तित होते, तो कशा प्रकारचा आहे यावर तरंगलांबीचे वितरण ठरते. विविध संवेदके वापरून पृथ्वीवरील निरनिराळे भूप्रदेश, भूरूपे, भूआकार, शेतजमिनी, शहरे, नद्या–उपनद्या, जंगलव्याप्त प्रदेश, क्षारजमिनी, पूरग्रस्त प्रदेश अगदी सहजपणे ओळखता येतात. त्यांचे मापन करणे व त्यात होणारे बदल अभ्यासणेही शक्य होते.

दूरसंवेदनासाठी भूस्थिर व सूर्यगामी अशा दोन प्रकारचे उपग्रह वापरले जातात. भूस्थिर उपग्रह साधारणपणे ३६ हजार किलोमीटर उंचीवर स्थिर असतात. यांचा उपयोग मुख्यत: हवामानासंबंधीच्या घटकांचा अभ्यास करण्यासाठी केला जातो. सूर्यगामी उपग्रह कमी उंचीवर म्हणजे केवळ एक हजार किलोमीटर उंचीवर असतात. त्यांची कक्षा उत्तर–दक्षिण ध्रुवीय व वर्तुळाकृती असते. ते कमी उंचीवर असल्यामुळे पृथ्वीच्या पृष्ठाचे स्पष्ट चित्रण करू शकतात. पश्चिमेकडून पूर्वेकडे फिरणाऱ्या पृथ्वीवरील एकाच रेखावृत्तावरील सर्व ठिकाणे साधारणपणे एकाच वेळी चित्रित होऊ शकतात.

हवाई छायाचित्रण हाही दूरसंवेदन यंत्रणेचाच एक भाग आहे. हे छायाचित्रण भूप्रदेशाच्या सर्वेक्षणाचे एक प्रभावी व अचूक तंत्रज्ञान आहे. भूपृष्ठावरील विविध प्रदेशांच्या उंचीची नेमकी कल्पना देण्याची या तंत्राची कुवत खरोखरच आश्चर्यकारक

आहे. या छायाचित्रातून सगळा प्रदेश आपण त्रिमित स्वरूपात (थ्री डायमेन्शन) वाचू शकतो, ही या तंत्राची मोठी ताकद आहे. हवाई छायाचित्रण हे उपग्रह दूरसंवेदनापेक्षा (सॅटेलाईट रिमोट सेन्सिंग) जास्त उपयुक्त आहे; कारण हे चित्रण कमी उंचीवरून केलेले असल्यामुळे पृथ्वीचे बारीकसारीक विवरण (डिटेल्स) त्यात सहजपणे दिसते.

उपग्रह प्रतिमांची उपयुक्तता भरपूर आहे यात शंका नाही. विस्तृत भूभागावरील ठळक, भूशास्त्रीय व भूपृष्ठ आवरण घटनांचे उत्तम प्रकारे मापन यांच्या साहाय्याने करता येते. युद्धजन्य परिस्थितीत दूरसंवेदन तंत्राला महत्त्व आहे. सर्व तऱ्हेच्या विकास योजना, भूरचना, मृदा, शेती, वने, भूजल, वस्त्या यांचे नियोजन, राष्ट्रीय मानचित्रण (नॅशनल मॅपिंग), पूरनियंत्रण, विपत्ती व्यवस्थापन यांसारख्या क्षेत्रातला उपग्रह प्रतिमांचा व हवाई छायाचित्रांचा वापर व हरघडी वाढता उपयोग भारताला खूपच फायदेशीर ठरतो आहे.

हैदराबाद येथील राष्ट्रीय दूरसंवेदन केंद्राच्या (नॅशनल रिमोट सेन्सिंग सेंटर) वतीने भारतीय उपग्रहामार्फत मिळालेल्या माहितीचे संकलन, विश्लेषण, प्रसारण ही कामे केली जातात. सर्व प्रकारच्या आय.आर.एस. उपग्रहांवरून मिळालेल्या माहितीचे ग्रहण व विश्लेषण करणे व देशातील संशोधन आणि शैक्षणिक संस्थांना ही माहिती पुरविणे इत्यादी महत्त्वाची कामे इथूनच होतात. तसेच महत्त्वाच्या विषयांवर प्रशिक्षण वर्गही घेतले जातात. दूरसंवेदन तंत्र वापरून मिळणाऱ्या माहितीचे योग्य उपयोजन व्हावे यासाठी प्रशिक्षित व्यक्तींची गरज असते. राष्ट्रीय दूरसंवेदन केंद्राच्या वतीने या क्षेत्रात तज्ज्ञ असे तंत्रज्ञ व शास्त्रज्ञ तयार होण्यासाठी मोठ्या प्रमाणावर प्रयत्न केले जातात.

उपग्रह प्रतिमांचे वाचन व त्यांचा योग्य उपयोग शेती, मृदा, वने, भूशास्त्र, भूरूपशास्त्र, भूमिउपयोजन, सागरशास्त्र अशा विविध क्षेत्रांत केला जातो. त्यामुळे तीन महिन्यांच्या कालावधीचा उपग्रह प्रतिमांचे वाचन, त्यावरील प्रक्रिया, जी.आय.एस.चा वापर यासाठी एक कोर्स, केवळ जी.आय.एस.च्या उपयोजनांवर आधारित एक महिन्याचा कोर्स व काही विशिष्ट विषयांकरिता तयार केलेले छोट्या कालावधीचे कोर्स या केंद्रामार्फत चालवले जातात. याकरिता इच्छुक विद्यार्थी हा कमीत कमी पदवीधर – तोही विज्ञानातील पदवीधर असणे गरजेचे असते. संगणकाचे ज्ञान व क्षेत्र अभ्यासाचा अनुभव असणेही गरजेचे असते.

हैदराबाद, डेहराडून, बेंगळुरू या ठिकाणी हे कोर्स चालविले जातात. बेसिक फोटोग्रॅमेट्री, फॉरेस्ट्री, इकॉलॉजी, मरीन सायन्स, अर्बन प्लॅनिंग, हायड्रॉलॉजी, जिओइन्फर्मेटिक्स, लँड इन्फर्मेशन सीस्टिम, कोस्टल झोन मॅनेजमेंट, हझार्ड ॲन्ड

रिस्क मॅनेजमेंट अशा बहुविध विषयांसाठी वेगवेगळ्या कालावधीसाठी हे कोर्स उपलब्ध आहेत. विशिष्ट विषय प्रशिक्षणा (थीम स्पेसिफिक ट्रेनिंग)मध्ये डिसीजन मेकिंग, जी.आय.एस. मॉडेलिंग, वॉटर रिसोर्स इव्हॅल्यूएशन असेही कोर्स असतात. याशिवाय प्रादेशिक पातळीवरही दूरसंवेदनातील प्रशिक्षण वर्ग प्रादेशिक केंद्रांमार्फत चालविले जातात. इथे एक ते तीन आठवडे इतक्या मर्यादित कालखंडासाठीही प्रशिक्षण दिले जाते.

दूरसंवेदन तंत्रज्ञानातील अभ्यासक्रम पूर्ण केलेल्यांसाठी सरकारी व निमसरकारी आणि खासगी क्षेत्रात अनेक संधी उपलब्ध आहेत. विविध संशोधन प्रकल्पांतही दूरसंवेदन तंत्राची माहिती असणाऱ्यांची, उपग्रह प्रतिमा व हवाई छायाचित्रांचे वाचन (इंटरप्रिटेशन) करता येणाऱ्यांची, तसेच प्रतिमा व छायाचित्रांवरून मोजमापे करू शकतील अशा व्यक्तींची गरज या सर्वच क्षेत्रांत आहे. या क्षेत्रातील निपुण लोकांची आवश्यकता भविष्यात आणखीनच वाढणार आहे, यात शंका नाही.

२२ | भू-माहितीशास्त्र

जिओइन्फर्मेटिक्स म्हणजे भू-माहितीशास्त्र. आज खऱ्या अर्थाने आंतरविद्या शाखीय (Interdisciplinary) स्वरूप असलेली एक विज्ञान शाखा. भारतासारख्या शेती प्रधान व खेड्यांनी बनलेल्या विस्तृत आणि प्रगत देशासाठी आज या विषयाचे महत्त्व केवळ अनन्यसाधारण असेच आहे.

एखाद्या ठिकाणाचे भू-संदर्भित स्थान, तेथील भौगोलिक परिस्थिती, तेथील विविध घटना आणि घटक यांत आढळणारे आकृतिबंध आणि वृत्ती, त्यावर आधारित तयार केली जाणारी प्रतिमाने (Models) आणि निर्णय प्रक्रिया अशा अनेकविध गोष्टींचा या शास्त्रात समावेश होतो.

पृथ्वी पृष्ठावरील कोणत्याही ठिकाणाचे भू-अभिक्षेत्रीय (Geospatial) दृश्य हे यात सर्वांत महत्त्वाचे ! निरनिराळ्या उपग्रह प्रतिमा, त्यांचे अवरक्त तरंग (Infrared) दृश्य, औष्णिक (Thermal) पट्टे यांचा या शास्त्रात भरपूर उपयोग केला जातो. पर्यावरणदृष्ट्या संवेदनशील प्रदेशांचा अचूक व नेमका अभ्यास हासुद्धा याच तंत्राने उत्तम पद्धतीने केला जातो. यात समाविष्ट असलेल्या शास्त्रीय संकल्पना व त्यांचा उपयोग, पर्यावरणाची प्रत वाढविण्यासाठी आणि माणसाचे जीवन अधिक सुकर

करण्यासाठी या तंत्राचा केला जाणारा उपयोग या गोष्टी केवळ अचंबित करणाऱ्या अशाच आहेत.

जागतिक तापमान वाढ, शहरीकरण, समुद्रातील मत्स्य साठ्यांचे फायटो प्लांक्टन वरून केलेले संशोधन, आपत्ती व्यवस्थापन, मोसमी पावसाच्या वृत्ती, हवामान बदल, सागर पातळीतील बदल, भूस्खलन, अशा विविध समस्यांत या शास्त्राचा परिणामकारकपणे उपयोग करता येतो. जलप्रणाली व जलोत्सारणशास्त्र, हवामानशास्त्र, सागर विज्ञान, भूरूपशास्त्र, मृदाशास्त्र, भूकंपशास्त्र, ज्वालामुखीय विज्ञान अशा शास्त्रांच्या साहाय्याने तयार होणारा, प्रचंड माहिती साठा ही या विषयाची मूलभूत गरज आहे. या माहिती साठ्यांची सुसूत्रपणे मांडणी करून, ती एखाद्या समस्येच्या उत्तरासाठी वापरणे, हा या शास्त्राचा महत्त्वाचा हेतू आहे. आजपर्यंत हे शक्य झाले नव्हते. पण आता भू-माहितीशास्त्रामुळे हे सहज शक्य झाले आहे.

आज परदेशी व भारतीय विद्यापीठात या विषयात शिक्षणाच्या संधी उपलब्ध आहेत. समस्येचे पूर्ण आकलन आणि मापन करणे या मुख्य हेतूंच्या पूर्तीसाठी भूगोल व भूशास्त्र याबरोबरच इतर विद्या शाखांचाही उपयोग यात केला जातो. संख्याशास्त्र, गणित आणि अभियांत्रिकी यातील संकल्पना यासाठी खूपच उपयुक्त ठरतात. प्रोग्रामर, ॲनॅलिस्ट, डेव्हलपर, टेक्निशिअन, सर्वेयर आणि अभियंता असे अनेक प्रकारचे मोठ्या पगाराचे जॉब मुंबई, पुणे, बेंगळुरू, म्हैसूर, दिल्ली इथे मिळू शकतात.

२३ | जिओमॅटिक्स

अनेक विज्ञान शाखा व त्यातील संकल्पना आणि तंत्रे यांचा वापर करून अधिक उपयुक्त नकाशे व माहिती देऊ शकणारी, फार मोठा आवाका असलेली, जिओमॅटिक्स (Geomatics)ही आधुनिक संकल्पना आहे. ज्या सांख्यिकीला अभिक्षेत्रीय (Spatial) संदर्भ आहेत अशा सांख्यिकीचे संकलन, साठवण, प्रक्रिया, त्यानंतर त्या माहितीची पुनर्रचना व नवीन, अचूक स्वरूपात मांडणी, असे जिओमॅटिक्सचे सर्वसाधारण स्वरूप आहे.

भूपृष्ठभाग, सागर-महासागर, वातावरण यासंबंधीची कृत्रिम उपग्रहाच्या साहाय्याने मिळालेली माहिती, ही प्रामुख्याने अभिक्षेत्रीय स्वरूपाची असते. याच माहितीचा वापर जिओमॅटिक्समध्ये केला जातो. अभिक्षेत्रीय संदर्भासहित मिळणाऱ्या माहितीचे

किंवा सांख्यिकीचे नित्याच्या माहितीमध्ये रूपांतर करण्याची तंत्रेही जिओमॅटिक्समध्ये समाविष्ट आहेत. नेमकेपणा व अचूकपणा ही जिओमॅटिक्समधून मिळालेल्या माहितीची वैशिष्ट्ये आहेत; म्हणून तिचे उपयोजन क्षेत्रही फार मोठे आहे.

जिओमॅटिक्समध्ये वेगाने होणारी प्रगती ही संगणक तंत्रज्ञान, संगणकशास्त्र, अभियांत्रिकी, दूरसंवेदन तंत्रज्ञान यातील प्रगतीचाच परिणाम आहे. आजच्या प्रगत जिओमॅटिक्समध्ये जिओडसी, भू-सर्वेक्षण, स्थाननिश्चिती यंत्रणा, नॅव्हिगेशन, कार्टोग्राफी, फोटोग्रॅमेट्री, जी.आय.एस., टेरेन मॉडेलिंग अशा बहुविध शाखांतील संकल्पनांचा व तंत्रांचा समावेश आहे.

पर्यावरणीय समस्यांचे समाधान, भू-व्यवस्थापन, नागरी नियोजन, किनारपट्ट्यांचे व्यवस्थापन, उत्खनने, आपत्ती व्यवस्थापन अशा अनेक क्षेत्रांत जिओमॅटिक्सचे उपयोजन वाढते आहे; पण अजूनही त्याची व्याप्ती व उपयुक्तता अनेकांना फारशी माहिती नाही. 'हायड्रोग्राफी' सारख्या विषयात तर 'जिओमॅटिक्स'ची उपयुक्तता आश्चर्यचकित करणारी आहे. पूर्वी केवळ नाविक नकाशे तयार करणे, समुद्रतळाचे मापन करणे, यांसारख्या गोष्टी हायड्रोग्राफीअंतर्गत होत असत. आता हायड्रोजिओमॅटिक्समध्ये सर्व प्रकारच्या जलसाठ्यांच्या पर्यावरणासंबंधी सर्व प्रकारची सांख्यिकी गोळा केली जाते व या सर्व सांख्यिकीस भूअभिक्षेत्रीय संदर्भ दिला जातो.

सांख्यिकीला दिला जाणारा स्थानसंदर्भ(Geo-reference) हे 'जिओमॅटिक्स'चे महत्त्वाचे वैशिष्ट्य आहे व जिओमॅटिक्सची विश्वासार्हताही त्यावरच अवलंबून आहे.

जगभरात जिओमॅटिक्स कंपन्या आज अनेक असल्या तरी त्या लहान आहेत. बऱ्याच वेळा मोठ्या कंपन्यांतून जिओमॅटिक्ससंबंधीची कामे चालतात. क्षेत्रभेटी (Field Visits) हे या व्यवसायाचे आणखी एक महत्त्वाचे अंग. त्यामुळे जिओमॅटिक्सअंतर्गत कामे करणाऱ्यांची अनेक दिवस घराबाहेर राहण्याची तयारी असावी लागते.

जगातील विशेषत: कॅनडा व अमेरिकेतील अनेक विद्यापीठांच्या भूगोल, भूशास्त्र, सिव्हिल इंजिनिअरिंग, जिओडसी या विषयांच्या पदव्युत्तर अभ्यासक्रमात जिओमॅटिक्स विषय शिकवला जातो.

भारतात अनेक क्षेत्रांत जिओमॅटिक्सचे ज्ञान वापरून माहिती अद्ययावतीकरण करता येणे शक्य आहे. पर्यटन नकाशे, भूमी उपयोजन नकाशे, नाविक नकाशे अशा सर्व उपलब्ध नकाशांचे, हवाई छायाचित्रे व उपग्रह प्रतिमा वापरून अद्ययावतीकरण करणे व ते अधिक अचूक व माहितीपूर्ण करणे खरे तर आवश्यकच आहे. शहर नियोजनाचे उपलब्ध नकाशे, याच प्रकारे अचूक व जास्त उपयुक्त करता येतात.

भूस्खलन, दरडी कोसळणे, पूर अशा आपत्तींची तीव्रता व स्थाने दर्शविणारे नकाशे नव्याने तयार करता येतील. पाणलोट व नदी खोऱ्यांचा अभ्यास, नैसर्गिक साधनसंपत्तीचे मापन, हेही नेमकेपणाने करण्यासाठी जिओमॅटिक्सचा वापर करता येईल.

भारतात व्यवसायाच्या अनेक संधी निर्माण करून देण्याची जबरदस्त ताकद जिओमॅटिक्समध्ये आहे. विविध संस्था, कंपन्या, विद्यापीठे यांनी त्याकरिता जिओमॅटिक्समध्ये पारंगत व्यक्ती मिळतील अशा प्रकारे, जिओइन्फर्मेटिक्स अथवा जी.आय.एस.प्रमाणे सर्टिफिकेट व डिप्लोमा कोर्सेस सुरू करण्याची गरज आहे. मुंबई, पुणे, ठाणे इथे जी.आय.एस.शी निगडित कामे करणाऱ्या ज्या संस्था आहेत त्यांना 'जिओमॅटिक्स'मध्ये पारंगत व्यक्ती अभावानेच मिळतात. ही अडचणही यातून दूर होईल व व्यवसायांचे एक नवे दालन उघडे होईल, यात शंका नाही.

२४ | फॉरेस्ट्री

जंगले आणि वृक्ष लागवड यांच्या व्यवस्थापनाचा शास्त्रीय अभ्यास फॉरेस्ट्रीमध्ये केला जातो. वृक्ष आणि जंगले यांची वाढ, देखभाल, संवर्धन आणि त्यातून मिळणाऱ्या लाकूडजन्य उत्पादनात वाढ, वन्य जीवांच्या वसाहतींना प्रोत्साहन, नैसर्गिक जलस्रोतांची जोपासना व व्यवस्थापन, भूदृश आणि जंगलातील वस्त्यांचे संरक्षण, जैवविविधतेची जोपासना, नदीखोऱ्यांचे व्यवस्थापन, झीजेपासून जमिनींचे संरक्षण आणि कार्बन–डाय–ऑक्साईड जतन करण्याचे एक उत्तम क्षेत्र अशा विविध उद्देशांनी वनांचा अभ्यास व संरक्षण असे या विषयाचे स्वरूप आहे. आज फॉरेस्ट्री या विषयाला जगभरातच, जीव आवरणाचा (Biosphere) महत्त्वाचा घटक म्हणून मान्यता मिळालेली आहे.

वन अधिकारी आणि वन शास्त्रातील तज्ज्ञ हे मुख्यतः सरकारी खाती, वन संवर्धन संस्था, टिंबर उद्योग, नागरी उद्यान मंडळ, खाजगी जमीनमालक यांच्यासाठी कामे करतात. उद्योग क्षेत्रातील वन अधिकारी, वृक्ष लागवड, संवर्धन, वाढ यांचे अतिशय शास्त्रशुद्ध असे नियोजन प्रथमपासूनच करतात. शहरे, महानगरे यातील वन क्षेत्रपाल शहरातील मोकळ्या जागांमध्ये वृक्ष लागवड संवर्धनाचे नियोजन करतात. अनेक ठिकाणी वन अधिकाऱ्यांमार्फत नवीन लागवडीसाठी रोपवाटिकाही तयार

केल्या जातात.

भौगोलिक माहिती प्रणालींचा (GIS) वापर करून आजकाल व्यावसायिक वनतज्ज्ञ झाडांची वाढ मोजणे, त्यावरील किटाणूंचा प्रादुर्भाव तपासणे, कीड, रोग नष्ट करण्याचे मार्ग शोधणे आणि वन व्यवस्थापनाचे नियोजन करणे या गोष्टी शास्त्रीय पातळीवर करतात.

वन व्यवस्थापन हे आता अगदी शास्त्रोक्त पद्धतीने करता येते. स्थानिक आणि प्रादेशिक पातळीवर नैसर्गिकरीत्या वाढणाऱ्या झाडांची परिपूर्ण यादी तयार करून झाडांच्या विविध जाती-प्रजातींचा आणि प्रदेशांच्या उंचसखलपणाचा, उतारांचा, मृदेचा सहसंबंध तपासणे हे आजच्या वन संशोधनाचे महत्त्वाचे अंग आहे. वन संवर्धनाच्या व व्यवस्थापनाच्या योजनांचा विचार करताना प्रदेशातील रस्त्यांचे जाळे, वस्त्यांचे वितरण, त्यांची समीपता, हवामान, भूमी उपयोजन यांचा सविस्तर अभ्यास केला जातो. जंगलापासून मिळणारे जळाऊ लाकूड, बांधकामासाठी उपयुक्त लाकूड, कागद निर्मितीसाठी उपलब्ध होऊ शकणारे लाकूड आणि औषधी वनस्पती या सर्वांचा अभ्यास व त्यातील संशोधन 'फॉरेस्ट्री' या विषयात केले जाते. बेकायदेशीर जंगलतोड व पर्यावरणाचा ऱ्हास, जंगलातील प्राण्यांच्या शिकारी, वणवे आणि चराऊक्षेत्र म्हणून वन प्रदेशांचा केला जाणारा वापर या आजकालच्या फॉरेस्ट्रीच्या महत्त्वाच्या समस्या आहेत. त्यामुळेच वन व्यवस्थापनाच्या योजना, नवीन वृक्ष वाढ, लागवड, वृक्ष तोडीवर निर्बंध आणि कायदेशीर कारवाई यांचा विचार यात अग्रक्रमाने केला जातो.

उष्ण कटिबंधीय व विषुववृत्तीय प्रदेशातील वन संशोधन ही फॉरेस्ट्रीची एक स्वतंत्र शाखा आहे. साग वृक्षाचे संवर्धन व संरक्षण हा त्याचाच एक भाग आहे. जगभरातल्या विविध पर्यावरणीय परीसंस्थांमध्ये फॉरेस्ट्रीतील संशोधनास मोठा वाव आहे. दरडी कोसळणे व भूस्खलन होणाऱ्या प्रदेशात जंगलांच्या संरक्षणामुळे जमिनींना आधार मिळून दरडी कोसळण्याचे प्रमाण कमी करता येते.

वन व्यवस्थापनाच्या या विलक्षण आव्हान असलेल्या आणि निसर्गसंरक्षणाच्या दृष्टीने अतिशय महत्त्वपूर्ण असलेल्या क्षेत्रात प्रावीण्य मिळविण्यासाठी, जीवशास्त्र, वनस्पतीशास्त्र, भूगोल, मृदाविद्यान, हवामानशास्त्र, जलविज्ञान याबरोबरच अर्थशास्त्र, समाजशास्त्र आणि राज्यशास्त्रातील ज्ञान नेहमीच फायदेशीर ठरते.

भारतात वन संरक्षण व व्यवस्थापनातील पदवी कृषी विद्यापीठे व वन संशोधन अनुसंधान (Forest Research Institute) यांच्यामार्फत दिली जाते. बी.एस्सी. पदवी प्रमाणेच या विषयात एम.एस्सी. व पीएच.डी. पदवीपर्यंत शिक्षण घेता येते.

बऱ्याच ठिकाणी बारावीनंतर बी.एस्सी. करता प्रवेश घेता येतो.

महाराष्ट्रातील पंजाबराव देशमुख कृषी विद्यापीठ, कोकण कृषी विद्यापीठ, तमिळनाडूतील कोईम्बतूर येथील शेतकी महाविद्यालय, जबलपूर येथील जवाहरलाल कृषी विद्यापीठ, ओरिसातील भुवनेश्वर येथील ओरिसा कृषी विद्यापीठ अशा अनेक ठिकाणी या पदवीसाठी प्रवेश घेता येतो.

२५ | जिओट्रिझम

पर्यटन व्यवसायाचा व पर्यटन वृत्तीचा वाढता विस्तार आणि त्याची गरज लक्षात घेऊन, 'निसर्ग पर्यावरणास हितैषी' अशा नवनवीन संकल्पना सध्या पुढे येत आहेत. जिओटुरिझम ही त्यातलीच एक कल्पना.

आपल्याला लाभलेल्या दैवदुर्लभ निसर्गाचा आपणच चालविलेला नाश, त्याचे बिघडणारे संतुलन व त्यामुळे पर्यावरणाची आणि भूदृश्यांची अशक्य वाटणारी पुनर्निर्मिती याबद्दल सर्वांनाच चिंता वाटते आहे. या संदर्भात विविध देशात चाललेले प्रयोग पर्यटनातील निसर्ग जतनाचा मुद्दा विशेषत्वाने मांडीत आहेत. भारतासारख्या, भूरूपांनी समृद्ध असलेल्या देशात तर या संकल्पनेला खूपच महत्त्व आहे.

जिओसाईट्स, जिओटोप्स, जिओमॉर्फोसाईट्स व जिओपार्क्स अशा विविध संज्ञांनी जिओटुरिझमची कल्पना मांडण्यात येते. प्रदेशाच्या भौगोलिक वैशिष्ट्यानुसार या नवीन पर्यटन प्रकारचे महत्त्वही लक्षात आणून दिले जाते.

जिओटुरिझममध्ये मुख्य भर हा एखाद्या विशिष्ट प्रदेशातील नैसर्गिक भूरूपे व भू-आकार यांनी बनलेल्या भू-दृश्यांकरिता केलेल्या पर्यटनावर असतो त्यामुळे अशी ठिकाणे शोधणे व त्यांच्या पर्यटन क्षमतेचे मूल्यमापन करणे या गोष्टी यात महत्त्वाच्या ठरतात. संपूर्ण सह्याद्री किंवा त्यातील कासचे पठार, रायरेश्वर पठार अशी उत्तम भूपर्यटन ठिकाणे म्हणून ओळखणे जिओटुरिझममध्ये केले जाते. महाराष्ट्राच्या किनाऱ्याची विविध वैशिष्ट्ये पाहता ही किनारपट्टी हे एक उत्तम 'भू-पर्यटन ठिकाण' (जिओसाईट) म्हणून सांगता येते. अशी अनेक ठिकाणे भारताच्या विविध भागातून ओळखून त्यांना जिओसाईटचा दर्जा देणे आणि त्यांचे रूपांतर जिओपार्कमध्ये करणे अशा पद्धतीने 'भू-दृश्य पर्यटन' किंवा 'जिओटुरिझम' निश्चितच वाढविता येईल.

इको टुरिझम (निसर्ग पर्यटन)पेक्षा जिओटुरिझम (भू-दृश्य पर्यटन) ही संकल्पना

पर्यटकाला निसर्गाच्या अधिक जवळ नेणारी आहे. कोणत्याही प्रदेशातील पर्यावरण हे प्रामुख्याने तिथल्या भू-दृश्यांचाच परिणाम असते. पर्वतीय पर्यावरणावर पर्वताच्या विविध गुणधर्मांचा खूप मोठा परिणाम नेहमीच झालेला दिसतो. त्यामुळे पर्वत, मैदाने, नद्या, समुद्र किनारे, हिमनद्यांचे प्रदेश अशी भू-दृश्ये समोर ठेवून पर्यटन केले तर ते अधिक आनंददायी होते. हे समजण्यासाठी हिमालय, सह्याद्री, मिसिसिपी, गोबीचे वाळवंट अशी उदाहरणे देता येतील.

प्रत्येक देशासाठी अथवा राज्यासाठी अशा वैशिष्ट्यपूर्ण जिओसाइट्सची संपूर्ण माहिती देणारा कॅटलॉग असण्याची गरज आहे. भूरूपाच्या निर्मितीमागचा इतिहास, त्याची प्राचीनता, अखंडता व निर्मिती अशा गोष्टींचे मानवी मनाला निश्चितच आकर्षण वाटत असते. हिमालयासारख्या पर्वताची जडणघडण, ब्रम्हपुत्रेसारख्या नद्यांची विस्तीर्णता, सह्याद्रीच्या कडे-कपाऱ्यांचा राकटपणा अशा सर्व गोष्टीत भूरूप-पर्यटनाचे सर्व गुणधर्म एकवटलेले आहेत.

आपल्याकडे सध्या किनारी पर्यटनाचे फार मोठे आकर्षण पर्यटकांना वाटते आहे. जिओटुरिझम या नवीन संकल्पनेनुसार किनारी पर्यटनास वेगळी दिशा देऊन ते अधिक उपयुक्त व पर्यावरणहितैषी करता येईल. समुद्राच्या लाटांशी खेळणे, वाळूतून भटकंती करणे, होडीतून फेरफटका मारणे यापेक्षा खूप वेगळ्या गोष्टी या पर्यटनात समाविष्ट आहेत.

निसर्गाच्या जवळ जाण्याचा आणि त्याच्या विशालतेचा व ताकदीचा अंदाज येण्यासाठी तो समजून घेणे महत्त्वाचे. किनारी पर्यटनाचा खरा आनंद हा किनाऱ्यावरील वाळूच्या टेकड्या, खाड्या, पुळणी, समुद्राची खोली, भरती-ओहोटीचे चक्र समजावून घेणे यातच आहे. त्यासंबंधीची माहिती पत्रके, धोकादायक प्रदेशांचे स्थान दाखविणारे नकाशे उपलब्ध करणे हे यासाठी महत्त्वाचे असते. २ दिवसांची मौजमजा यापेक्षा निसर्गवाचन करता येण्याची संधी मिळवून देणे व पर्यटकांची तशी मानसिकता बदलणे हा जिओटुरिझमचा मुख्य उद्देश आहे. जागतिक स्तरावर होणारे भूरूपातील बदल, त्यांची होणारी हानी, मानवी हस्तक्षेपांचा परिणाम या समस्यांचा विचारही यात केलेला असतो. यामुळे पर्यावरण रक्षणाबरोबरच पर्यटनाचा आनंदही घेता येतो, असे जिओटुरिझम संकल्पनेचा आग्रह धरणाऱ्या सर्वांनाच मनापासून वाटते. आपल्याकडे त्या दृष्टीने खूप मोठ्या प्रमाणावर प्रयत्न होणे गरजेचे आहे. २००७मध्ये मलेशिअन बोर्निओतील कोटाकिनाबालू इथे झालेल्या आंतरराष्ट्रीय परिषदेत 'जिओटुरिझम' संबंधी भरपूर माहिती मिळाली होती. त्यानंतर लंडन, स्कॉटलंड आणि ऑस्ट्रेलियातील न्यू कासल ते ससेक्स बेच्या किनाऱ्यावरील पर्यटनाचे असे प्रयोगही पाहता आले. तिथे मिळालेल्या माहितीवर आधारित असे प्रयोग आपल्या किनाऱ्यासाठी करण्याचा

प्रयत्न चालू असून, त्यातून आपल्याकडचे किनारी पर्यटन अधिक उपयुक्त व निसर्गहितैषी होईल, असा विश्वास वाटतो.

२६ | युद्ध क्षेत्रांचे व लष्करी नकाशे

एखादी घटना नेमकी कुठे घडली हे सांगण्यासाठी नकाशा हे परिणामकारकपणे वापरण्यात येत असलेले प्रभावी माध्यम आहे. नकाशांमुळे अनेक गोष्टींचे संदर्भ अगदी अशिक्षित व्यक्तीसही सहजपणे समजू शकतात. अनोळखी आणि दुर्गम प्रदेशांची माहिती व त्यांचे स्थान दाखविण्यासाठी नकाशासारखे दुसरे उत्तम साधन नाही.

काही वर्षांपूर्वी पाकिस्तानने ताबा रेषेवर पूंच सेक्टरमध्ये भारतात घुसून जो हल्ला केला तो भाग काही वाहिन्या आणि वर्तमानपत्रे यांनी नकाशाद्वारे दाखविला होता, त्यामुळे ताबारेषेवरील हल्ल्याचे ठिकाण नेमके कळले. मात्र, हे अजूनही उत्तम प्रकारे अनेक लहान मोठ्या बारकाव्यांसकट करता आले असते.

युद्ध क्षेत्रांचे व लष्करी नकाशा तयार करण्याचे पूर्वीचे तंत्र व आत्ताचे तंत्र यात जमीन–अस्मानाइतके अंतर आहे. आज कॉम्प्यूटर कार्टोग्राफी, जी.आय.एस. प्रणाली वगैरे तंत्रे वापरून असे नकाशे अधिक माहितीपूर्ण करता येतात. त्यासाठी सर्वेक्षण करून मिळविलेली माहिती, उपग्रह प्रतिमांचा वापर करून मिळविलेली माहिती असा माहितीचा साठा नकाशा स्वरूपात उपलब्ध करून देता येतो.

अशा नकाशात, नकाशा प्रमाण, उत्तर दिशा हे घटक तर असतातच पण त्याचबरोबर, जागतिक स्थान निश्चिती दाखविणारे संदर्भही असतात. अचूकपणा व नेमकेपणा हे या नकाशांचे वैशिष्ट्य असते.

एखाद्या विशिष्ट भौगोलिक प्रदेशावर वाचकाचे लक्ष केंद्रित करावयाचे असेल तर नेमके रंग वापरणे इष्ट असते. जास्त भडक रंगांनी नकाशाची आकर्षकता कमी होते. जास्तीत जास्त तीन रंग डोळ्यांत नीट सामावू शकतात. हे लक्षात ठेवूनच असे नकाशे बनविले जातात. जमीन, रस्ते, पाणी, या गोष्टी थोड्या मंद किंवा हलक्या (Subdued) रंगात दाखविल्या जातात. नकाशा खूपच किचकट असेल तर एकाच रंगाच्या अनेक छटा वापरल्या जातात.

नकाशात वापरलेल्या अक्षर पट्ट्याही (Labels) महत्त्वाच्या असतात. त्याशिवाय

नकाशा अर्थशून्य बनतो व तो अपेक्षित परिणाम साधत नाही. नकाशांची वाचनीयता रंगांप्रमाणेच अक्षरांनीही वाढते. युद्ध क्षेत्रांचे नकाशे वाचकाला पटकन् कळण्यासाठी त्यावर सूचक खुणांचा (Markers) वापरही फायद्याचा ठरतो.

अनेक वाचकांना सूचीशिवाय नकाशा वाचणे जमत नाही. त्यामुळे ती असावीच. घडलेल्या घटनेचे स्थान नकाशावर दाखवून घटनेसंबंधी फोटो जोडल्यास नकाशा अधिक वाचनीय होतो. मात्र, इथे नकाशापेक्षा फोटोचे महत्त्व वाढून उपयोगाचे नसते. दोन्ही गोष्टी एकमेकांना पूरक असाव्यात.

युद्ध क्षेत्रांच्या व लष्करी नकाशांना शीर्षक असणे आवश्यक असते. काही वेळा त्याच भागाचे जुने नकाशे व नवीन नकाशे शेजारी शेजारी दाखवून वाचकाला समस्येचे नेमके आकलन करून देणे खूपच सोयीचे होते. निरनिराळ्या सांकेतिक खुणा व चिन्हे वापरूनही असे नकाशे जास्त आकर्षक व उपयुक्त केले जातात.

विवाद क्षेत्रे, घुसखोरीचे प्रदेश, प्रत्यक्ष ताबा व नियंत्रण रेषा, तेथील भूप्रदेशांची दुर्गमता, नद्यानाले, डोंगर-पर्वत-पठारे, संपर्क मार्ग, अशा अनेकविध गोष्टींनी परिपूर्ण नकाशे देशबांधवांना समस्येचे संपूर्ण आकलन करून देतात आणि म्हणूनच असे नकाशे नेहमीच महत्त्वाचे ठरतात.

२७ | आपत्ती व्यवस्थापनशास्त्र

नैसर्गिक आपत्ती व्यवस्थापन हे आजकाल बहु विद्याशाखीय नैपुण्याची गरज असलेले अत्यावश्यक असे शास्त्र बनले आहे. जगातल्या अनेक छोट्या-मोठ्या देशात आपत्ती व्यवस्थापन कुशलतेने करणाऱ्या व्यक्तींची आणि संस्थांची गरज भासते आहे. याचे मुख्य कारण आपत्ती व्यवस्थापन प्रक्रियेत आवश्यक असणारी व्यावसायिकता असणाऱ्या आणि समर्पण वृत्तीने काम करणाऱ्या व्यक्तींची कमतरता हेच आहे.

आपत्ती म्हणजे रूढ अर्थाने, अनपेक्षितपणे आलेले मोठे संकट. अशा संकटांचा सामना करणे, त्यांचे मूल्यमापन करणे, संकटग्रस्तांचा शोध घेणे, त्यांच्या सुटकेचे प्रयत्न करण्याच्या योजना आखून त्या त्वरेने अमलात आणणे, त्यांचे पुनर्वसन करणे, औषधोपचार, मानसोपचार करणे या सर्व गोष्टींचा समावेश आपत्ती व्यवस्थापनात होतो. आपत्ती व्यवस्थापनाला अनेक वेळा आणीबाणी व्यवस्थापन (Emergency

Management) म्हटले जाते, ते यामुळेच.

आपत्तींचे प्रामुख्याने तीन प्रकार आढळून येतात. नैसर्गिक, मानव निर्मित आणि संयुक्त. पूर, त्सुनामी, भूकंप, ज्वालामुखींचे उद्रेक, वादळे हे सर्व नैसर्गिक आपत्तींचे प्रकार आहेत. बॉम्बस्फोट, वायूगळती हे मानवाशी निगडित तर निर्वनीकरण, वणवे, रोगांचा प्रादुर्भाव अशा आपत्तींसाठी निसर्ग व मानव या दोन्हींचा हातभार लागत असतो. या तीनही प्रकारात अर्थातच नैसर्गिक आपत्तींचे व्यवस्थापन हे जास्त कठीण असते.

आपत्ती ही एकाएकी आलेल्या संकटांची मालिकाच असते. नुकत्याच झालेल्या जपान मधील भूकंपानंतर तिथे आलेली त्सुनामी आणि त्यानंतर सुरू झालेली संकटांची मालिका हे याचे उत्तम उदाहरण आहे आणि जपानने या आपत्तीचे जे परिणामकारक असे व्यवस्थापन केले तो आपत्ती व्यवस्थापनाचा आदर्श वस्तुपाठच आहे.

नैसर्गिक आपत्ती व्यवस्थापनाचे मुख्य काम, आपत्तींच्या परिणामांची तीव्रता कमी करणे व आपत्तीग्रस्तांचे जीवन पूर्वपथावर आणणे हे असते. अत्यंत जबाबदारीने करावयाच्या या कामासाठी व्यवस्थापकाला कोणत्याही आपत्तीची यंत्रणा पूर्णपणे माहीत असणे गरजेचे असते. त्यासाठीचे नकाशे, आराखडे, जलद पूर्वसूचना देण्याच्या पद्धती, आपत्ती नंतर युद्धपातळीवर घ्यावयाचे निर्णय, करावयाच्या हालचाली या सगळ्याची पूर्वयोजना त्याच्याकडे तयार असणे आवश्यक असते.

आपत्ती व्यवस्थापनात करिअर करण्याची इच्छा असणाऱ्यांसाठी भारतात उपलब्ध असलेल्या अनेक कोर्सेसमधून निवड करता येते. पदवीपासून पदव्युत्तर अभ्यासक्रमाबरोबरच, डिप्लोमा, सर्टिफिकेट कोर्सेसही उपलब्ध आहेत. बारावी नंतर आपत्ती व्यवस्थापनातील डिप्लोमा व सर्टिफिकेट कोर्स तर कोणत्याही विषयातील पदवीनंतर एम. बी. ए., एम. एस्सी., पीएच. डी., पी. जी. डिप्लोमा असे अभ्यासक्रम पूर्ण करता येतात.

पदवी बरोबरच इतरही काही महत्त्वाच्या गोष्टी या विषयात करिअर करणाऱ्यांकडे असणे नेहमीच फायद्याचे ठरते. शारीरिक व मानसिक सक्षमता, नियोजन क्षमता, सजगता, संपर्क व संवाद क्षमता, संघ भावना आणि दुसऱ्याबद्दल अनुकंपा व सहानुभूती ही स्वभाव वैशिष्ट्ये नेहमीच आपत्ती व्यवस्थापनात उपयोगी पडतात.

भारतात अनेक सरकारी व निमसरकारी खात्यातून आणि खाजगी संस्थातून आपत्ती व्यवस्थापनात करिअर करू इच्छिणाऱ्यांसाठी नोकरीच्या भरपूर संधी आहेत. अग्निशमन विभाग, दुष्काळ व अवर्षण व्यवस्थापन विभाग, पेट्रोलियम व मायनिंग

विभाग, तसेच इन्शुअरन्स कंपन्यांमध्ये त्यांचे स्वतःचे आपत्ती व्यवस्थापन सेल्स असतात. यात पर्यावरण तज्ज्ञ म्हणून, सामाजिक व पुनर्वसन कार्यकर्ता म्हणूनही काम करता येते.

आंतरराष्ट्रीय पातळीवर वर्ल्ड बँक, रेड क्रॉस, युनेस्को, युनो इथेही या क्षेत्रातील पदवीधरांना संधी मिळते. भारतातील जमशेदजीटाटा सेंटर फोर डीझास्टर मॅनेजमेंट (मुंबई), एशिअन फायर इंजिनिअरिंग कॉलेज (नागपूर), इन्स्टिट्यूट ऑफ डीझास्टर मॅनेजमेंट (नवी दिल्ली), नॉर्थ इस्ट हिल युनिव्हर्सिटी (शिलाँग) इथेही संपर्क करून, आपत्ती व्यवस्थापनातील कोर्सेस व करिअर संबंधी अधिक माहिती मिळू शकेल.

२८ | कार्टोग्राफी

नकाशा तयार करण्याची कला व त्याचे विज्ञान म्हणजे नकाशाशास्त्र किंवा कार्टोग्रार्फी. आजच्या माहिती तंत्रज्ञानाच्या व संगणकाच्या युगात, ज्या विज्ञान शाखेला एकदम ऊर्जितावस्था आली आहे आणि ज्याची गरज पदोपदी भासू लागली आहे असे हे प्रगत शास्त्र.

अमेरिकेत व युरोप खंडात अनेक विद्यापीठांतून कार्टोग्राफी या विषयातली पदवी आज घेता येते. भारतात अनेक संस्थांमधून नकाशातज्ज्ञ म्हणून कामे मिळत असली, तरी 'कार्टोग्राफर' असे पद अभावानेच आढळते. खरे म्हणजे असे पद निर्माण होणे आता आवश्यक बनत चालले आहे. या पदावर नेमणुका होण्यासाठी 'कार्टोग्राफी' या विषयातील पदवी व पदव्युत्तर शिक्षणही गरजेचे आहे. आज अनुभवी व्यक्तींकडून किंवा नकाशा तयार करण्याची कला अवगत असलेल्यांकडून आपल्याला हवे तसे नकाशे अनेक संशोधन संस्था, सरकारी कचेऱ्या व बांधकाम व्यावसायिक करून घेतात; पण एक शास्त्र म्हणून या विषयातली पदवी असणे नेहमीच फायद्याचे ठरते.

कॉम्प्यूटर कार्टोग्राफी ही नकाशा शास्त्राची अत्याधुनिक, प्रगत व अचूक आणि उपयुक्त अशी नवीन शाखा आहे. पूर्वीचे नकाशा करण्याचे तंत्र व आताचे तंत्र यात जमीन-अस्मानाइतके अंतर आहे. आज कॉम्प्यूटर कार्टोग्राफीत, सॉफ्टवेअर वापरून नकाशे तयार केले जातात. त्यासाठी सर्वेक्षण करून मिळविलेली माहिती, उपग्रह प्रतिमांवरून मिळालेली माहिती, जी.पी.एस. उपकरणाच्या साहाय्याने मिळालेली

आकडेवारी असा माहितीचा प्रचंड साठा, विविध गणिती प्रक्रिया करून, सूत्रे वापरून, नकाशा स्वरूपात उपलब्ध करून दिला जातो. या नकाशात, पूर्वीच्या नकाशातील प्रमाण, दिशा हे घटक तर असतातच; पण त्याचबरोबर जागतिक स्थाननिश्चिती दाखविणारे संदर्भही असतात. अचूकपणा, नेमकेपणा व भरपूर माहिती ही या नकाशांची वैशिष्ट्ये असतात.

अतिशय क्लिष्ट माहिती सहज समजेल अशा पद्धतीने मांडण्याचे 'नकाशा' हे एक प्रभावी माध्यम आहे. त्यामुळे अनेक गोष्टींचे संदर्भ अगदी अशिक्षित व्यक्तीसही सहजगत्या समजू शकतात. अनोळखी व दुर्गम प्रदेशात प्रवेश करण्यासाठी व तिथली माहिती घेण्यासाठी नकाशासारखे दुसरे उत्तम साधन नाही.

कार्टोग्राफर असा हुद्दा नसलेले अनेक जण आज कार्टोग्राफरची कामे करीत आहेत. काही जण web based cartographic data वर उच्चतम काम करीत आहेत, तर काही जण डिजिटल कॅमेऱ्याचा वापर करून मिळालेल्या चित्रणाच्या आधारे नकाशानिर्मिती करीत आहेत.

कार्टोग्राफरचे तंत्र वापरून वनक्षेत्रांचे नकाशे, भूमिवापर, भूमिउपयोजन व भूमिनियोजन नकाशे, टेलिकम्युनिकेशन, संरक्षण नकाशे, हवामान नकाशे, पर्जन्य वितरण नकाशे असे अनेकविध नकाशे अतिशय उत्तम प्रकारे तयार केले जात आहेत. प्रत्येक नकाशा दुसऱ्या नकाशापेक्षा वेगळा व उपयुक्तही ठरत आहे.

बिंदू, रेषा व क्षेत्र अशा मूलभूत रचना घटकांचा वापर करून नकाशा तंत्रात आज खूपच सुधारणा केली गेली आहे. विविध ठिकाणातील अंतरे, टेकड्यांची उंची, जलाशयांची खोली, खनिजांचे वितरण असे आवश्यकता व गरजेनुसार विशिष्ट नकाशे केले जातात.

आजच्या नकाशा तंत्रास कुठलेच बंधन व मर्यादा नाहीत. भूगोल, भूशास्त्र, पदार्थविज्ञान, खगोलशास्त्र, सर्वेक्षणशास्त्र व गणित अशा विविध विज्ञान शाखांचा वापर करून आजचे नकाशाशास्त्र अधिक सशक्त बनत आहे.

कार्टोग्राफरला नकाशाची ही सगळी बलस्थाने नेमकेपणाने माहिती असणे गरजेचे असते. यासाठी या विषयातले शास्त्रशुद्ध शिक्षण व प्रशिक्षण हवे आणि त्यासाठी या विषयातील सर्टिफिकेट, डिप्लोमा कोर्स निर्माण होणेही गरजेचे आहे.

पारंपरिक विषयातली पदवी व कार्टोग्राफी किंवा कॉम्प्यूटर कार्टोग्राफी या विषयातली पदवी यात नोकरी मिळवून देण्यासंदर्भात खूपच फरक आहेत, हे लक्षात घेऊन या विषयातल्या अभ्यासक्रमाची रचना हवी. आज पुणे विद्यापीठासारख्या काही विद्यापीठांतून भूगोल विषयांतर्गत पदव्युत्तर अभ्यासक्रमात एक स्वतंत्र पेपर

म्हणून हा विषय शिकविला जात आहे; मात्र, इतर अनेक विद्यापीठांत या विषयाला फारसे महत्त्व दिले गेल्याचे दिसत नाही. काही सॉफ्टवेअर कंपन्यांतून मॅपआर्ट, मॅपपॉइंट, आर्क व्ह्यू, ग्लोबल मॅपर, सर्फर अशी अनेक विविध स्पेशलाईज्ड सॉफ्टवेअर्स वापरून व्हेक्टर व रास्टर प्रकारात नकाशे तयार केले जातात व त्याचे शिक्षणही दिले जाते.

नकाशांचा वापर दिवसेंदिवस वाढतो आहे; कारण विविध संकल्पना, प्रकल्प योजना, संशोधन निष्कर्ष, उपलब्ध सुखसुविधा व सुधारणा, भविष्यकालीन योजना, निर्णय प्रक्रियेचे आकृतिबंध व संपर्कसाधन व्यवस्था इत्यादी दाखविण्याचा तो एक अतिशय सशक्त व सुंदर मार्ग आहे. कार्टोग्राफीची ही ताकद लक्षात घेऊन कार्टोग्राफीतील डिप्लोमा, सर्टिफिकेट व डिग्रीपर्यंतचे शिक्षण उपलब्ध करून देणे, रोजगारनिर्मितीस निश्चितच पोषक ठरेल, यात शंका नाही.

२९ | त्सुनामी

भारताची संपूर्ण पूर्व किनारपट्टी ही त्सुनामीप्रवण असली तरी, २६ डिसेंबर २००४च्या रविवारी ज्या प्रमाणावर त्सुनामी लाटांनी हाहाकार माजवला तसा अनुभव या किनाऱ्याला यापूर्वी कधी आलेला नाही.

या ८.९ रिश्टर स्केलच्या सागरतळावरील भूकंपाने आणि त्यानंतरच्या त्सुनामी लाटांनी २४ हजारपेक्षा जास्त लोकांचे जीवन संपवले. श्रीलंका, इंडोनेशिया, भारत, थायलंड, मलेशिया इथल्या विस्तृत प्रभावक्षेत्रात या लाटांनी थैमान मांडले. महाराष्ट्राच्या कोकण किनाऱ्यावर मालवण, देवगड, रत्नागिरीच्या समुद्रातही या लाटांचा प्रभाव जाणवला.

इ.स.१९९१ नंतरचा हा जगातला सगळ्यात मोठा चौथा भूकंप ज्यामुळे विध्वंसक त्सुनामी लाटा निर्माण झाल्या. अलीकडच्या काळात १९९१मध्ये निकाराग्वा इंडोनेशिया इथे, १९९३मध्ये जपान समुद्रात, १९९४मध्ये पुन्हा इंडोनेशिया, क्युरील बेटे, अलास्का आणि फिलिपिन्स या सर्व ठिकाणी ६.८ ते ८ रिश्टर स्केलचे भूकंप समुद्रतळावर झाले आणि त्यामुळे १० ते १४ मीटर उंचीच्या त्सुनामी लाटा तयार झाल्या. २६ डिसेंबर २००४च्या आधी तमिळनाडूच्या किनाऱ्यावर १८८३मध्ये अशीच विध्वंसक त्सुनामी लाट आली होती. ही लाट चेन्नई येथे २ मीटर उंच होती.

१९४०मध्ये कांडला बंदरात १२ मीटर उंचीची प्रचंड त्सुनामी आल्याची आठवण अनेक जण सांगतात.

त्सुनामी लाटांमुळे झालेल्या प्रचंड मनुष्यहानीमुळे त्सुनामीसारख्या संकटाकडे यापुढे आपल्याला अजिबात दुर्लक्ष करता येणार नाही, हे सिद्ध झाले आहे.

'समुद्रतळावर किंवा समुद्रतळाखाली झालेल्या भूकंपामुळे समुद्रपृष्ठावर तयार होणाऱ्या अति दीर्घ लांबीच्या विध्वंसक लाटा' असा त्सुनामीचा शब्दश: अर्थ आहे.

२६ डिसेंबर २००४च्या रविवारी सकाळी ६ वाजून २९ मिनिटांनी झालेल्या भूकंपाचे केंद्र इंडोनेशियातील सुमात्राजवळ सागरतळापासून ४० किमी खोलीवर होते. यानंतर तयार झालेल्या लाटा जवळजवळ दोन तासांनी भारताच्या किनाऱ्यावर पोहोचल्या होत्या. तरीही त्या किती विध्वंसक होत्या, याचा अंदाज झालेल्या हानीवरून सांगता येतो.

समुद्रतळावर किंवा तळाखाली होणारा भूकंप हे त्सुनामीच्या निर्मितीतले पहिले व महत्त्वाचे कारण मानण्यात येते. मात्र, याचबरोबर सागरतळावर होणारे ज्वालामुखींचे उद्रेक किंवा सागरतळावरील उंचसखल प्रदेशात दरड कोसळण्यासारख्या घटनाही त्सुनामीच्या निर्मितीस कारण ठरतात.

एकदा या लाटा भूकंप प्रदेशाजवळच्या समुद्रावर तयार झाल्या की, त्या वेगाने आजूबाजूच्या प्रदेशात पसरतात. वाऱ्याचा वेग आणि भूकंपस्थानाचे किनाऱ्यापासून असलेले अंतर यांवर त्सुनामीच्या लाटांची तीव्रता ठरते.

ताशी ८०० किमीच्या वेगाने या लाटा किनाऱ्याकडे सरकू शकतात. किनाऱ्याकडे येताना समुद्रतळाची खोली कमी होत जात असल्यामुळे लाटांचा वेग कमी होतो, पण त्यांची उंची सतत वाढत राहते. त्यामुळे किनाऱ्यावर वीस मीटर किंवा त्याहीपेक्षा जास्त उंचीच्या लाटा येऊन आपटतात. ही सगळी घटना इतकी वेगवान असते की, त्यापासून बचाव करायला किंवा त्याची सूचना द्यायला खूपच कमी अवधी मिळतो.

जगात अशाही घटना घडलेल्या आहेत की, ज्यात त्सुनामी लाटा येऊन गेल्यावर तासाभराने पुन्हा तितक्याच उंचीच्या लाटा त्याच दिवशी त्याच ठिकाणी येऊन किनाऱ्यावर आपटल्या.

बऱ्याच त्सुनामी लाटा पॅसिफिक महासागरात तयार होतात; कारण त्याच्या सीमावर्ती प्रदेशात ज्वालामुखीय बेटे व ज्वालामुखीय चाप, पर्वतरांगा आणि विध्वंसक तबक सीमा आहेत; यास सामान्यपणे 'पॅसिफिकचे अग्निकंकण' म्हटले जाते.

त्सुनामी या भरतीच्या लाटा नाहीत. हवामानातील बदलामुळेही त्या तयार होत

नाहीत. त्या खऱ्या अर्थाने भूकंपामुळे तयार झालेल्या 'सागरी लाटा' आहेत.

खोल समुद्रात या लाटांची तरंगलांबी २०० किमी इतकी विस्तृत आणि तरंग– खोली केवळ काही मीटर इतकी असते. त्यामुळे किनाऱ्यापासून दूर असलेल्या गलबताला किंवा जहाजाला या लाटा जाणवत नाहीत. समुद्रावरून जाणाऱ्या हेलिकॉप्टर्सनाही त्या दिसत नाहीत. मात्र, या लाटा जसजशा किनाऱ्यावर येतात तसतशा त्या जाणवू लागतात. अधिकाधिक उंच व विध्वंसक होतात.

'त्सुनामी' हा शब्द जपानी असून, त्याचा अर्थ आहे 'हार्बर वेव्हज्' किंवा 'बंदरातील लाटा.' निर्मितीच्या ठिकाणापासून हजारो मैलांचा प्रवास करणाऱ्या या लाटा प्रचंड विध्वंस ऊर्जेची साठवण करीत किनाऱ्यापर्यंत पोहोचतात आणि किनाऱ्याजवळ मोठी हानी करतात. त्यांच्या आकस्मिकपणे येण्यामुळे किनाऱ्यावरचे गाफील जनजीवन अस्ताव्यस्त व संकटग्रस्त होते.

एका खगोलशास्त्रीय सिद्धान्तानुसार अतिप्राचीन भूशास्त्रीय कालखंडात उल्कापात, धूमकेतू यांच्यामुळेही महासंहारक अशा 'त्सुनामी लाटा' निर्माण झाल्या असाव्यात. आजच्या भूपट्ट सिद्धान्तानुसार, जिथे दोन भूपट्ट एकमेकांजवळ येतात तिथे अधिक जाड व घन भूपट्ट हलक्या भूखंडाखाली जातात व त्यामुळे भूकंप होऊन या लाटा निर्माण होतात. चिली, निकाराग्वा, मेक्सिको, इंडोनेशिया इथे भूपट्ट्यातील क्रिया-प्रक्रियांमुळे गेल्या दशकात अशा लाटा निर्माण झाल्याच्या नोंदी आहेत. एकट्या पॅसिफिकमध्ये १९९२ ते १९९६ या चार वर्षांत १७ त्सुनामी लाटांची निर्मिती झाली.

एकदा भूकंप झाल्यानंतर पुन्हा काही तासांत आणखी भूकंप होऊन या संकटात भर पडत राहते. त्सुनामी लाटांवर वाऱ्याचा पडणारा प्रभाव वरच्या केवळ काही मीटरमध्येच राहतो. खूप खोलवर ही लाट खूपच विध्वंसक स्वरूपाची असते. या लाटा वेगवान असल्यामुळे त्यांची विध्वंस ऊर्जा कमी होण्याचे प्रमाण खूपच कमी असते.

त्सुनामींचा किनाऱ्यावर होणारा परिणाम ही एक विलक्षण घटना आहे. त्सुनामी येण्याच्या आधी काही ठिकाणी किनाऱ्यावरचे समुद्राचे पाणी आकस्मिकपणे ओहोटीसारखे झपाट्याने खाली जाते आणि काही वेळातच जोमाने परत त्याच्या पूर्वस्थानी येते.

नेहमीच्या समुद्रलाटांसारख्या त्सुनामी लाटा अंतर्वक्र अशा वाकून फुटत नाहीत. त्सुनामीच्या तडाख्यातून वाचलेल्यांनी केलेल्या वर्णनानुसार या लाटा

भिंतीसारख्या उंचच उंच वाढत जाऊन क्षणार्धात सगळ्या प्रदेशावर पाण्याची पातळी वाढते.

त्सुनामींचा परिणाम सर्वत्र एकसारखा दिसतो. प्रचंड वृक्ष एखाद्या लहान झाडासारखे तुटून पडतात, तटरक्षक भिंती अक्षरश: वाहून जातात, किनाऱ्यावरील दीपगृहे, बंदरे, धक्के, इमारती जमीनदोस्त होतात.

किनाऱ्याजवळच्या सागरतळाची रचना व किनाऱ्याची रचना यांचा त्सुनामी लाटांच्या उंचीवर मोठाच परिणाम होतो. कोकणासारख्या खडकाळ व भूशिरांनी युक्त किनाऱ्यावर पूर्वेकडच्या सपाट किनाऱ्यापेक्षा या लाटांचा कमी प्रभाव पडतो. किनाऱ्यावर अरुंद नदीपात्रे व खोल घळी असल्यास त्सुनामी लाटांचे पाणी एखाद्या भिंतीसारखे नदीत घुसते.

या आपत्तीच्या पूर्वसूचनेबाबत आपल्याकडे फारशी प्रभावी यंत्रणा नाही. जगात इतरत्र ही यंत्रणा खूपच कार्यक्षम व परिणामकारक आहे. होनोलुलू इथे 'पॅसिफिक त्सुनामी वॉर्निंग सिस्टिम' ही पॅसिफिकमधल्या सर्व त्सुनामींबाबत पूर्वसूचना देण्याचे काम करते. या यंत्रणेचे एकूण २६ देश सभासद आहेत. या यंत्रणेमार्फत, पॅसिफिक महासागर प्रदेशातील त्सुनामीनजीक भूकंपांचे अनुमान करणे, या प्रदेशातील भूकंपमापन यंत्रे व भरती-ओहोटी मापन केंद्रे यांचे नियंत्रण करणे इत्यादी कामे केली जातात. 'नोआ' या नॅशनल वेदर सर्व्हिसमार्फत दोन त्सुनामी सूचना केंद्रे नियंत्रित केली जातात. 'अलास्का त्सुनामी वॉर्निंग सेंटर' हे अलास्का, कोलंबिया, वॉशिंग्टन, ऑरेगॉन यांसाठी त्सुनामी पूर्वसूचनांचे प्रभावी काम करते.

३० | सागरपातळीतील विश्वव्यापी बदल

गेल्या काही वर्षांत कोकणकिनाऱ्यावर, पावसाळ्यात किनाऱ्यांची प्रचंड धूप, गावांना पाण्याचा वेढा, किनाऱ्यावरील वस्त्यांतून समुद्राचे पाणी घुसणे, यांसारख्या घटना वारंवार घडू लागल्या आहेत.

या घटना एकाएकी घडणाऱ्या नाहीत. फक्त पावसाळ्यात त्या प्रकर्षाने जाणवतात; कारण या वेळी नद्यांचे पाणी, भरतीच्या वेळी समुद्रात ज्या पद्धतीने वाहून जायला पाहिजे तसे जात नाही. गेल्या काही वर्षांपासूनच कोकणातील नद्यांची पात्रे गाळाने

भरून जात आहेत. उथळ होणारी पात्रे आणि सर्वत्र संथ गतीने उंचावणारी सागरपातळी यांचा पूर व किनाऱ्यांची धूप हा दृश्य परिणाम आहे. महाराष्ट्राच्या डोंगराळ किनाऱ्यांवर हा परिणाम तितकासा जाणवत नाही; पण भारताच्या इतर सपाट मैदानी किनाऱ्यांवर याचा धोका अधिक आहे. सागरपातळीच्या वाढण्यामुळे भविष्यात जेथे खूप मोठा धोका संभवतो असा भारताचा भाग म्हणजे भारताचा पूर्व किनारा आणि पश्चिम किनाऱ्यावरील सौराष्ट्र-गुजरातचा भाग.

जगाच्या एकूण लोकसंख्येच्या जवळजवळ पन्नास टक्के लोकसंख्या किनाऱ्यांच्या सपाट प्रदेशात केंद्रित झालेली आहे. यांपैकी बहुतांश लोक, त्यांची मालमत्ता आणि त्यांच्या आजूबाजूचा प्रदेश समुद्राच्या भविष्यातील आक्रमणाच्या दाट छायेखाली जगत आहेत. या आपत्तीची सूचना अनेक ठिकाणी मिळू लागली आहे.

समुद्रपातळीत होणारी वाढ आणि त्यामुळे कमी होणारी किनारी प्रदेशांची उंची किंवा निमज्जन (सबसिडन्स) ही माणसाच्या नियंत्रणाबाहेर असलेली समस्या पण कोट्यवधी लोकांच्या जीवित, वित्तहानीला कारण ठरू शकेल.

सागरपातळीतील बदल प्रामुख्याने ऊर्ध्वगामी स्वरूपाचेच आहेत, याबद्दल शास्त्रज्ञांत फारसे दुमत दिसत नाही. समुद्रपातळीच्या बदलात, उंचावणे आणि आजूबाजूचा परिसर पाण्याखाली बुडणे या क्रिया अभिप्रेत असल्या, तरी पातळीची अधोगामी हालचाल होऊन किनाऱ्याजवळचा खूप मोठा प्रदेश पाण्याखालून वर येणे ही क्रियाही त्यात समाविष्ट असते; पण उन्मज्जनाची ही क्रिया अनेक ठिकाणी स्थानिक स्वरूपाची आहे. शिवाय, तिचा वेगही कमी आहे. समुद्रपातळी उंचावण्याची घटना मात्र विश्वव्यापी आणि जास्त धोकादायक आहे.

ही घटना हवामानबदलाशीही निगडित आहे. नैसर्गिक हवामानबदल प्रक्रियेला, गेल्या काही वर्षांपासून मानवाच्या निसर्गातील ढवळाढवळींमुळे हातभार लागत आहे. वातावरणात झपाट्याने वाढणाऱ्या कार्बन-डाय-ऑक्साइडमुळे जगभराच्या तापमानात वाढ होत आहे. त्याचा नजीकचा आणि अतिशय नाट्यपूर्ण असा परिपाक म्हणजे ही सागरी पातळीत होणारी वाढ.

येत्या शतकात जागतिक तापमान खूप मोठ्या प्रमाणावर वाढेल असा अंदाज आहे. तापमानातील दीड ते साडेचार अंश सेल्सिअस वाढीचा परिणाम, समुद्रपातळी वीस सेंटिमीटर ते दीड मीटर इतकी वाढण्यास कारणीभूत होईल, असा जगभरातल्या शास्त्रज्ञांचा अंदाज आहे. तापमानातील या वाढीमुळे पृथ्वीवर शिल्लक असलेल्या हिमनद्या वितळतील, छोटे हिमटोप (आइस कॅप्स) नाहीसे होतील आणि सागरजलाचे

औष्णिक प्रसरण होईल. यामुळे सर्वत्र समुद्रपातळी वाढेल व फार मोठ्या प्रमाणात किनारी प्रदेशात समुद्राचे आक्रमण होईल.

हिमटोप आणि हिमनद्यांतील बर्फ वितळण्याची क्रिया यापूर्वीच सुरू झाली आहे. मनुष्यनिर्मित प्रदूषणाने या क्रियेला मदत करायला सुरुवात केलेलीच आहे. विसाव्या शतकात, जगातील बहुतांशी किनारपट्ट्यांवर दरवर्षी एक ते पाच मिलिमीटर या वेगाने सागरपातळी वाढली आहे. पुढील शतकात हा वेग तीनपट म्हणजे दरवर्षी १५ मिलिमीटर इतका होण्याची शक्यता आहे. इ.स.२१००च्या अखेरीस ही वाढ ५० सेंमी ते १.५ मीटर एवढी असेल. या वाढीत उंच पर्वतशिखरांवरील बर्फाचा सहभाग १० ते ३० सेंमी पातळी वाढवण्यात, ग्रीनलँडवरील बर्फाचा १३ ते ३५ सेंमी, अंटार्क्टिकावरील बर्फाचा २० ते २७ सेंमी व औष्णिक प्रसरणाचा ११ ते ३७ सेंमी इतका असेल.

किनाऱ्यावर होणारे हे समुद्राचे आक्रमण अनेक स्वरूपात दिसू लागले आहे. जगभरातल्या किनाऱ्यांची गेल्या काही वर्षांपासून होऊ लागलेली धूप, आर्द्रभूमी (वेट लँड्स) व दलदलीच्या प्रदेशाचे निमज्जन, वादळी महोर्मी (स्टॉर्म सर्जेस), नदीमुखे व त्रिभुज प्रदेशांचे स्थानबदल, किनाऱ्यावरील विहिरींच्या पाण्याची व नद्यांची आणि शेतजमिनींची वाढणारी क्षारता, खारफुटी जंगलांचा (मॅनग्रोव्ह) विनाश आणि सागरी जीवांचा विध्वंस, या समस्या तर दरवर्षी वाढतच आहेत.

भारताला ५७०० किमी लांबीची किनारपट्टी लाभलेली आहे. पूर्व आणि पश्चिम किनाऱ्यांच्या सपाट प्रदेशाला भविष्यात समुद्रपातळीच्या उंचावण्यामुळे फार मोठा धोका संभवतो. किनाऱ्यापासून ३ ते ४ मीटर उंचीवरच्या रस्त्यांना आणि भूप्रदेशांना हा धोका प्रकर्षाने जाणवेल, असा जाणकारांचा अंदाज आहे.

समुद्राचे हे आक्रमण संथ गतीने होत असल्यामुळे त्याच्या अंतिम परिणामांचा विचार करून आत्तापासूनच या प्रदेशांचे रक्षण करण्याची योजना आखणे आवश्यक बनले आहे. सध्या मनुष्यनिर्मित उद्योगांमुळे वातावरणात जमा होणारा कार्बन–डाय–ऑक्साइड, दरवर्षी जरी दोन टक्के या वेगाने कमी झाला, तरी भविष्यातील तापमानवाढीचा धोका थोडा कमी होईल. त्यामुळे बर्फाच्या व हिमनद्यांच्या विलयनाचे प्रमाण घटेल व सागर पातळीच्या वाढीवर नियंत्रण राहील. याचबरोबर स्थानिक भूरूपरचना पाहून त्यानुसार वाढणाऱ्या पाण्याला प्रतिबंध करण्याच्या योजना तयार कराव्या लागतील. वस्त्यांचे स्थलांतर थोड्या अधिक उंचीवर करणे काही ठिकाणी अपरिहार्य बनेल.

सागरपातळीतील विश्वव्यापी बदलाची नोंद दर्शवणारा आराखडा

LATITUDE	180W–150	150–120	120–90	90–60	60–30	30–0	0–30	30–60	60–90	90–120	120–150	150–180E
(above 60)					+5.57 3		-5.7 25					
60–30N		-2.2 17	-0.2 5	+2.6 32	0.0 1	+1.8 17	+0.5 85	+2.3 1			+3.6 10	
30N–0	0.7 1		+5.9 3	+3.0 6		+1.6 2		+3.3 1	+0.6 7	+5.0 5	+1.8	
0–30S												
30S–60					+0.1 3						+2.5 1	+1.3 2
(below 60)												

सागर पातळीतील संभाव्य वाढ ही जगभरात निरनिराळ्या ठिकाणी केल्या जाणाऱ्या निरीक्षणांवरून वर्तविलेली आहे. सोबतच्या आराखड्यावरून या आकडेवारीची कल्पना येईल. आकडेवारीची विविध ठिकाणची नोंद पाहता हेही लक्षात येईल की, सागरपातळीतील बदलाची नोंद करणारी ठिकाणे प्रामुख्याने उत्तर गोलार्धात केंद्रित झालेली आहेत. उत्तर गोलार्धात ३० अंश ते ६० अंश अक्षवृत्त व ६० अंश ते ९० अंश रेखावृत्त यांच्या दरम्यान सागरी किनारा नसल्यामुळे तो भाग वेगळा दाखविला आहे. प्रत्येक चौकोनात ऊर्ध्वगामी हालचाल '+' (धन) चिन्हाने तर अधोगामी हालचाल '–' (ऋण) चिन्हाने दर्शविलेली आहे. निरीक्षणकेंद्रांची संख्याही चौकोनात दिलेली आहे. या आकडेवारीच्या वितरणावरून असेही म्हणता येते की, वाढणाऱ्या सागर पातळीचा निष्कर्ष कमी ठिकाणी केलेल्या निरीक्षणांवरच आधारित आहे. त्यामुळे त्याची विश्वासार्हता थोडी कमीच आहे. असे असले तरी, जगभराच्या किनाऱ्यांवर प्रत्यक्षात सागरपातळी वाढत असल्याचे पुरावे आढळत आहेत. त्यामुळे भविष्यातील संकटांकडे डोळेझाक करून राहता येणार नाही.

या आपत्तीचा धोका, सखल प्रदेशाला सर्वांत जास्त असेल. प्रत्येक ठिकाणचा भेद्यता निर्देशांक (व्हल्नरबिलिटी इंडेक्स) पाहिल्यास असे लक्षात येते की, खाड्या, लगून्स, गाळाची किनारी मैदाने, मृत्तिकासंचय (मड फ्लॅट्स), त्रिभुज प्रदेश व पुळणी येथे दरवर्षी ३ ते ५ मिलिमीटर या वेगाने निमज्जन होईल व समुद्र दरवर्षी ५ मीटर रुंदीचा किनारा गिळंकृत करील. ४ मीटरपेक्षा जास्त भरती–ओहोटी तफावत (टायडल रेंज) व ६ मीटरपेक्षा जास्त उंचीच्या लाटा जिथे तयार होतील तिथे या आपत्तीचा

तडाखा जास्त जोरदार असेल.

या संकटाला सामोरे जाण्यासाठी माणसापुढे फारसे पर्याय नाहीत. किनारी प्रदेशांतील बांधकामे, धक्के व बारमाही बंदरांची निर्मिती इत्यादींमुळे निसर्गाचा समतोल बिघडतो आहे. जमिनी खोदल्या जात असल्यामुळे भूपृष्ठ खचण्याची प्रक्रिया वाढीस लागलेली आहे. सागरपातळीच्या थोड्याशा उंचावण्यानेही खूप मोठ्या प्रदेशात हाहाकार माजू शकेल. अशी स्थिती माणसानेच निर्माण केली आहे. त्यामुळे निसर्गात माणसाने चालवलेली ढवळाढवळ कमी करणे हा एक पर्याय, हवेचे प्रदूषण कमी करण्याचा प्रयत्न करणे हा दुसरा पर्याय आणि हे काहीच जमले नाही, तर किनाऱ्याच्या प्रदेशातून स्थलांतरण करणे, हा अखेरचा पर्याय!

३१ | त्सुनामी नंतरची ५ वर्षं

इंडोनेशियातील २६ डिसेंबर २००४च्या त्सुनामीला २००९मध्ये ५ वर्षं पूर्ण झाली. निसर्गाच्या या महाभयंकर व विध्वंसक आपत्तीची सूचना देता यावी म्हणून या ५ वर्षांत विविध राष्ट्रे, आंतरराष्ट्रीय संस्था, संघटना, संशोधन संस्था आणि वैज्ञानिक यांनी भरपूर प्रयत्न करून प्रबळ व परिणामकारक पूर्वसूचना यंत्रणा तयार केल्या होत्या.

त्सुनामी आपत्तीची पूर्वसूचना देता यावी म्हणून २४ त्वरित सूचना देणारे तरंगते तराफे (Buoys) हिंदी महासागरात पसरून ठेवण्यात आले होते. ज्या देशांना या आपत्तीचा सामना करावा लागण्याची शक्यता होती त्यांनी त्यांच्या किनाऱ्यावर तिथून निघून जाण्याचे मार्ग, भोंगे वाजविण्याचे मनोरे, पूर्वसूचना केंद्रे यांची निर्मिती केली. ५ वर्षांत त्सुनामी आपत्तीकडे पाहण्याचा विचार पूर्णपणे बदलला व किनारपट्टीवरच्या लोकांत त्यासंबंधी जागरूकता निर्माण करण्याचे प्रयत्नही संघटितपणे चालू झाले.

५ वर्षांत हिंदी महासागराभोवतीच्या २८ देशांनी युनेस्को, जपान व संयुक्त संस्थाने यांच्या मदतीने IOTWS म्हणजे इंडियन ओशन त्सुनामी वॉर्निंग सिस्टिम निर्माण केली. २९ सप्टेंबर २००९ रोजी पॅसिफिकमध्ये सामोआजवळ आलेली त्सुनामी अशीच अचानक आली. मात्र, लोक जागरूक असल्यामुळे फारसे नुकसान झाले नाही.

इंटर गव्हर्नमेन्टल ओशनोग्राफिक कमिशन (IOC) ने जून २००५मध्ये त्सुनामी पुर्वसूचनेच्या संदर्भात, हिंदी महासागर, ईशान्य अटलांटिक व भूमध्य समुद्र आणि कॅरीबिअन असे तीन गट तयार केले. या गटांनी त्सुनामी व समुद्रपातळी संबंधातील सर्व घटनांच्या बद्दलची माहिती व आकडेवारीचे संकलन करून, त्याचा सूचना यंत्रणेत वापर करावा असे ठरले.

त्सुनामी पूर्वसूचना यंत्रणेत प्रामुख्याने, आपत्ती ओळखणे, त्याचे पूर्वानुमान करणे, त्याच्या तीव्रतेचा अंदाज घेणे, लोकांत जागरूकता निर्माण करणे, या गोष्टींचा समावेश होतो. सागर तळावर सदैव चालू असलेल्या लहान-मोठ्या भूकंपांची आकडेवारी गोळा करणे व समुद्रपातळीतील बदलावर बारकाईने लक्ष ठेवून त्या संबंधीची माहिती ठेवणे, हे या यंत्रणेचे मुख्य काम आहे.

त्सुनामी आपत्तीचा धोका वेगवेगळ्या किनाऱ्यावर कमी-जास्त असतो. किनाऱ्याची रचना व पाण्याखाली सहजासहजी जाण्याची वृत्ती या गोष्टीवर हा धोका ठरतो. भूकंपाच्या केंद्रास्थानापासून किती वेळात त्सुनामीलाटा किनाऱ्यावर पोहोचतील, याचा अंदाज करणे हे यात सर्वांत महत्त्वाचे असते आणि त्सुनामीचा अंदाज काही मिनिटेच आधी करणे शक्य होते कारण ही घटना खूप वेगवान असते.

काही किनारपट्ट्या भरतीच्या महाकाय लाटांनी (storm surges) अल्पावधीतच पाण्याखाली जातात. समुद्रपातळीत जागतिक तापमान वाढीमुळे वाढ होत असते. या सर्वांचा विचार त्सुनामी पूर्वसूचन यंत्रणेत करावा लागतो.

२००४च्या त्सुनामीनंतर हिंदी महासागरात भूकंप व त्सुनामीशोधन केंद्रांचे एक जाळेच तयार करण्यात आले आहे. मार्च २००९पर्यंत अशी ७३ भूकंपशोधन केंद्रे व ६० सागर तटीय समुद्रपातळीशोधन केंद्रे स्थापन झाली आहेत. ऑस्ट्रेलिया, जर्मनी, भारत, इंडोनेशिया, मलेशिया व संयुक्त संस्थाने यांनी खोल समुद्रतळावर २० त्सुनामीटर्स बसविले.

जीओसायन्स ऑस्ट्रेलिया यांच्यामार्फत हिंदी महासागराचा त्सुनामी प्रवण भागाचा नकाशा तयार करण्यात आला. या आपत्तीमुळे निर्माण होणाऱ्या धोक्याचे मूल्यमापन करण्याच्या पद्धतीचे प्रमाणीकरण करण्यात येत आहे. आत्तापर्यंत २० देशातून २७ लोक त्या दृष्टीने प्रशिक्षित करण्यात आले. त्सुनामी संबंधी जनजागृती व लोकशिक्षण यावर सर्वच देशांचा भर असून, अनेक ठिकाणी आपत्ती आल्यावर कसा बचाव करावा यासंबंधीचे शास्त्रीय शिक्षणही देण्यात आले.

सांख्यिकीदृष्ट्या विचार करता, हिंदी महासागर हा खरे म्हणजे त्सुनामी आपत्तीच्या दृष्टीने खूपच सुरक्षित महासागर आहे. विसाव्या शतकात जगभरात ज्या

त्सुनामी आल्या त्यांपैकी केवळ ४ टक्केच त्सुनामी हिंदी महासागरात आल्या. असे असले तरी २००४च्या त्सुनामीत झालेला संहार हा सर्वांत अधिक होता, हे विसरून चालणार नाही. पॅसिफिक महासागरापेक्षा हिंदी महासागरात या आपत्तीबद्दल झालेले संशोधन खूपच तोकडे होते. लोकांना या आपत्तीचा पूर्वानुभव नव्हता.

या सर्वांचा विचार करून हिंदी महासागराभोवती असलेल्या निरनिराळ्या देशांनी भरती-ओहोटी, समुद्र पातळी आणि भूकंप यासंबंधीची आपली माहिती अद्ययावत ठेवणे गरजेचे आहे. शिवाय, कोणत्याही क्षणी ती उपलब्ध होणेही तितकेच गरजेचे आहे. त्यावर आधारित संगणकीय विश्लेषणं व आपत्तीप्रवण भागांचे नकाशे करणेही आवश्यक आहे. पूर्वसूचना देणाऱ्या सर्वच देशांना ही माहिती उपलब्ध असावी. भूकंप केंद्रे, त्यांची खोली, भूकंपाची वेळ व तीव्रता यांची माहिती सतत गोळा करणे व त्यांचे विश्लेषण करणे ही कामे या देशात गेल्या ५ वर्षांत चालूच आहेत.

हिंदी महासागरात त्सुनामी सारख्या घटना संख्येने कमी झाल्या आहेत, त्यामुळेच त्यासंबंधीची पूर्वीची माहिती कमी प्रमाणात उपलब्ध आहे. वैज्ञानिकांना त्सुनामीयंत्रणा जरी नेमकी कळली असली तरी सांख्यिकीच्या अभावामुळे पुर्वसूचनयंत्रणा परिणामकारकपणे निर्माण करण्यात अडथळे येत आहेत. तरीही आज समुद्रतळावरील संवेदक व त्सुनामीप्रवण किनारपट्ट्यांचे नकाशे, सागरतळांचे नकाशे, त्सुनामी धोक्यापासून सुरक्षित ठिकाणे, तिथे पोहोचण्याचे मार्ग अशा अनेक गोष्टींसंदर्भात भारताने चांगली पूर्वसूचनयंत्रणा तयार केली आहे. २००५ ते २००७मध्ये, ३० मिनिटांपर्यंतची पूर्वसूचना देण्याची क्षमता आपण निर्माण केली. १२ सप्टेंबर२००७च्या एका त्सुनामी सदृश्य प्रयोगात त्याची क्षमताही सिद्ध झाली आहे. पूर्वसूचनेचा ३० मिनिटांचा काळ १० मिनिटे इतका कमी करणे हे या यंत्रणेचे मुख्य उद्दिष्ट होते.

३२ | जपानच्या भूकंपाची व त्सुनामीची प्रक्रिया आणि परिणाम

३१ मार्च २०११ रोजी जपानच्या किनाऱ्यावर झालेल्या भूकंपामुळे व त्यामुळे तयार झालेल्या विध्वंसक त्सुनामीमुळे नैसर्गिक आपत्तींची अनिश्चितता आणि त्यांची विध्वंसाची ताकद पुन्हा एकदा अधोरेखित झाली आहे. भू-तबक विवर्तनी, (Plate

Tectonics) भूकंप व त्सुनामी याबद्दल सध्या आपल्याकडे असलेल्या माहितीत या प्रसंगाने आणखी भर पडली आहे आणि या माहितीचा जगातील भूकंप व त्सुनामी प्रवण प्रदेशांच्या रक्षणासाठी भविष्यात खूपच उपयोग होणार आहे.

जपानच्या भूकंपाविषयी सक्षम यंत्रणांमुळे व तंत्रज्ञानाच्या उपयोगामुळे खूप गोष्टी समोर आल्या आहेत. जपानमध्ये झालेले नुकसान हे भूकंपापेक्षा त्सुनामीमुळे जास्त झाले आहे. अर्थात, समुद्रतळावरील भूकंप हे त्याचे मूळ कारण आहे.

नॉर्थ अमेरिकन/ युरेशिअन या भूतबकांच्या (Tectonic plates) मधली सीमा प्रशांत महासागराच्या भू-तबकाला जिथे भिडते त्या भागात 'जपानची गर्ता' आहे. या भागात प्रशांत महासागराचे जास्त घनतेचे तबक (plate) कमी घनतेच्या जपान तबकाखाली घसरून हा भूकंप झाला. भूगर्भात अत्याधिक तापमान असून, उष्णता सतत उत्सर्जित होत असते. प्रचंड उष्णतेमुळे भूखंडे व सागरतळ यांना अस्थिरता प्राप्त झालेली असून, भूखंडे व महासागर यांनी बनलेले भूकवच खंडित झालेले आहे. त्याचे अनेक तुकडे किंवा विभाग बनलेले आहेत. यांना 'भू-तबके' असे म्हणतात. ही तबके घनतेतील फरकानुसार एकमेकांच्या अनुषंगाने हालचाल करतात. या हालचालींना 'तबक विवर्तनी' असे म्हणतात. प्रशांत महासागराचे तबक हे सर्वांत मोठे व अत्यंत अस्थिर तबक आहे.

खरे म्हणजे, या भागात तबकांची सीमा सरळ नसून, वेडीवाकडी आहे त्यामुळे इथे अशा मोठ्या भूकंपाची शक्यता खूपच कमी होती. भूशास्त्रज्ञांना, विशेषतः जपानी भूशास्त्रज्ञांना अपेक्षित असलेला भूकंप कमी तीव्रतेचा होता. एवढ्या मोठ्या भूकंपाकरिता पेरू देशातील अथवा दक्षिण अमेरिकेच्या पूर्व किनाऱ्यावरील भ्रंश रेषेसारखी (faultline) रचना असणे आवश्यक असते. मात्र, वैज्ञानिकांच्या यापूर्वीच्या सगळ्या अंदाजांना धक्का देत, हा भूकंप अनपेक्षित अशा वेड्यावाकड्या भ्रंश प्रदेशात झाला. तो जपानचा भूकंप गेल्या काही वर्षातला पाचवा मोठा भूकंप होता. चिली (१९६४) – ९.५ रिश्टर, अलास्का (१९६४)- ९.२ रिश्टर, कामचटका (१९५२) – ९ रिश्टर व सुमात्रा (२००४) – ९.१ नंतरचा हा ९.० रिश्टर स्केलचा मोठा भूकंप आहे.

या भूकंपात जपानच्या गर्तेच्या प्रदेशात ही दोन्ही तबके १८ मी पेक्षा जास्त अंतरापर्यंत एकमेकांच्या वर-खाली सरकली. तबकांची ही हालचाल ४०० किमी लांब व १६० किमी रुंद अशा विस्तृत प्रदेशात घडल्याचे लक्षात आले आहे.

ज्या ठिकाणी समुद्रतळावर ही हालचाल झाली ते ठिकाण टोकियोच्या ईशान्येला ३७३ किमी वर व सेन्दई शहराच्या पूर्वेला १३० किमीवर आहे. या

प्रक्रियेत दोन्ही तबकांच्या सीमावर्ती भागात प्रचंड दाब तयार होऊन भेगा पडल्या. समुद्रातळावरील २२० मी लांब व ६० मैल रुंद अशा भ्रंश रेषेवर ही घटना घडल्याची नोंद इटलीच्या National Institute of Geophysics and Volcanologyने केली आहे. ही घटना कमी खोलीवर घडल्यामुळे समुद्रतळ वर उंचावला व ३० फूट उंचीची महाप्रचंड व विध्वंसक त्सुनामी लाट तयार झाली.

बऱ्याच त्सुनामी लाटा प्रशांत महासागरात तयार होतात कारण त्याच्या सीमावर्ती प्रदेशात ज्वालामुखीय बेटे, चाप, पर्वतरांगा आणि विध्वंसक तबक सीमा आहेत; म्हणून यास प्रशांत महासागराचे अग्निकंकण म्हटले जाते. जपानच्या या तबक सीमा प्रदेशात यापूर्वी इ.स. ८६९मध्ये असाच भूकंप झाल्याची नोंद आहे. या भूकंपाआधी ७.२ रिश्टर स्केलच्या धक्क्याची व त्यानंतरही ६.८ रिश्टर स्केलच्या अनेक धक्क्यांची नोंद झालेली होती. भूकंपानंतर आलेल्या त्सुनामीचे भीषण तांडव ही मात्र मोठी दुर्घटना ठरली होती.

१९९५ पासून जपानमध्ये घेतल्या जात असलेल्या GPS नोंदीवरून हे लक्षात येत होते की, जपानची बेटे, मुख्य भूमीखंडाच्या दिशेने पश्चिमेकडे दरवर्षी ५ इंच या वेगाने सरकत आहेत. मात्र, ९ रिश्टर स्केलच्या या भूकंपानंतर जपान उत्तर अमेरिकेच्या दिशेने अडीच मीटर (८ फूट) व थोडेसे आग्नेयेकडे २ फुटांनी सरकले आहे. भूकंप होत होता तेव्हा जपानी किनारपट्टीला ३ मिनिटे धक्के बसत होते, अशीही नोंद झाली होती.

या भूकंपाचा आणखी एक विलक्षण परिणाम म्हणजे पृथ्वीचा साडेतेवीस अंशात कललेला आस १० सेंमी इतक्या अंतराने आणखीनच कलला आहे. हे अंतर वैश्विक परिमाणात नगण्य असले तरी उत्तर गोलार्धातील हवामानावर त्याचे भविष्यात नक्कीच परिणाम संभवतात. भूकंप व त्सुनामीसंबंधी अनेक गोष्टींचा उलगडा या घटनेमुळे करून घेता येईल, असे वैज्ञानिकांना वाटते.

३३ | इंडोनेशियाचा भूकंप : भूतबक सिद्धान्तात नवीन शक्यतांची भर

११ एप्रिल २०१२ला इंडोनेशियाच्या किनाऱ्याजवळ झालेला भूकंप हे एक भूशास्त्रीय आश्चर्य आहे असे अनेक शास्त्रज्ञांचे मत आहे. भूपट्ट विवर्तनी (Plate

Tectonics) या सिद्धान्तात या भूकंपाने एका नवीन शक्यतेची भर घातली आहे, असे आत्ता तरी वाटते आहे.

८.६ रिश्टर क्षमतेचा हा भूकंप काही विशिष्ट भूशास्त्रीय घटनांमुळे कमी संहारक ठरला, ही हिंदी महासागराच्या आजूबाजूंच्या देशांसाठी एक सुदैवी घटना ठरली. पहिल्या ८.६ क्षमतेच्या मुख्य भूकंपानंतर काही कालांतराने जाणवलेला दुसरा धक्का ८.२ क्षमतेचा होता. सबांग या ठिकाणी १ मीटरपेक्षाही कमी उंचीची त्सुनामी लाट निर्माण झाल्याचे वृत्त आहे. २००४च्या त्सुनामीशी तुलना करता ती खूपच नगण्य म्हणावी लागेल.

यावेळचा भूकंप हा संहारक नव्हता कारण तो समकक्ष घसर (Strike Slip) स्वरूपाचा होता. अशा प्रकारात भू-तबके (Plates) एकमेकांना घासून समकक्ष (Horizontal) दिशेने सरकतात. महत्त्वाची गोष्ट अशी की, तबकांची ही हालचाल तबकाच्या मध्यवर्ती भागात निर्माण झालेल्या भ्रंश रेषेवर घडली. याला आंतर तबकीय (Intra Plate) भूकंप म्हटले जाते. अशा भूकंपाची तीव्रता कधीही ६ रिश्टरपेक्षा जास्त नसते. ११ एप्रिलला इंडोनेशियाच्या किनाऱ्याजवळ झालेला भूकंप आंतर तबकीय असूनही त्याची क्षमता ८.६ इतकी तीव्र होती पण त्यामुळे अपेक्षित अशा त्सुनामीची निर्मिती केली नाही, तबकाच्या सीमावर्ती भागात हे घडले नाही. दोन तबकांच्या सीमावर्ती भागात जिथे अधोगामी क्रिया घडते (Subduction Zone) व एक तबक दुसऱ्या तबकाखाली घसरते तिथे हे घडले नाही. ही घटना नजीकच्या सबडक्शन झोनपासून १५० किमी दूर घडली. असा प्रकार यापूर्वीच्या भूकंप निर्मितीत आढळून आलेला नाही.

या घटनेनंतर सिंगापूर, थायलंड, बांगलादेश, भारत आणि मलेशियाच्या प्रदेशात अल्पकालीन कंपन लहरी जाणवल्या. मात्र, त्या संहारक नव्हत्या.

पृथ्वीची विभागणी सहा मोठ्या व अनेक लहानसहान तबकात झालेली आहे. ही सर्व तबके घट्ट खडकांनी बनलेली असून, विविध आकारांची व असमान आहेत. प्रत्येक तबकाला त्याचा स्वतःचा 'यूलर पोल' असून त्याभोवती त्याची हालचाल 'यूलर थिअरम' प्रमाणे होत असते. तबकांच्या हालचालींमुळे त्यांच्या कडा एकमेकींना विरोध करीत घासत असतात. मात्र, तबकांच्या या हालचाली नेमक्या कशामुळे होतात, याचे समाधानकारक उत्तर सापडत नाही. भूकंप व ज्वालामुखी निर्मितीच्या घटना प्रामुख्याने तबकांच्या सीमावर्ती प्रदेशात घडतात. या पार्श्वभूमीवर आत्ताच्या भूकंपाने भूपट्ट विवर्तनी (Plate Tectonics) सिद्धान्तात काही नवीन गोष्टींचा उलगडा होईल व सिद्धान्त अधिक प्रगल्भ होईल असे भूशास्त्रज्ञांना वाटते आहे.

३४ | नेपाळचा भूकंप

मंगळवार १२ मे २०१५ रोजी नेपाळमध्ये कोडारीपासून १८ किमी अंतरावर पुन्हा एकदा ७.४ रिश्टर तीव्रतेचा भूकंप झाला आणि सगळा हिमालय हादरून गेला. आधी वाटलं की हा भूकंप पश्चात जाणवणाऱ्या धक्क्यांपैकीच एक आहे पण त्याची तीव्रता आणि स्थान यामुळे तो २५ एप्रिल नंतरचा तसाच एक मोठा भूकंप आहे, हे लगेचच स्पष्ट झालं.

नेपाळसह हिमालयाच्या विस्तृत ५ लक्ष चौ.किमी भागातले बरेचसे लोक आज 'भूकंप' या अनिश्चित संकटाच्या गडद सावलीत आपलं जीवन कंठीत आहेत.

सगळा हिमालय भूकंप प्रवण असला तरी प्रवणतेच्या तीव्रतेत पश्चिम-पूर्व दिशेत थोडेफार फरक निश्चितच आहेत. तरीही 'अनिश्चितपणा' हा या संकटातील जास्त भयावह भाग आहे, यात शंका नाही. हिमालयाचे कोणते भाग या संकटासंदर्भात जास्त धोकादायक आहेत हे कळलं तर हे भय थोडं कमी व्हायला नक्कीच मदत होते. 'इथे भूकंपच होत नाहीत' इथपासून 'कधीही काहीही होईल, खूप भीती वाटते.' इथपर्यंत, हिमालयातील वाड्या, वस्त्या आणि शहरातून आलेल्या या प्रतिक्रिया नक्कीच बोलक्या आहेत.

४ एप्रिल १९०५ नंतर मसुरी-डेहराडून भागात एकही मोठा भूकंप झालेला नाही. अर्थात, आता तो होणारच नाही हे म्हणणही तितकंच धाडसाचं होईल. त्या वेळी दर सेकंदाला तीन हजार किमीच्या वेगाने कंप लहरी सर्वत्र पसरल्या होत्या. पुढची दोन वर्षं दर महिन्याला १० ते ३० एवढ्या संख्येनं भूकंप पश्चात धक्के जाणवत होते. डेहराडून या शहराची उंची ३० सेमी नी वाढली होती.

वास्तविक पाहता, प्रत्यक्ष भूकंपाने होणारे नुकसान खूप असते. मात्र, दाटीवाटीची शहरे आणि भरपूर बांधकामे यामुळे त्याची तीव्रता खूपच वाढते. निर्मनुष्य ठिकाणी झालेल्या भूकंपामुळे, जमिनीला भेगा पडणे, भूस्खलन होणे, जंगलेच्या जंगले विस्थापित होणे, नदीनाल्यांचे मार्ग बदलणे यासारख्या घटना घडतातच. मात्र, तिथे ती घटना नैसर्गिक आपत्ती म्हणून बघितली जाते. मानवी वस्त्यांच्या प्रदेशात जी पडझड होते, मनुष्य हानी होते, त्यामुळे ती घटना संकट ठरते. असे असले तरी, नैसर्गिकरीत्या भूपृष्ठात या आपत्तीमुळे कोणते बदल होतात ते माहीत असणेही गरजेचे असते.

आपल्याकडे 'भूकंप' या आपत्तीचे व संकटाचे नेमके आकलन करून घेण्याची गरज अनेकांना वाटत नसल्याचे आढळते. त्यामुळे ही जागृती आणि या निसर्ग घटनेचा उलगडा झाला तर या अनिश्चित संकटासाठी तयारी करण्याचे मार्गही शोधता येतात. मानसिक तयारीही होते. 'केव्हाही येऊ शकणाऱ्या या संकटासाठी काय तयारी करणार?' अशी हतबलता नक्कीच कमी होते. जपान सारखे सदैव या संकटाच्या सावटाखाली जगणारे देश लहान वयातील मुलांच्या मनावर या संकटाला सामोरे जाण्याचे मार्ग सातत्याने बिंबवीत असतात. या नैसर्गिक प्रक्रियेची सगळी जडणघडण सगळ्यांनाच समजावून देण्याचे प्रयत्न केले जातात. 'Knowledge is power' या उक्तीप्रमाणे इथली सगळी माणसे सदैव या संकटाशी दोन हात करायला तयार असतात. 'हे सगळं फार किचकट आहे', 'मला ते कशाला समजायला हवं?'अशी वृत्ती इथे फारशी आढळत नाही.

नंगा पर्वत ते नमचे बरवापर्यंत पसरलेला हिमालय जगातील सर्वाधिक लांबीचा (२५०० किमी), पूर्व-पश्चिम पसरलेला तरुण वली पर्वत (Fold Mountain) आहे. सुमारे ५ ते ६ कोटी वर्षांपूर्वी प्राचीन टेथिस समुद्रातून त्याची निर्मिती झाली. सध्याचा हिमालय व विंध्यपर्वत यांच्या दरम्यान एक मध्य भू अभिनती (Geosyncline) होती. तिच्या दक्षिणेस गोंडवन भूमी आणि उत्तरेस लौरेशिया खंड होते. दक्षिणेकडचे भूखंड उत्तरेकडे सरकल्यामुळे खचत असलेल्या टेथिस भूद्रोणीत स्तरित खडक भरडले जाऊन ताण व दाब यामुळे प्रस्तरभंग आणि वलीकरण क्रियांची सुरुवात झाली. सुमारे दहा हजार मीटर जाडीचे खडक या हालचालीत भरडले गेले. हिमालयाची ही निर्मिती सुमारे ७० लक्ष वर्षे चालू असावी. एक कोटी ते दहा लक्ष वर्षांपूर्वी टेथिसचा पूर्ण लोप झाला असावा. हिमालय निर्मितीच्या हालचालींमुळे हिमालयाचे शिवालिक किंवा बाह्य हिमालय, मुख्य किंवा मध्य हिमालय आणि हिमाद्री म्हणजे सर्वोच्च उंचीची पर्वतरांग तयार झाली.

आजच्या भूतबक विवर्तनि (Plate Tectonics) या १९६७मध्ये मांडण्यात आलेल्या कल्पनेनुसार पृथ्वीची विभागणी सहा मोठ्या व अनेक लहान तबकात झालेली आहे. ही सर्व तबके घट्ट खडकांनी बनलेली असून, विविध आकारांची व असमान आहेत. प्रत्येक तबकाला त्याचा स्वतःचा 'यूलर पोल' असून, त्याभोवती त्याची हालचाल 'यूलर थिअरम' प्रमाणे होत असते. तबकांच्या हालचालींमुळे त्यांच्या कडा एकमेकींना विरोध करीत घासत असतात. यामुळेच नेपाळ थोडा उत्तरेकडे सरकणे, काठमांडूचा स्थान बदल, अशा घटना घडतात. मात्र, तबकांच्या

या हालचाली नेमक्या कशामुळे होतात याचे समाधानकारक उत्तर सापडत नाही. मोठे भूकंप व ज्वालामुखी निर्मितीच्या घटना प्रामुख्याने तबकांच्या सीमावर्ती प्रदेशात घडतात.

भूकंप जेव्हा समकक्ष घसर (Strike Slip) स्वरूपाचा असतो तेव्हा तो संहारक नसतो. अशा प्रकारात भू-तबके (Plates) एकमेकांना घासून समकक्ष (Horizontal) दिशेने सरकतात. महत्त्वाची गोष्ट अशी की, तबकांची ही हालचाल तबकाच्या मध्यवर्ती भागात निर्माण झालेल्या भ्रंश रेषेवर घडते. याला आंतर तबकीय (Intra Plate) भूकंप म्हटले जाते. तबकातील भ्रंश, भेगा, विभंग यावरून त्यांची भूकंप प्रवणता ठरविली जाते अशा भूकंपाची तीव्रता कधीही ६ रिश्टर पेक्षा जास्त नसते. महाराष्ट्रात पनवेल, चिपळूण या भागातून जाणाऱ्या भ्रंश भेगांवरून भूकंप प्रवण प्रदेश ठरविलेले आहेत.

दोन तबकांच्या सीमावर्ती भागात जिथे अधोगामी क्रिया घडते (Subduction Zone) व एक तबक दुसऱ्या तबकाखाली घसरते याला 'आंतर तबकीय(Intera Plate) भूकंप' म्हटले जाते. असे भूकंप नेहमीच मोठ्या तीव्रतेचे असतात. नेपाळ मधले भूकंपही याच प्रकारचे होते. आज जिथे हिमालय आहे त्या भागात युरेशिअन तबक आणि भारतीय तबक यातील सीमावर्ती प्रदेश आहे. आता हे अनेकांना हळूहळू माहीत झाले आहे की, दरवर्षी ४० ते ५० मिलिमीटर वेगाने युरेशिअन तबकाच्या दिशेने सरकणाऱ्या भारतीय तबकामुळे हे अति तीव्रतेचे भूकंप होत असतात. हिमालयाची भूकंप प्रवणता ही या सर्व कारणांमुळे खूपच जास्त आहे. जिथे जिथे भूपृष्ठाला मोठ्या भेगा आहेत, जिथे भ्रंश प्रदेश आहेत तिथे कधीही, केव्हाही, कितीही मोठ्या तीव्रतेचा भूकंप होऊ शकतो.

केवळ हिमालयासाठीच नाही तर संपूर्ण भारतासाठी भूकंप प्रवणतेचे नकाशे तयार करणे, त्यानुसार त्या प्रदेशातील वस्त्यांचे आकृतिबंध निश्चित करणे, असलेल्या वस्त्यांची पुनर्रचना करणे, इमारती बांधकामात आमूलाग्र बदल करणे, भूकंप रोधक बांधकामे करणे, संकटाविषयी जनजागृती करणे हे प्राधान्याने करण्याशिवाय दुसरा पर्याय निसर्गाने आपल्यासमोर ठेवलेलाच नाहीये.

हिमालयाची भूकंप प्रवणता हे भूशास्त्रीय वास्तव आहे. ते बदलणे कोणाच्याही हाती नाही. हे वास्तव समजावून घेणे आणि त्याप्रमाणे या अनिश्चित संकटासाठी सदैव तयार आणि सज्ज राहणे एवढेच आपण करू शकतो. माणूस आपल्या बुद्धीच्या जोरावर इतका सज्ज नक्कीच राहू शकतो हे जपान सारख्या देशांनी यापूर्वीच सिद्ध केलं आहे.

३५ | कोसळणाऱ्या दरडींचे संकट : एक आढावा

सह्याद्रीच्या कठीण बेसॉल्ट खडकालाही माणसाच्या बेबंद हस्तक्षेपाची झळ यापूर्वीच लागायला सुरुवात झाली आहे. ठिकठिकाणी भूस्खलन, पृष्ठ घसर आणि दरडी कोसळणे अशा घटनांत वाढ होते आहे. वनस्पती, भूजल आणि पाणी यांवर होणाऱ्या मानवी आघातांचे परिणाम ठिकठिकाणी आता अगदी स्पष्टपणे, दृश्य स्वरूपात दिसू लागले आहेत. दरवर्षी लहान-मोठ्या तीव्रतेच्या दरड कोसळण्याच्या घटनांची संख्या आणि तीव्रता वाढतेच आहे. या घटना पाहता सह्याद्रीच्या कठीण डोंगर रांगांचा किती वेगाने ऱ्हास होऊ लागलाय याची कल्पना येते.

सह्याद्रीत डोंगराळ प्रदेश व खोल घळया यामुळे अनेक लहान दरडी कोसळण्याच्या घटनेचे परिणाम फार दूरवर जाणवत नाहीत. मात्र, जवळपासच्या शेतजमिनीवर होणाऱ्या भरड पदार्थांच्या संचयनामुळे तेथील जमिनीची प्रत बिघडते. कोसळणाऱ्या दरडींमुळे नदी-नाल्यांचे मार्गही बंद होतात व पाणी इतरत्र वाहून प्रदेश क्षतिग्रस्त होतो. गेल्या काही वर्षांपासून पश्चिम महाराष्ट्रातील डोंगराळ भागातील अनेक गावे जमीन खचणे, जमिनीला भेगा पडणे, दरडी कोसळणे, अशा घटनांमुळे त्रस्त आहेत. इथल्या निसर्गाचा इतक्या वर्षांचा समतोलच जणू बिघडला आहे.

वृष्टी किंवा अतिवृष्टी हे भूस्खलनामागचे एकमेव कारण आहे असे वाटत असले, तरी ते तसे नाही. गेल्या काही वर्षांत इथल्या जमिनी व डोंगर उतारांची भरपूर झीज व विदारण झाले आहे. क्षतिग्रस्त आणि भुसभुशीत झाल्यामुळे त्यांची स्थिरता संपून जाऊ लागली आहे. कोकणातील जांभा खडकांनी व्याप्त प्रदेशात व सह्याद्रीत डोंगराळ भागात जिथे रस्ते काढणे, त्यासाठी दगडांच्या खाणी खोदणे, जंगले कमी करणे, नदीमार्गात बंधारे घालणे अशी कामे झाली आहेत किंवा चालू आहेत त्याच्या जवळपासच्या भागात जमिनी खचणे, भूजल व पृष्ठजल प्रवाह बदलणे, दरडी कोसळणे अशा घटना वाढीस लागल्या आहेत.

समुद्राजवळच्या किनारी प्रदेशात व खाडीमुखांच्या प्रदेशात अशा तऱ्हेने दरडी कोसळण्याचा व भूस्खलनाचा धोका वाढत असल्याचे रत्नागिरी व सिंधुदुर्ग जिल्ह्यातील किनारपट्टीच्या अभ्यासातून लक्षात येत आहे. गेली २ ते ३ वर्षे कोकण किनाऱ्यावर असलेल्या डोंगर रांगा, भूशिरे व पठारे इथे केलेल्या संशोधनातून हा निष्कर्ष प्रकर्षाने पुढे येत आहे. किनाऱ्याजवळ २०-४० मीटर उंचीच्या डोंगराळ प्रदेशात या घटनांची संख्या वाढते आहे. रायगड जिल्ह्याच्या किनारी प्रदेशातही काही ठिकाणी या घटना

दिसून आल्या आहेत.

सह्याद्रीत भूस्खलन प्रवण (landslide prone) ठिकाणे ओळखणे ही प्राधान्याने करण्याची गोष्ट आहे. आपत्तीचे स्वरूप आणि भविष्यात होऊ शकणारे नुकसान लक्षात घेऊन प्रस्तुत लेखकाने केलेल्या या संबंधातील संशोधनातून अनेक महत्त्वाच्या गोष्टी लक्षात आल्या आहेत. हा अभ्यास परिपूर्ण नसला तरी भूस्खलन प्रवण प्रदेश ओळखण्याच्या दृष्टीने उपयुक्त होऊ शकला. तो अधिक सक्षम होण्यासाठी त्याला तज्ज्ञांकडून भूतांत्रिक (Geo-technical) सर्वेक्षणाची जोड देणे गरजेचे आहे.

ठाणे, रायगड, रत्नागिरी व सिंधुदुर्ग जिल्ह्यातील सह्याद्रीच्या डोंगर रांगात आत्तापर्यंत झालेल्या भूस्खलनाची व कोसळणाऱ्या दरडींची प्रमुख ठिकाणे अभ्यासून त्यावरून विस्तृत अशी सांख्यिकी व माहिती साठा तयार करण्यात आला. सरकारी पातळीवर नोंदविण्यात आलेल्या माहिती बरोबरच त्या ठिकाणांना भेट देऊन माहिती गोळा करण्यात आली. जी.पी.एस.चा वापर करून स्थान निश्चिती करण्यात आली. त्याचवेळी भूस्खलन व कोसळलेल्या दरडींची मोजमापे घेण्यात आली. हवाई छायाचित्रे, उपग्रह व गुगल अर्थच्या प्रतिमा यांचा अभ्यास करून डेटाबेस अधिक विस्तृत करण्यात आला. भूस्खलन प्रदेशातील तापमान, पर्जन्यमान, विदारणाची तीव्रता, जंगल व वनस्पतींच्या आच्छादानाचे प्रमाण, डोंगर उताराचे प्रमाण, विदारीत डोंगरातील भूजलाचे प्रमाण अशा विविध घटनांचा विचार यात करण्यात आला.

मुख्य म्हणजे या प्रत्येक घटकाचे भूस्खलन प्रक्रियेतील स्खलन प्रवण मूल्य नक्की करण्यात आले व त्यानुसार प्रत्येक ठिकाणासाठी भूस्खलन प्रवणता निर्देशांक (Susceptibility index) ठरविण्यात आला. बहुचल सांख्यिकी पृथक्करण (Multivariate statistical analysis) पद्धत वापरून सह्याद्रीतील अनेक ठिकाणांची भूस्खलन प्रवणता नक्की करण्यात आली व त्यावरून सह्याद्री प्रदेशाकरिता भूस्खलन व दरडी कोसळण्याची शक्यता दर्शविणारे नकाशे तयार करण्यात आले.

सह्याद्रीतील दरडी कोसळण्याचा एक विशिष्ट आकृतिबंधही या अभ्यासातून समोर आलेला आहे. या पर्वतरांगात मोठ्या प्रमाणावर चालू असलेली बांधकामे, रस्ते, वृक्षतोड यामुळे इथल्या डोंगर उतारांचे संतुलन बिघडत आहे. या अभ्यासानुसार ठाणे जिल्ह्यातील सह्याद्री पर्वतात दरडी कोसळण्याची प्रवणता ४५ ते ४८ टक्के आहे. रायगड व रत्नागिरी जिल्ह्याच्या सह्याद्रीच्या भागात ती ५२ ते ५८ टक्के आहे. प्रतापगड, पोलादपूर, कोलाड या भागात ती ६० टक्के पेक्षा जास्त तर अंबाघाट, गगनबावडा घाट येथे ती सत्तर टक्के पेक्षा जास्त असल्याचे दिसून येते.

रायगड जिल्ह्यात सई, दासगाव, रोहन याठिकाणी, रत्नागिरी जिल्ह्यात हर्णे,

आढे, मिरजोळे व सिंधुदुर्गाच्या किनाऱ्यावर कोचरे, श्रीरामवाडी, भोगवे, मोचेमाड, खवणे, नेवळीवाडी याठिकाणी लहान-मोठ्या तीव्रतेच्या भूस्खलनाच्या व दरड कोसळण्याच्या घटना यापूर्वीच वारंवार घडल्या आहेत.

जांभा, बेसॉल्ट, ग्रॅनाइट अशा विविध प्रकारच्या खडकांचे खोलवर झालेले विदारण (Deep Weathering), जंगलांची तोड, दगडांच्या खाणींचे वाढते प्रमाण याचबरोबर प्रदेशात होत असलेले नवीन रस्ते, नवीन बांधकामे यांमुळे डोंगर उतार व त्यावरील मातीचा थर यांचे संतुलन झपाट्याने बिघडत आहे. थोड्याशा पावसानेही आता डोंगर उतारांवरून भूस्खलन सहजपणे होण्यासारखी परिस्थिती अनेक ठिकाणी निर्माण होत आहे. आधीच क्षतिग्रस्त झालेल्या भूभागाचा या परिस्थितीत टिकाव लागणे कठीण बनले आहे.

अनेक वेळा भूस्खलनानंतर ३ ते ४ मीटर उंचीचे, पाण्याने संपृक्त झालेले, विदारित, जंगल विरहित डोंगरमाथे एकाएकी कोणतीही पूर्वसूचना न देता खाली घसरतात. दरड कोसळून खाली आलेली दगड-धोंड्यांची रास ३०-४० मीटर अंतर डोंगर उताराला अनुसरून सहजपणे घसरत जाते. डोंगराच्या पायथ्याशी असलेल्या घरादारांचे प्रचंड नुकसान करते. कोसळलेल्या दरडींबरोबर डोंगर उतारावरील झाडे-झुडपेही खाली घसरतात.

किनारी प्रदेशात दरड कोसळून तयार झालेल्या मातीच्या ढिगाऱ्याची उंची सामान्यपणे ३ मीटर एवढीच असली तरी अनेक वेळा त्यामुळे झालेली हानी खूप मोठी असल्याचे दिसते. कोकण किनाऱ्यावर डोंगराळ भागातून जाणारे रस्ते डोंगर पायथ्याशी खोदल्या जात असलेल्या दगडांच्या खाणी, रस्त्यांसाठी व खार भूमी बंधाऱ्यांसाठी डोंगर उतारावरून काढण्यात येणारे दगड-धोंडे, वाळू या सर्वांमुळे हा धोका दिवसेंदिवस वाढतोच आहे.

काही ठिकाणी डोंगरांना पडणाऱ्या भेगा व घसरणारी माती यावरून या आपत्तीचे संकेत मिळतात. किनारपट्टीच्या प्रदेशात वायव्य-आग्नेय दिशेने असलेल्या भ्रंश/ भंग रेषांच्या प्रदेशात या घटना हमखास आढळून येतात. त्याची तीव्रता ही मात्र डोंगराळ भागात माणसांचा किती व कसा हस्तक्षेप चालू आहे त्यावर ठरते, असेही इथे केलेल्या अभ्यासातून लक्षात आले आहे.

मुंबई-पुणे द्रुतगती मार्गावर दरड कोसळल्यानंतर निसर्गाच्या प्रकोपाचा तडाखा किती जबरदस्त असतो, याची पुन्हा एकदा सगळ्यांना जाणीव झाली. मात्र, 'निसर्ग माणसापेक्षा ताकदवान आहे' केवळ एवढाच या घटनेचा अर्थ काढून भागणार नाही. निसर्गाच्या या भयंकर प्रकोपाला आपणही तेवढेच जबाबदार आहोत, हे कधीही

विसरून चालणार नाही.

अशा घटना एकाएकी घडताना दिसत असल्या तरी त्यापूर्वी त्या प्रदेशात बराच मोठा काळ आपत्ती पोषक अशी परिस्थिती निर्माण होत असते. दरड कोसळण्यासारख्या घटनेत नैसर्गिक आणि मानव निर्मित अशा दोन्ही घटकांचा समावेश असतो. वर्षानुवर्षे डोंगराळ प्रदेशात टिकून असलेले संतुलन माणसाच्या अविवेकी हस्तक्षेपानंतर कसे एकाएकी बिघडते ते आपण अनेक वेळा पाहिलेही आहे. अशा वेळी असाहाय्यपणे संकटाला सामोरे जाण्याशिवाय माणसाकडे काही पर्याय उरत नाही.

माणसाचे जीवन सुधारण्यासाठी आणि विकास घडवून आणण्यासाठी निसर्गाच्या सहकार्यानेच तो करणे इष्ट असते. निसर्गाकडे डोळेझाक करून आणि त्याला ओरबाडून विकास करणे माणसाला कधीही परवडण्यासारखे नाही हे अनेक प्रसंगातून आता सिद्धच झाले आहे.

डोंगराळ भागातील पर्यावरण संवेदनशील असल्यामुळे इथे दरडी कोसळण्याच्या संकटाची शक्यता नेहमीच जास्त असते. ती लक्षात ठेवूनच विकास कामे करणे गरजेचे असते. वृक्षतोड, खाणकाम, रस्ते, सपाटीकरण आणि या सगळ्यातून होणारी डोंगर-दऱ्यांची हानी, प्रदेशाला येणारा कमकुवतपणा, पडणाऱ्या भेगा, बदलणाऱ्या भूजल पातळ्या, तयार होणारे नवीन स्खलन प्रवण प्रदेश या सगळ्या गोष्टींचा विकास कामे करण्यापूर्वीच शास्त्रशुद्ध विचार करणे आवश्यक असते.

प्रदेशाची स्खलन प्रवणता ठरविणे, हा खरे म्हणजे अशा आपत्ती व्यवस्थापनाचा सर्वप्रथम विचार असायला हवा. आपल्या आपत्ती व्यवस्थापन प्रक्रियेत तो अभावानेच दिसतो किंवा अजिबात दिसत नाही. आपले आपत्ती व्यवस्थापन आपत्ती येऊन गेल्यावर सुरू होते.

कोणत्याही प्रदेशाची आपत्ती प्रवणता ठरविताना विकास कामांमुळे निसर्गाचा समतोल किती बिघडेल याचे नेमके मूल्यमापन हवे आणि ते करताही येते. निसर्ग प्रक्रियांचा वैज्ञानिक अभ्यास करून हे मूल्यमापन सहजपणे करता येते. मात्र, हा अभ्यास नेमका, अचूक आणि प्रामाणिकपणे केलेला असावा. निसर्गातील सर्वच घडामोडी अतिशय शिस्तबद्ध आणि कालबद्ध असतात. ऋतुचक्र, झीज व भर होण्याचे चक्र, झाडे सदाहरित व पानझडी होण्याचे चक्र अशा अनेक नैसर्गिक घटना अतिशय आखीवरेखीव आणि शिस्तबद्ध असतात. यात होणाऱ्या हस्तक्षेपांमुळे मात्र ही घडी लगेच विस्कटू लागते आणि त्याचा परिपाक दरड कोसळण्यासारख्या आपत्तीत होतो.

डोंगराळ भागातल्या विकासकामांच्या कोणत्याही प्रयत्नात भूशास्त्रीय व भूरूपिक वैशिष्ट्यांची नेमकी माहिती असणे आवश्यक आहे. ती असेल तर प्रदेशाची आपत्ती प्रवणता ठरविणेही सोपे होते. प्रत्येक महत्त्वाच्या प्रदेशासाठी, विशेषतः जिथे, डोंगराळ भागातून रस्ते, रेल्वे मार्ग काढण्याची कामे करायची आहेत किंवा केली आहेत अशा भागांसाठी स्खलन प्रवणता दर्शविणारे नकाशे तयार केले तर ते खूपच उपयुक्त ठरू शकतात. भूस्खलनासारख्या आपत्तीत खूप मोठ्या प्रमाणावर हानी होते. भूमिपातानंतर जे पर्यावरणीय बदल होतात ते अनेक वेळा अपरिवर्तनीय असतात. भूस्खलनानंतर स्खलन झालेल्या डोंगराची उंची, विस्थापित झालेल्या दगड-माती-चिखलाचे स्वरूप, त्याने व्यापलेला भाग, पदार्थाची प्रवाही वृत्ती, जाडी, चिकटपणा, जंगलाची हानी अशा गोष्टींचा अभ्यास करून भूस्खलन न झालेल्या प्रत्येक प्रदेशाच्या स्खलन प्रवणतेसंबंधी गणिते तयार करता येतात. अशी गणिते अशा आपत्ती व्यवस्थापनाचा महत्त्वाचा घटक ठरू शकतात.

प्रदेशाचे भूतांत्रिक (Geo-Technical) सर्वेक्षण सामान्यपणे बांधकामे करण्यापूर्वी केले जाते. प्रदेशाची स्खलन क्षमता ठरविण्यासाठीही ते केले जाऊ शकते. अनेक देशात पर्वतीय आणि डोंगराळ भागात, बोअर होल घेऊन, इन्क्लीनोमीटरसारखी उपकरणे वापरून विदारित खडक व माती यांच्या घसरण्याचा अंदाज घेतला जातो. त्या निरीक्षणांचा पावसाच्या प्रमाणाशी संबंध लावून डोंगरांच्या स्खलन प्रवणतेचे भाकीत केले जाते.

कोकणातील जांभा खडकांनी व्याप्त प्रदेशात क्षति होण्याचे प्रमाण मोठे आहे. याचबरोबर जिथे रस्ते काढणे, त्यासाठी दगडांच्या खाणी खोदणे, जंगले कमी करणे, नदीमार्गात बंधारे घालणे अशी कामे चालू आहेत; त्याच्या जवळपासच्या भागात जमिनी खचणे, भूजल व पृष्ठजल प्रवाह बदलणे, दरडी कोसळणे अशा घटना वाढीस लागल्या आहेत.

रत्नागिरी, चांदेराई, संगमेश्वर, राजापूर, खारेपाटण, दाभोळे अशा विस्तृत प्रदेशातील दुर्गम भागात भूस्खलनाच्या आणि डोंगर घसरण्याच्या घटना या वर्षीच्या पावसात घडल्याचे वृत्त आहे. भूस्खलनाच्या या घटना सह्याद्रीच्या घाटातही मोठ्या प्रमाणावर घडत आहेत. वरंधाघाटात सलग दोनदा दरडी कोसळल्या आहेत.

किनारी भागात जमिनीला भेगा पडण्याच्या ज्या घटना घडल्या आहेत ते किनारी प्रदेश वेगाने भूस्खलनप्रवण बनत असल्याच्या निर्देशक आहेत. समुद्राजवळच्या किनारी प्रदेशात व खाडीमुखांच्या प्रदेशात अशा तऱ्हेने दरडी कोसळण्याचा व भूस्खलनाचा धोका वाढत असल्याचे रत्नागिरी, सिंधुदुर्ग व रायगड जिल्ह्यातील

किनारपट्टीच्या अभ्यासातून लक्षात येत आहे.

गेली २ वर्षे कोकण किनाऱ्यावर असलेल्या डोंगर रांगा, भूशिरे व पठारे इथे केलेल्या संशोधनातून हा निष्कर्ष प्रकर्षाने पुढे येत आहे. किनाऱ्याजवळ २० ते ४० मीटर उंचीच्या डोंगराळ प्रदेशात या घटनांची संख्या वाढते आहे.

केवळ कोकणच नव्हे तर पश्चिम घाटाच्या मोठ्या प्रदेशातील पर्यावरणाचा झपाट्याने ऱ्हास होतो आहे. भूशास्त्रीयदृष्ट्या पश्चिम घाट हिमालयापेक्षा कणखर आणि जुना असला तरी इथले पर्यावरणही तितकेच संवेदनशील आहे. इथला मानवी हस्तक्षेप जास्त आणि कदाचित अधिकच धोकादायक आहे. पश्चिम घाटाच्या आणि कोकणच्या संवेदनशील निसर्गाचा सध्या चालू असलेला बेबंद ऱ्हास वेळीच थांबवला नाही तर हिमालयात जे घडते त्याहीपेक्षा मोठ्या आपत्तीचा सामना नजीकच्या काळात आपल्याला करावा लागेल.

३६ | दुर्गम आणि डोंगराळ भागातलं उद्‌ध्वस्त कोकण

फिआन वादळाने कोकणच्या किनाऱ्याचा जो विध्वंस केला त्याचा वृत्तान्त वर्तमानपत्रातून कळला असला तरी किनाऱ्याबरोबरच कोकणच्या दुर्गम आणि डोंगराळ भागात झालेले परिणाम अभ्यासावे या उद्देश्याने या भागाला दिलेल्या भेटीतून समोर आलेले सत्य कल्पनेपेक्षाही विदारक होते.

३ व ४ जुलै २०१३च्या प्रचंड पावसानंतर कोकणात अनेक ठिकाणचे डोंगर व डोंगरउतार पाण्याने संपृक्त झाले आहेत. गेल्या अनेक वर्षांत विदारण झालेल्या आणि कुजलेल्या खडकात त्यांच्या क्षमतेपेक्षा खूपच जास्त पाणी मुरले आहे. फिआन वादळ आणि त्याचवेळी पुन्हा एकदा पडलेला जोरदार पाऊस यामुळे लहान-मोठ्या दरडी ठीकठिकाणी कोसळल्या आहेत. एवढेच नाही तर रस्ते, पायवाटा, शेतजमिनी यांना दोन ते तीन मीटर खोल भेगा पडल्या आहेत. जमीन खचण्याबरोबरच नदीमार्गही बदलले आहेत. काही ठिकाणी तर नदीपात्रांचे किनारे कोसळून पात्रे रुंदावली आहेत. नदीचा तळ खचण्याच्या घटनाही घडल्या आहेत.

राजापूर तालुक्यातल्या दुर्गम भागात या आपत्तीचा मोठा तडाखा बसला आहे. वडद हसोल, शिवणे इथे शेतजमिनींना भेगा पडून जमिनी अजूनही खचत आहेत. काही ठिकाणी जनावरांचे गोठे व नांगर उद्‌ध्वस्त झाले आहेत. देवाचे गोठणे

या गावाजवळ दरड कोसळली आणि अजूनही तो डोंगर खचतो आहे. सोलगाव, रातांबाशेंडी, धारतळे, शिवणे, रानतळे, वेत्त्ये अशा अनेक ठिकाणी मोठमोठी झाडे उन्मळून पडली आहेत. डोंगरावरील माती झाडांसकट अजूनही घसरतेच आहे. भाट्ये आणि गावखडी परिसरातील सुरुची बने जमीनदोस्त झाली आहेत. विजेशिवाय अनेक गावे अजूनही अंधारात आहेत.

कोकणाची सगळी जमीनच भुसभुशीत व दुर्बळ झाली असावी असे दृश्य सर्वत्र दिसते आहे.

सरकारी यंत्रणा नेहमीप्रमाणेच अजूनही असंवेदनशील आणि निष्क्रिय आहे. या यंत्रणेपर्यंत लोकांच्या व्यथा, दैनंदिन दु:खे आणि अडचणी पोहोचत नाहीत हेच इथले खरे दु:ख आहे. सरकारी पातळीवर काही प्रयत्न होतील व मदत मिळेल याची आशा या लोकांनी केव्हाच सोडून दिली आहे.

ऑगस्ट-सप्टेंबर महिन्यात सामान्यपणे कोकणच्या डोंगराळ प्रदेशात अनेक ठिकाणी लहानमोठ्या दरडी कोसळण्याचे प्रकार घडतात. भूस्खलन, भेगा पडणे, डोंगरावरून माती वाहून येणे, दगड-धोंड्यांची घसरण असे अनेकविध प्रकार यात आढळून येत असले, तरी त्या सर्वांनाच दरड कोसळणे (Land Slides) असे म्हटले जाते. सह्याद्रीत होणाऱ्या लॅण्डस्लाइड्स व कोकणात डोंगराळ भागात आणि किनारी भागात होणाऱ्या लॅण्डस्लाइड्स यात मूलतः खूपच फरक आढळतो.

विश्व विद्यालय अनुदान आयोगाने(UGC)वित्तसाहाय्य केलेल्या एका प्रकल्पांतर्गत सह्याद्रीतील व कोकणातील दरड कोसळण्याच्या प्रक्रियेचा व तिच्या परिणामांचा सविस्तर अभ्यास करण्यात आला. आत्तापर्यंत केलेल्या अभ्यासातून काही आकृतिबंध स्पष्ट झाले आहेत. सह्याद्रीप्रमाणेच कोकणात अनेक ठिकाणे लॅण्डस्लाइड प्रवण आहेत. ही ठिकाणे नेहमीच रस्त्यालगत असतात असे नाही तर अनेक ठिकाणे दुर्गम डोंगर रांगात मनुष्य वस्ती पासून दूर असतात. त्यामुळे अर्थातच ती लक्षात येत नाहीत. या अभ्यासातून असेही लक्षात येत आहे की, भरपूर पाऊस व खूप खोलवर झालेले खडकांचे विदारण, भूपृष्ठाला पडलेल्या भेगा यासारखी कारणेही कोकणात दरडी कोसळण्यामागची प्रमुख कारणे आहेत. रस्ते तयार करण्यामुळे या घटनेत वाढ झाली आहे, असे दिसत नाही.

दरड कोसळून दूरवर पसरत गेलेल्या पदार्थांत विदारित बेसॉल्ट व जांभा यांचे प्रमाण मोठे आहे. डोंगर माथ्यापासून ५० मीटर पेक्षा जास्त दूरपर्यंत हे पदार्थ पसरत नाहीत. मात्र, डोंगर उतारावरून अनेक झाडेझुडपे याबरोबर सहज खाली घसरतात. पायथ्याशी असलेल्या नदीप्रवाहांच्या मार्गात हे पदार्थ आल्यावर नदीमार्ग बंद होतात किंवा हे पदार्थ खालच्या शेतजमिनीवर येऊन जमिन नापीक होतात.

महाबळेश्वर, पोलादपूर, खेड, धामिणी, चिपळूण, अंबा व आंबोली याचबरोबर कोलाड, महाड, म्हसाळा व दासगाव हा भाग यादृष्टीने खूपच संवेदनशील आहे, असे दिसून येते.

संपूर्ण सह्याद्री व कोकणातील डोंगराळ प्रदेशांकरिता दरड कोसळण्याची शक्यता असलेल्या ठिकाणांचे भाकीत करून ती ठिकाणे दाखविणारा नकाशा तयार करणे, हे या प्रकल्पाचे मुख्य उद्दिष्ट होते. प्रत्येक विभागातील दरडींचे वैशिष्ट्य सांगणे व त्यापासून होणाऱ्या परिणामांचे मूल्यमापन करणे हासुद्धा यातील एक महत्त्वाचा भाग होता.

३७ | डोंगर आणि डोंगर उतारांच्या भूजन्य पर्यावरणाची जपणूक

आंबेगाव तालुक्यातील माळीण गावात डोंगर कोसळून एक गाव नकाशावरून अक्षरशः पुसले गेल्याचा प्रसंग अजूनही सगळ्यांच्या लक्षात नक्कीच आहे. डोंगर, टेकड्या आणि डोंगर उतारांच्या भूजन्य पर्यावरणाच्या अक्षम्य अवहेलनेचा तो एक संहारक परिपाक होता.

वर्षानुवर्षे डोंगराळ प्रदेशात टिकून असलेले संतुलन माणसाच्या अविवेकी हस्तक्षेपानंतर कसे एकाएकी बिघडते ते आपण अनेक वेळा त्यानंतरही पाहिले आहे. वेळ निघून गेल्यावर असाहाय्यपणे संकटाला सामोरे जाण्याशिवाय आपल्याकडे मग काही पर्याय उरत नाही.

माणसाचे जीवन सुधारण्यासाठी आणि विकास घडवून आणण्यासाठी निसर्गाच्या सहकार्यानेच तो करणे इष्ट असते. निसर्गाकडे डोळेझाक करून आणि त्याला ओरबाडून विकास करणे माणसाला कधीही परवडण्यासारखे नाही, हे अनेक प्रसंगातून आता सिद्धच झाले आहे.

डोंगराळ भागातील पर्यावरण संवेदनशील असल्यामुळे पर्यावरणाचा ऱ्हास झपाट्याने होण्याची शक्यता नेहमीच जास्त असते. ती लक्षात ठेवूनच विकास कामे करणे गरजेचे असते. वृक्षतोड, खाणकाम, रस्ते, सपाटीकरण आणि या सगळ्यातून होणारी डोंगरांची हानी, प्रदेशाला येणारा कमकुवतपणा, पडणाऱ्या भेगा, बदलणाऱ्या भूजल पातळ्या, तयार होणारे नवीन स्खलन प्रवण प्रदेश या सगळ्या गोष्टींचा विकास

कामे करण्यापूर्वीच शास्त्रशुद्ध विचार करणे आवश्यक असते.

कोणत्याही प्रदेशाची स्खलन व ऱ्हास प्रवणता ठरविणे हा खरे म्हणजे आपत्ती व्यवस्थापनाचा सर्वप्रथम विचार असायला हवा. डोंगर आणि डोंगर उतार हे तर इतके संवेदनशील असतात की, त्यांची स्खलन प्रवणता ठरवून नकाशे तयार करणे आत्यंतिक गरजेचे असते. आपल्याकडे असे काही होताना अभावानेच दिसते किंवा अजिबातच दिसत नाही.

जैवविविधता हे डोंगर व टेकड्यांचे मुख्य लक्षण असले तरीही हे खरेच आहे की, इथे आढळणारे भूजन्य पर्यावरणसुद्धा तितकेच विविध प्रकारचे आहे. आपण ते समजून घेण्याचा प्रयत्नही करीत नाही.

डोंगरमाथा आणि नदीखोऱ्याचा तळ या दरम्यान असलेला प्रदेश म्हणजे डोंगर उतार अशी सर्वसाधारणपणे डोंगर उताराची व्याख्या केली जाते. डोंगराळ प्रदेशात आढळणाऱ्या डोंगर उतारावरच प्रामुख्याने पर्यावरणातील समृद्धी आणि विविधता निसर्गाने जपून ठेवल्याचे दिसून येते. अनेक प्रकारच्या उतारांच्या एकत्रीकरणामुळेच प्रदेश अधिक संपन्न होतो. भूजन्य पर्यावरणात डोंगर उतार हा म्हणूनच एक महत्त्वाचा घटक ठरतो.

डोंगर माथ्यापासून नदीच्या दिशेने पसरलेल्या डोंगर उताराकडे पाहीले तरी हे लक्षात येते की, तो सगळीकडे सारखा नाही. माथ्याजवळ थोडा बहिर्वक्र, त्यापुढे काही अंतरावर तीव्र कडा, त्यानंतर पायथ्यापर्यंत एकाच कोनात पसरलेला विभाग आणि नदीपात्राला मिळता मिळता होणारा अंतर्वक्र भाग असं याचं आकर्षक असं रूप दिसू लागतं.

डोंगर उताराचे हे सगळे विभाग डोंगराळ प्रदेशाच्या संतुलित अस्तित्वाचे आवश्यक घटक असतात. प्रत्येक विभाग नैसर्गिकरीत्या उत्क्रांत झालेला असतो. त्यानुसारच प्रत्येक विभागाच्या अनाच्छादनाचे प्रमाण, त्यावरील मातीच्या जाडीचे प्रमाण, जलधारण क्षमता, शेती आणि वनस्पतींसाठी पोषकता, झिजेचे प्रमाण आणि खनिजांची उपलब्धता हे सगळे ठरते. यातील कोणत्याही एका विभागात माणसाने विकास कामांच्या नावाखाली हस्तक्षेप केला की, आजूबाजूच्या सगळ्या उतारांचे आणि पर्यायाने प्रदेशांचे भूजन्य संतुलन बिघडते. भूजन्य पर्यावरणाची ही विस्कटलेली घडी नंतर कधीच मूळपदावर येऊ शकत नाही.

त्यामुळेच प्रत्येक डोंगराळ भागासाठी असे उतार विभाग दर्शविणारे आणि त्यांची विविध वैशिष्ट्ये व सद्य:स्थिती दाखविणारे नकाशे तयार केले तर तिथल्या प्रस्तावित विकास कामांसाठी ते खूपच मार्गदर्शक ठरू शकतात. डोंगर उतारावरील

बांधकामांमुळे डोंगरांची खूप मोठ्या प्रमाणावर हानी होते. त्यामुळे जे पर्यावरणीय बदल होतात ते अनेक वेळा अपरिवर्तनीय असतात. डोंगर भूस्खलन प्रवण बनतात. सततच्या आवाजामुळे आणि कंपनांमुळे ते ढिले व भुसभुशीत होतात. त्यांची जल धारण क्षमता घटते. जंगले आणि झाडेझुडपे यांच्या वाढीला ते पोषक माती आणि खडक द्यायला असमर्थ ठरतात.

आज आपल्या आजूबाजूच्या स्खलन झालेल्या डोंगर उतारांची परिस्थिती बघितली की, आपण किती निर्दयपणे या भूजन्य पर्यावरणाची वाताहात करून ठेवली आहे, त्याचा अंदाज येतो. कोणताही शास्त्रीय विचार न करता केवळ स्वार्थापोटी चालू ठेवलेला डोंगर आणि डोंगर उतारांचा वापर आणि उपभोग सक्तीने आणि कायद्याने बंद केल्याशिवाय डोंगर उतारांच्या पुनर्निर्माणाचा साधा विचारही करणे आता कठीण होऊन बसले आहे, असे म्हणायला हरकत नाही.

३८ | कोकण रेल्वे मार्गावरील जांभा प्रदेशातील बोगदे आणि कटाईची आव्हाने

कोकण रेल्वे मार्गावरील पोमेंडी व निवसर परिसरात अनेक वेळा दरड कोसळणे आणि रेल्वेमार्ग खचणे या घटना घडल्या आहेत आणि त्यामुळे रेल्वे वाहतूक बंद पडते. पोमेंडी – निवसर – आडवली मार्गावरच्या प्रदेशाची भूशास्त्रीय संवेदनशीलता कोकण रेल्वे कार्पोरेशनची नेहमीची डोकेदुखी झाली आहे. खरे म्हणजे, कोकण रेल्वे मार्गावरील इतर अनेक ठिकाणेही अशीच संवेदनशील आहेत विशेषकरून हा मार्ग जिथे जांभा (Laterite) खडकातून जातो तिथे ही संवेदनशीलता जास्त आहे.

जांभा दगडाचा वरचा भाग हा लोह आणि ॲल्युमिनियमच्या oxideनी बनलेला कठीण कवच सदृश कातळाचा भाग असतो. हा थर पार्य (Pervious)असून त्याची खोली ६ मीटरपासून १५ मीटरपर्यंत असल्याचे आढळून येते. या थराच्या खाली जास्त पार्यतेचा पण कमी जाडीचा मातीचा थर असतो आणि त्याही खाली अत्यंत कमी पार्यता असलेला लिथोमर्ज (Lithomarge)नावाचा थर असतो. पावसाळ्यात जास्त पार्यतेच्या विभागापर्यंत भरपूर पाणी साठते व अपार्य लिथोमर्जच्या सीमा रेषेवर खडकातून बाहेर झिरपू लागते.

या वर्षी केवळ दोन दिवसांच्या काळात २५० मिमी इतका प्रचंड पाऊस कोकण रेल्वे परिसरात झाल्याची उदाहरणेही आहेत. पावसाचे पाणी मोठ्या प्रमाणावर जांभा खडकात झिरपले. वरच्या कठीण थराखाली असलेला मातीचा थर पाण्याने संपृक्त झाला आणि तिथे मोठ्या प्रमाणावर छिद्रजल भार (Pore water pressure) तयार झाला. परिणामी डोंगर उतारावर मोठमोठ्या भेगा पडल्या. ही घटना जांभायुक्त खडक प्रदेशात सर्वत्र घडते. पावसाचे प्रमाण जसजसे वाढते तसतशा या भेगा रुंदावतात व खोलही होत जातात.

गेल्या काही वर्षांत जांभा खडकात पाणी साठून, झिरपून कोकण रेल्वेच्या दोन्ही बाजूस असलेले डोंगर भुसभुशीत व विदारण आणि अपक्षरण प्रवण बनले आहेत. जांभ्याचे विसंघटन (Deformation) ही काळ निगडित प्रक्रिया आहे. हे विसंघटन दरवर्षी पावसाळ्यात वाढतच जाते. यामुळे खडकात अनेक भेगा पडतात आणि जांभ्याचा वरचा कठीण थर घसरण्यासाठी किंवा कोसळण्यासाठी अधिकच स्खलन प्रवण बनतो.

कोकण रेल्वे मार्गावर कटाईची खोली जिथे १० मीटरपेक्षा जास्त आहे आणि कटाईचे उतार तीव्र आहेत तिथे वरचा खडक दरडीच्या स्वरूपात हमखास खाली कोसळू शकतो. खडकाचे खालचे थर पाण्याने संपृक्त होऊन वरच्या थरापासून निसटू लागतात. प्रस्तुत लेखकाने कोकणात केलेल्या निरीक्षणातून असेही आढळले आहे की, डोंगर उतारावर कठीण खडकाखालील जल संपृक्त थरात अनेक ठिकाणी, कमी-अधिक उंचीवर, माती सुटून बाहेर येण्याच्या खुणा दिसून येतात.

या प्रक्रियेमुळे जे अध:कर्तन होते त्यामुळे गुहा तयार होतात व वरच्या कठीण खडकाचा आधार नष्ट होतो व सगळा डोंगरच खाली घसरू लागतो. अशा वेळी उताराच्या तळ भागाला संरक्षण देणे गरजेचे असते. हे वेळीच केले नाही तर इथे वारंवार भूस्खलन होऊ शकते. जांभा दगडातील या भूस्खलन प्रक्रियेनंतर डोंगर उतार अधिकच तीव्र उतारांचे व अध:कर्तन प्रवण बनतात. जांभा व्यतिरिक्त इतर खडकांत मात्र दरड कोसळून गेल्यानंतर उतार अधिक स्थिर होतात व दरड कोसळण्याची शक्यता तुलनेने कमी होते.

कोकणात जांभा प्रदेशात या घटना घडू नयेत म्हणून कोकण रेल्वेच्या बोगदे आणि कटाईच्या भागात पावसाच्या पाण्याचे योग्य व्यवस्थापन करणे हाच परिणामकारक उपाय आहे. कोकण रेल्वे कार्पोरेशनने हे व्यवस्थापन अगदी उत्तम प्रकारे केले आहे व त्यासाठी अनेक योजना यशस्वीपणे राबविल्या आहेत. बाजूच्या उतारांचे सपाटीकरण,

उतारावर जल उत्सर्जन धारांची निर्मिती, पायथा भिंती, ६ ते ८ मीटर उंचीवर उंचवटे, अशा योजनांमुळे डोंगर उतारांच्या स्थिरतेत वाढ करण्याचे प्रयत्न केलेत.

मुळातच कोकण रेल्वे मार्ग अत्यंत कठीण भूप्रदेशातून आणि विविध खडकस्तरातून जातो. प्रत्येक भूभागाची व खडक स्तराची प्रवृत्ती वेगळी. त्यामुळे दरवर्षी भूस्खलनाची ही आपत्ती डोके वर काढत असते. कोकण रेल्वे कार्पोरेशन यातूनही या संकटांवर भगीरथ प्रयत्नांनी मात करते आहे, यात शंका नाही.

कोकण रेल्वेचा मार्ग ज्या कठीण डोंगर दऱ्यातून, निबिड जंगलातून आणि कठीण खडकातून जातो, याची ज्यांना माहिती आहे त्यांना आणि या रेल्वेने प्रवास करणाऱ्या प्रवाशांना प्रदेशाची दुर्गमता पाहूनही हा मार्ग संकट विरहित ठेवणे किती कठीण आहे, त्याची कल्पना येते. रोहा सावंतवाडी या मार्गावर आजकाल दरडी कोसळण्याच्या, भूस्खलनाच्या आणि रेल्वे मार्ग खचण्याच्या किंवा रेल्वे मार्गाच्या दोन्ही बाजूच्या संरक्षक भिंती व माती घसरून मार्गावर येण्याच्या घटना वरचेवर घडत आहेत. या आपत्तींचे निराकरणही कोकण रेल्वे कार्पोरेशन तितक्याच समर्थपणे करीत आहे. या सर्व समस्यांचे मूळ हे इथल्या भूशास्त्रीय रचनेशी व खडक संरचनेशी निगडित आहे.

कोकण रेल्वेच्या मार्गाचा खर्च कमी व्हावा आणि प्रकल्प अधिक सुकर व्हावा म्हणून सह्याद्रीचा पायथा व किनारपट्टी यामधल्या सपाट व कमी उताराच्या प्रदेशाची निवड करण्यात आली. उताराची प्रवणता (gradient) १:१५० ठेवण्यात आली. वळणाच्या भागात ती १:४० इतकी ठेवण्यात आली. हे करणे खूपच जिकिरीचे होते. यासाठी मातीच्या जाड थरातून व खडकांतून हा मार्ग खोदावा लागला.

कोकण रेल्वेच्या महाराष्ट्रातील मार्गांपैकी रायगडमधून जाणारा मार्ग बहुतांशी कुहरी (Amygdoloidal) प्रकारच्या बेसॉल्ट खडकातून जातो तर रत्नागिरी व सिंधुदुर्ग जिल्ह्यातून तो अकुहरी (Compact) बेसॉल्ट व जांभा (Laterite) मधून जातो. कुहरी बेसॉल्टमधून काढलेल्या भुयारांना, कटाईना (cuttings) आणि बोगद्यांना इतर कुठलाही आधार लागत नाही. बेसॉल्टचा हा प्रकार अशा कामांसाठी अधिक योग्य असल्याचे दिसते. याउलट, अकुहरी बेसॉल्टमधून बोगदा काढणे जास्त जिकिरीचे असते. हा खडक यासाठी प्रतिकूल मानण्यात येतो. यात खूप जोडही (joints) असतात, ज्यातून पाणी मोठ्या प्रमाणावर झिरपू शकते. हे जोड अकुहरी बेसॉल्टमध्ये जवळ जवळ असले तर भूस्खलनाचा धोका जास्तच असतो. अशा तऱ्हेचे खडक रत्नागिरी व

सिंधुदुर्ग जिल्ह्यात असल्याने इथे ही समस्या वारंवार डोके वर काढते. या खडकांचे जलौष्णिक रूपांतरण (hydrothermal alteration) हा आणखी एक महत्त्वाचा घटक यात नेहमी लक्षात घ्यावा लागतो. या प्रक्रियेमुळे खडक पूर्णपणे कुजतो व त्याचे रूपांतर मृदू असंघटित पदार्थात होते. असा खडक सहजपणे खचू किंवा घसरू शकतो.

या प्रकल्पात रत्नागिरी व सिंधुदुर्ग जिल्ह्यात बेसॉल्ट बरोबरच जांभा खडक, त्याची विशिष्ट रचना व प्रवृत्ती यांचाही मोठा परिणाम जाणवतो. ६ ते ८ मीटर खोलीचा, लोह व ॲल्युमिनियमच्या oxideनी युक्त असा जांभ्याच्या कातळाचा भाग सुरुंग लावून फोडावा लागतो. याखाली असलेला पार्य असा जांभ्याच्या मृदेचा थर पावसाळ्यात, त्याखालच्या घट्ट, अपार्य थरावरून घसरतो किंवा ढासळतो. पावसाळ्यात पाण्याने संपृक्त झालेला हा थर कातळाखालच्या प्रवाहांनी व पावसाच्या तडाख्याने घसरण्यास मदतच होते. जमिनीतही भेगा व भंग प्रदेश तयार होतात. तीन- चार वर्षांच्या कालावधीतच वरच्या कातळाचे स्खलन होते व दरडी कोसळतात.

कोकण रेल्वेने याकरिता कटाईच्या बाजूच्या उतारांचे सपाटीकरण, उतारावर जल उत्सर्जन धारांची निर्मिती, उतारावरील उंचवटे, पायथा भिंती (Toewalls) असे अनेक उपाय अतिशय परिणामकारकपणे केल्याचे दिसून येते. दरवर्षी जांभा खडकाचे विस्तीर्ण प्रदेश ३५०० ते ४००० मिमी पावसाच्या प्रदेशात उघडे पडतात. जून-जुलै महिन्यात ताशी ४० ते १०० मिलिमीटर या वेगाने पडणाऱ्या पावसामुळे भूस्खलनाचा धोका अधिकच तीव्र होतो.

या मार्गावरील ९१ बोगदे, ३ ते ४० मीटर खोलीच्या ५६४ कटाई, बंधारे हे सर्वच जिओटेक्निकली अतिशय सक्षम आहेत. रेल्वे मार्गावर येणाऱ्या असंख्य नदी नाल्यातील पाण्याचा निचराही योग्य प्रकारे होईल, याची काळजी घेण्यात आली आहे. या मार्गावरील कटाई (Cutting) ही प्रामुख्याने जांभा खडक किंवा दगडधोंडे व शीळांनीयुक्त जांभा मृदा आणि जोडयुक्त बेसॉल्ट यात खोदलेली आहे. जांभा खडकात झिरपून साठलेल्या पाण्यामुळे जो स्थिर जलीय भार तयार होतो त्यामुळे मृदेची घसरण होऊ लागते. रेल्वे मार्गाच्या निर्मितीच्या वेळी सुरुंग लावून, जांभा फोडून मार्ग काढले गेले. मात्र, आता इतक्या वर्षांनी भरपूर पाऊस, विदारण, रेल्वे कंपन लहरींचा परिणाम यामुळे कटाईच्या आजूबाजूचे डोंगरउतार घसर प्रवण व स्खलन प्रवण बनले आहेत.

कोकण रेल्वेच्या बहुतांशी समस्या निसर्ग रचनेशी निगडित आहेत. निसर्ग हाच इथे प्रबळ आहे, हे विसरून चालणार नाही.

३९ | सह्याद्री : पर्यावरणाचा वाढता ऱ्हास

उलटणाऱ्या प्रत्येक वर्षागणिक सह्याद्रीच्या पर्वतरांगातील नैसर्गिक पर्यावरणाचा ऱ्हास वाढत असल्याचे चित्र आता स्पष्टपणे दिसू लागले आहे. हा ऱ्हास लक्षात घेता सह्याद्रीचा टिकाऊ विकास करणे आता हळूहळू आवाक्याबाहेर जाणार, हे नक्की आहे. त्यासाठी सपाट, पठारी किंवा मैदानी प्रदेशांच्या विकासाचे कोणतेही मापदंड इथे उपयोगाचे नाहीत. सह्याद्रीच्या पर्यावरणाचे रक्षण व विकास करण्यासाठी, इथल्या खोल घळया, तीव्र डोंगर उतार, मर्यादित सपाट जागा आणि उर्वरित जंगले यांचा विचार करणे गरजेचे आहे.

कोकण आणि देश यामध्ये उभी असलेली सह्याद्रीची भक्कम आणि अभेद्य भिंत ही अनेक दृष्टींनी संवेदनशील आहे. इथे आढळणारी जैवविविधता केवळ अचंबित करणारी आहे. या पर्वत रांगेची एकूण लांबी १६०० किमी असून, महाराष्ट्रात ती ४४० किमी आहे. सरासरी १२०० मी उंच असलेल्या व ७ कोटी वर्षांपूर्वी निर्माण झालेल्या या पर्वतात तेव्हापासूनच एक स्वतंत्र आणि समृद्ध पर्यावरण संरचना टिकून आहे.

सह्याद्री हा निसर्ग संपत्तीचा एक विलक्षण खजिना आहे आणि या प्रदेशात राहणाऱ्या लोकांसाठी त्याची नितांत गरज आहे. इथल्या मनुष्य जीवनाचा तो प्रमुख आधार आहे. आज मात्र, हे दैवदुर्लभ लेणे झपाट्याने नष्ट होऊ लागले आहे. स्कॉटलंड सारख्या देशाने त्यांच्या बेन नेविस आणि माउंट ऑगस्तस पर्वतांची जी जीवापाड जपणूक चालवली आहे ते पाहून आपण या बाबतीत किती उदासीन आणि बेफिकीर आहोत, ते जाणवते.

सह्याद्रीत आता अनेक समस्यांनी डोके वर काढले आहे. २५०० मिमी पेक्ष्याही जास्त पावसाच्या या प्रदेशात पिण्याच्या पाण्याचे जाणवणारे दुर्भिक्ष ही माणसाच्या अभिलाषेची नेमकी ओळख झाली आहे. जंगली प्राण्यांचे कमी होणारे प्रमाण, भूजलाचा तुटवडा व प्रदूषण, रस्ते आणि बांधकामे यामुळे बिघडलेले डोंगर-उतारांचे संतुलन, कोसळणाऱ्या दरडी, या घटना इतक्या झाल्या आहेत की, आपल्याला आता त्याची जणू सवयच झाली आहे.

वनस्पतींचा संहार, बेकायदेशीर जंगलतोड, नवनवीन धरण योजना आणि जमिनीचा कमी होणारा कस या समस्यांनी सह्याद्रीतील गावे ग्रस्त आहेत. पर्यटन विकासाच्या अनेक योजना सध्या इथे राबविल्या जात आहेत आणि या योजनांचे

बळी ठरताहेत इथली गावे आणि इथले पर्यावरण.

सह्याद्रीची भौगोलिक रचना हे इथल्या विविधतेचे मूळ कारण आहे. जिथे सह्याद्रीच्या रांगांची उंची थोडी कमी झाली आहे तिथून कोकणात जाणारे घाट रस्ते आहेत. माळशेज, बोर, ताम्हिणी, वरंध कुंभार्ली, रडतोंडी, आंबा, गगनबावडा, फोंडा आणि आंबोली या घाट रस्त्यांच्या आजूबाजूस पर्यावरणाची सर्वाधिक हानी झाल्याचे आता लक्षात येते आहे. तोही माणसाच्या हस्ताक्षेपाचाच परिणाम आहे, यात शंका नाही. भूस्खलनाच्या सर्वाधिक घटनाही इथेच घडत आहेत.

इथल्या डोंगराळ व दुर्गम भागासाठी विकास योजना हव्यातच. त्यात दुमत असण्याचे कारण नाही. पण निसर्गाचा समतोल बिघडवून केलेला विकास काही उपयोगाचा नाही, हे विसरून भागणार नाही. संरक्षित वनांचे एक विस्तृत जाळे तयार करणे, जळाऊ लाकडांसाठी आणि चराऊ गवतांसाठी वेगळे वनीकरण करणे, बांधकामे निर्बंधित करणे, जलस्रोत, नद्यानाले यांचे संवर्धन व संरक्षण करणे हे सगळे उपाय तातडीने करणे आवश्यक बनले आहे. चुकीच्या विकास योजना आणि राजकारणी लोकांचा हस्तक्षेप याला विरोध आणि जनमानसात निसर्ग रक्षणाची कर्तव्य भावना निर्माण करणे हे जास्त महत्त्वाचे.

४० | थंडीची लाट

भारताचा फार मोठा भूभाग थंडीच्या तीव्र लाटेमुळे गारठून गेला आहे. उणे चार ते उणे सोळा अंश सेल्सिअस इतके नीचांकी तापमान आणि त्याबरोबर येणारे वारे व दाट धुके यामुळे भारतातील विशेषतः, उत्तर भारतातील, जनजीवन कोलमडून गेले आहे. महाराष्ट्रात फक्त सकाळच्याच वेळी दिसणारा दाट धुक्याचा थर उत्तर भारतात त्याहीपेक्षा जास्त काळ टिकून राहिल्यामुळे वाहतुकीवर मोठा परिणाम झाला आहे. या लाटेचा परिणाम महाराष्ट्रासह दक्षिणेकडच्या काही राज्यांतही जाणवतो आहे.

थंडीच्या लाटेचे हे संकट वहाने आणि गिरण्या यातून बाहेर पडणाऱ्या धुरामुळे अधिकच तीव्र होत असल्याचे दिसून येते आहे. या प्रदूषकांचे दाट थर जमिनीलगत तयार झाल्यामुळे सूर्यऊर्जेच्या प्रमाणात घट होऊन थंडीत वाढ होते आहे. दिल्लीत तापमान ४ अंशांपर्यंत, नागपूरमध्ये ५ अंशांपर्यंत तर अति उत्तरेला शून्याखाली

तापमान नोंदविले गेले आहे. महाराष्ट्रात वाशिमला कधीही न अनुभवलेली थंडी पडत आहे. काश्मीरमध्ये अनेक दिवस सरोवरे पूर्णपणे गोठलेलीच आहेत.

उत्तर भारताचा फार मोठा भाग दरवर्षी थंडीच्या दिवसात या लाटेच्या प्रभावाखाली येतो असे दिसून येते. असे असले तरी त्यातील तीव्रतेत होणारे बदल आणि बदलते सातत्य यांचा संबंध जागतिक हवामान बदलाशी असावा असेही शास्त्रज्ञांना वाटत आहे.

थंडीच्या लाटेच्या या संकटाकडे आपण तसे कधीही गांभीर्याने पाहत नाही. या लाटेचे भाकीत करणे किंवा त्याची पूर्वसूचना देणे याकडे आपण किती दुर्लक्ष करतो याची कल्पना या काळात होणाऱ्या हानीकडे बघून कोणालाही करता येईल. खरे म्हणजे, या नैसर्गिक घटनेत विशिष्ट आकृतिबंध आढळतात. ते अभ्यासून त्यांचे पूर्वानुमान करता येते. अर्थात, हे पूर्वानुमान थोडेफार मागेपुढे होण्याची शक्यताही असते. पण संकटाच्या तीव्रतेची कल्पना यामुळे नक्कीच येऊ शकते.

ऑक्टोबर ते एप्रिल या कालखंडात भारतात थंडीची लाट येण्यासारखी परिस्थिती तयार होत असली तरी नोव्हेंबर ते मार्च या काळातच त्याची शक्यता सर्वाधिक असते. या काळात, उत्तर भारतात वातावरणाच्या खालच्या थरात थंड व कोरडे वारे वाहतात. अनेक वेळा हे वारे खूपच थंड होतात आणि उत्तरेकडून दक्षिणेकडे एकामागून एक असे ठरावीक काळ वाहतात. या वेळी नेहमीच्या सरासरी तापमानापेक्षा रात्रीचे तापमान आठ अंश सेल्सिअसपेक्षाही कमी होते; यामुळे वारे अधिकच बोचरे होतात. यालाच 'थंडीची लाट' किंवा 'शीत लहर' असे म्हटले जाते.

बऱ्याच वेळा असेही दिसते की, भारतातील शीत लहर म्हणजे ७६ अंश पूर्व रेखावृत्ताच्या पूर्वेकडील भागात निर्माण होणाऱ्या शीत लहरींचा फैलाव किंवा विस्तार असतो. काही वेळा शीत लहरींचा काही भाग पश्चिमेकडील फैलावापासून तुटून पूर्वेकडे प्रवास करू लागतो. अशा तुटलेल्या भागामुळे भारताच्या उत्तर भागात थंडीच्या लाटेचा प्रभाव अनेक दिवस जाणवत राहतो. सौराष्ट्र व मध्य प्रदेश येथे अनेकदा स्वतंत्रपणे शीत लहरी तयार होतात. त्या लगेचच क्षीणही होतात. राजस्थानमध्ये तयार झालेल्या लहरी मात्र विस्तार पावून पूर्वेकडे व दक्षिणेकडे पसरतात.

शीत लहरींची तीव्रता एकाएकी कमी होणे किंवा वाढणे, तिचा भौगोलिक विस्तार वाढणे किंवा आक्रसणे या घटना या वर्षी प्रकर्षाने जाणवत आहेत. यात थंड हवेचे पुंजके तयार होऊन ते विखुरतात आणि तापमानात एकदम घट होते. वायव्य भारतात जेव्हा जेव्हा कमी भाराचे तीव्र प्रदेश निर्माण होतात तेव्हा तेव्हा सहा-सात

दिवसांच्या अंतराने वायव्येकडून गंगेच्या खोऱ्याकडे थंडीच्या लाटा येऊ लागतात.

शीत लहरींची संख्या आसामच्या दिशेने व दक्षिणेकडे कमी होत जाते. कोकण, कर्नाटक, तमिळनाडू, आंध्र, अंदमान आणि लक्षद्वीप येथे थंडीच्या लाटेचा प्रभाव अगदीच नगण्य असतो. फेब्रुवारी महिना भारतात शीत लहरींना साधारणपणे अनुकूल असतो. असे असले तरी, भारतात शीत लहरींमध्ये विशिष्ट कालसातत्य दिसत नाही. गेल्या काही वर्षांत तर हे सातत्य अगदीच बेभरवशी झाले आहे. जानेवारी, फेब्रुवारी, मार्चमध्ये विविध प्रदेशात ज्या शीत लहरी अनुभवास येतात त्या पाच लक्ष चौरस किमी पेक्षा जास्त भूभाग व्यापतात असे आता दिसून आले आहे.

महाराष्ट्रात जानेवारी, फेब्रुवारी महिन्यात थंडीच्या लाटेचा प्रभाव जाणवतो, या काळात तापमानात ८ ते १२ अंश सेल्सिअसनी घट होते. नाशिक, नगर आणि पुणे जिल्ह्याच्या पश्चिमेला अनेकदा उत्तरेकडून आलेल्या शीत लहरी घुसतात. मात्र, त्या ५ दिवसांपेक्षा जास्त दिवस टिकत नाहीत.

भारतीय हवामान खात्याने तयार केलेल्या हवादर्शक नकाशांचा अभ्यास हे थंडीच्या लाटेच्या प्रवासाचे भाकीत करण्यासाठी वापरता येईल असे उत्तम व सोपे तंत्र आहे. सामान्य तापमानापासून रोजच्या कमीत कमी तापमानात झालेले बदल अभ्यासून हे करणे शक्य होते. थंडीपासून माणसांचे, इतर प्राण्यांचे, वनस्पतींचे आणि शेतीचे संरक्षण करणे फार गरजेचे असते. याकरिता थंडीच्या लाटेचे पूर्वानुमान करण्याला प्राधान्य देणे गरजेचे झाले आहे. थंडीच्या लाटेच्या आकृतिबंधात गेल्या काही वर्षांत आढळणारे बदल, हवामानात जागतिक पातळीवर होत असलेल्या बदलाचे निर्देशक असावेत, असे अनेक शास्त्रज्ञांना आज खात्रीने वाटत आहे.

४१ | हवामान बदल

गेल्या काही दिवसातील अवकाळी पाऊस, अतिवृष्टी, पूर, भूस्खलन, उन्हाळ्याची वाढती तीव्रता, थंडीच्या प्रमाणात आढळणारी घट, ढगफुटी आणि गारपीट या अतिशय अनपेक्षित अशा घटना आहेत. या सगळ्याच घटना या एका नैसर्गिक प्रक्रियेचा भाग असला तरी त्यांच्या आगमनाच्या किंवा घडून येण्याच्या निर्धारित वेळेपूर्वीच किंवा त्यानंतर त्या घडणे ही सगळ्यांनाच गोंधळात टाकणारी स्थिती आहे, यात शंका नाही.

काही वेळा पाऊस हा ईशान्य मोसमी यंत्रणा आणि पश्चिमेकडून आलेल्या बाष्प संपृक्त हवेच्या एकत्रीकरणामुळे झाल्याचे दिसत असले, तरी हे बदल तात्पुरते आहेत की, पृथ्वीवर होऊ लागलेल्या एका मोठ्या संक्रमणाचे द्योतक आहेत, हे नेमकेपणाने सांगता येत नाही अशीही संभ्रमावस्था यामुळे तयार झाली आहे. विसाव्या शतकाच्या उत्तरार्धातील आणि एकविसाव्या शतकाच्या सुरुवातीच्या काळातील काही हवामानशास्त्रीय आणि पर्यावरणीय घटना पहाता हवामान बदलाच्या अशा प्रक्रिया तीव्र होऊन बदलांचा वेगही खूपच वाढल्याचे जाणवते आहे.

सध्या जाणवत असलेले हवामानातील बदल हे फार मोठ्या दीर्घकालीन बदलाचे संकेत असावेत असे वाटत असले तरी एक-दोन वर्षांच्या निरीक्षणातून असा निष्कर्ष काढणे योग्य नाही असेही अनेक शास्त्रज्ञांचे ठाम मत आहे. हे बदल आता मोठ्या क्षेत्रात, जगात अनेक ठिकाणी दिसू लागले आहेत, याचे मुख्य कारण मनुष्याच्या सततच्या एकाच प्रकारच्या हस्तक्षेपामुळे एकाच विशिष्ट पद्धतीने पृथ्वी भोवतालचा नजीकचा वातावरण थर (तपांबर)अल्प काळापुरता बदलतो आहे. या थराची वरची मर्यादाही (तपस्तब्धि) वाढते आहे. त्यामुळे जाणवणारे हवामान बदल अल्प काळापुरतेच पण तीव्र स्वरूपाचे आहेत.

हवामानात होणारे हे बदल कशामुळे होत आहेत याचे नेमके उत्तर खरे म्हणजे आजही आपल्याला गवसलेले नाही. आत्तापर्यंतच्या हवामान शास्त्रीय संशोधनातून एक गोष्ट नक्की लक्षात आली आहे की, पृथ्वीवर विविध ठिकाणी असे अल्पकालीन तीव्र हवामान बदल यापूर्वी अनेक वेळा झालेले आहेत. मात्र, त्या वेळची बदलामागची कारणे आत्तापेक्षा नक्कीच वेगळी होती आणि त्यातली बरीचशी कारणे नैसर्गिक होती. आज जगभरात वाढत असलेला माणसांचा हस्तक्षेप या बदलास मोठ्या प्रमाणावर हातभार लावतो आहे याबद्दल कोणाच्याच मनात संदेह नाही.

गेल्या काही वर्षांपासून, जवळ जवळ दरवर्षी हवामान बदलाचे आकृतिबंध स्पष्ट करणारे संशोधन समोर येत आहे. यात संशोधकांना ज्या समान गोष्टी आढळल्या आहेत त्या फार महत्त्वाच्या आहेत. दीर्घकालीन उष्ण हवेचा कालखंड व त्या काळात अधूनमधून दिसून येणारे थंड किंवा बाष्पयुक्त हवेचे अडथळे दाखविणाऱ्या अवकाळी पाऊस, हिमवृष्टी, गारा यांसारख्या घटना सातत्याने पण ठरावीक काळाने घडत असलेल्या समान हवामान शास्त्रीय घटना आहेत.

हवामान बदलाची ही यंत्रणा अनेक शास्त्रज्ञांच्या मते अगदी साधी-सरळ यंत्रणा आहे. पृथ्वीचा पृष्ठभाग, समुद्र व वातावरणाचा थर यामध्ये होणारे ऊर्जेचे

संक्रमण, तिचे संचलन, आगमन व बहिर्गमन केवळ एवढ्याच गोष्टींशी तात्कालिक व दीर्घकालीन हवामान बदलाचा संबंध आहे, असे लक्षात आले आहे. अनेकांच्या मते सूर्याकडून पृथ्वीला मिळणाऱ्या ऊर्जेत आजही फारसा बदल झालेला नाही. म्हणजे या ऊर्जेचे प्रमाण कमी झालेले नाही.

अगदी नजीकच्या काळातच भारतातील जवळपास सर्वच राज्ये, ज्याचा अंदाजही करता येणार नाही अशी आत्यंतिक अनियमित हवा अनुभवतील असे अनेक शास्त्रज्ञांचे मत आहे. महाराष्ट्राने गारपीटीच्या स्वरूपात याचा नुकताच अनुभवही घेतलाय. हैदराबादमध्ये मार्चच्या सुरुवातीसच झालेली अतिवृष्टी, श्रीनगर मधली अतिवृष्टी, महाराष्ट्रासह मध्य भारतात झालेला अवकाळी पाऊस, विदर्भ, मराठवाड्याच्या काही भागातली दुष्काळी परिस्थिती अशा चरम (extreme) घटना, बदलत्या हवामानात आणखीनच तीव्र होतील, असाही अंदाज व्यक्त करण्यात आला आहे.

भारतातील ऋतुचक्रात गेल्या काही वर्षांपासूनच बदल जाणवू लागल्याचे हवामान शास्त्रज्ञांचे निरीक्षण सांगते. काही ठिकाणी जूनमध्ये पडणाऱ्या पावसाच्या प्रमाणात थोडी वाढ झाल्याचे तर काही ठिकाणी घट झाल्याचीही निरीक्षणे नोंदविण्यात आली आहेत. जुलैमध्ये पावसात बहुतांश ठिकाणी घट झालेलीही दिसते आहे. भारतातील हवामान बदलाचा सगळ्यात मोठा व नेमका निर्देशक म्हणजे इथल्या मान्सूनच्या वृत्तीत होणारे बदल हाच आहे. भारतात जाणवत असलेल्या हवामान बदलामागे इथे होणारे कार्बन-डाय-ऑक्साइडचे उत्सर्जन हे एकमेव कारण असल्याचेही अनेकांना वाटते आहे.

पृथ्वीवर वातावरणाची निर्मिती झाल्यापासूनच अनेक वेळा हवामानात लहान-मोठे बदल घडून आले आहेत. प्राचीन काळातले हे बदल संख्येने आणि तीव्रतेने खूपच जास्त होते असे उपलब्ध नोंदी आणि पुराव्यावरून लक्षात येते. आजही हे बदल कमीअधिक प्रमाणावर आणि कमीअधिक वेगाने पृथ्वीवरच्या विविध भागात होतच आहेत.

स्थानिक पातळीवर आणि मर्यादित व विवक्षित प्रदेशात जाणवणारे हवेतील व हवामानातील बदल समजण्यासाठी पृथ्वीवरील जागतिक बदलांचे आकृतिबंध समजून घेणे नेहमीच महत्त्वाचे राहीलेले आहे. गेल्या वीस हजार वर्षांतच, पृथ्वीवरच्या हिम आवरणाचे प्रमाण तेहतीसहून जास्त टक्क्यांनी कमी झाले आहे. समुद्राची पातळी अनेक मीटर्सनी सर्वत्र उंचावली आहे. बर्फाच्या आवरणाचा दाब कमी झाल्यामुळे त्याखालच्या भूभागाची उंची वाढली आहे. वनस्पती आणि अरण्य

प्रदेशांचे विषुववृत्तापासून ध्रुवापर्यंतच्या प्रदेशात अनेक वेळा स्थानबदल व आंदोलन झाले आहे. जगभरातील अनेक सरोवरात पाण्याचे प्रमाण वारंवार कमी-जास्त झाले आहे. वाळवंटी प्रदेशांचा विस्तार वाढलाय आणि कमीही झालाय. अनेक सस्तन प्राण्यांचा 'प्लाइस्टोसीन ओवरकिल' या नावाने ओळखल्या जाणाऱ्या आपत्तीत बळी गेलाय.

हवामान बदलांमुळे विविध जलाशयातील मत्स्य जीवांचे वितरण थोड्याफार फरकाने बदलते आहे. हिमक्षेत्रातील बर्फाचे प्रमाण कमी-जास्त होते आहे. अनेक नदी खोऱ्यात पूर परिस्थिती निर्माण होते आहे. तापमानात कधी वाढ तर कधी एकाएकी घट होते आहे. शेतीप्रधान देशात पावसाचे आणि शेतीचे वेळापत्रक कोलमडते आहे.

अलीकडच्या काळातील काही घटना मात्र थोड्याशा काळजीपूर्वक अभ्यासानंतर आणि निरीक्षणानंतरच लक्षात येत आहेत. आर्क्टिक व अंटार्क्टिक तसेच ग्रीनलंड प्रदेशातील समुद्रावरील बर्फाची कमी होणारी जाडी, महासागर, उपसागर आणि आखाते यातील जलचरांच्या नष्ट होणाऱ्या जाती, प्रजाती, वाळवंटे आणि जंगलांच्या बदलत्या सीमा, वनस्पतींचे बदलणारे साहचर्य या घटना आधुनिक काळातील हवामान बदलाच्या सूचक घटनाच आहेत.

एकविसाव्या शतकाच्या सुरुवातीसच जगभरच्या हवामानात व पर्जन्यमानात बदल होत असल्याचे स्पष्टपणे जाणवू लागले आहे. 'हवामान' या सर्वव्यापी घटकाचा परिणाम इतर अनेक छोट्या-मोठ्या घटनांवर होणार हे गृहीत धरले तरी माणसाच्या विविध क्रिया-प्रक्रियांमुळे या बदलांना चालना मिळते आहे, हे नाकारून चालणार नाही.

अलीकडच्या काळात हवामान बदलास कारणीभूत ठरणारा महत्त्वाचा घटक मनुष्य प्राणीच आहे. वातावरणाची प्रत बदलून टाकणाऱ्या मानवी हस्तक्षेपाचा तो एक अटळ असा परिणाम आहे. कोळसा व खनिज तेलाचा अतिरिक्त वापर, नागरीकरण, स्थानिक पातळीवर होणारी उष्णता वृद्धी, हवेचे प्रदूषण, वाढणारे कार्बन-डाय-ऑक्साइडचे प्रमाण, उष्णता विकिरण व शोषण यात प्रदूषणामुळे होणारे बदल, ढगांच्या निर्मिती प्रक्रियेत येणारे अडथळे या सर्वच गोष्टींमुळे सध्याचे हवामान दिवसेंदिवस जास्तच वेगाने बदलू लागले आहे.

जागतिक तापमान वृद्धी हा सध्याच्या काळातला मुख्य हवामान बदल आहे. गेल्या काही दिवसातील घटना तापमान वृद्धी ऐवजी तापमानातील घट दर्शविणाऱ्या

असल्या तरी एका अंदाजानुसार एकविसाव्या शतकाच्या मध्यापर्यंत पृथ्वीच्या तापमानात तीन ते चार अंश सेल्सियसने वाढ होईल आणि या तापमान वृद्धीचे खूप दूरगामी परिणाम होतील. जास्त उंचीवरील जेट प्रवाह दुर्बल होतील, वारे त्यांच्या दिशा बदलतील, वृष्टीचे प्रमाण कमी होईल, बरीचशी वृष्टी केवळ पाऊस या स्वरूपातच होईल, हिमवृष्टीचे प्रमाण कमी होईल, पुरांची संख्या व तीव्रता वाढेल, उन्हाळ्यात वादळांची संख्या वाढेल, हिवाळ्यात पाऊस पडेल, सागरपातळी दरवर्षी वीस ते तीस मिलिमीटरने वाढेल, किनारी प्रदेशातील भूजल अधिक खारट होईल. ध्रुव प्रदेशातील बर्फ पूर्णपणे वितळेल, दुष्काळ प्रवण परिस्थितीचे प्रमाण वाढेल आणि शेतीप्रधान देशातील शेतीचे उत्पन्न मोठ्या प्रमाणावर घटेल.

हवामान बदलासंबंधीचे आत्ताचे व भविष्यातील हे चित्र अनेक शास्त्रज्ञांच्या मते खूपच निराशाजनक आहे. या माहितीमुळे व भविष्यातील धोक्याची जाणीव होऊ लागल्यामुळे सामान्य माणूस आणि वैज्ञानिकही थोडा भांबावून गेला आहे. मात्र, हवामानाची अचूक निरीक्षणे, त्यासंबंधी भरपूर आकडेवारी आणि तिचा या घटनांची तीव्रता कमी करण्यासाठी केलेला नेमका उपयोग यामुळे हे चित्र बदलूही शकेल यात शंका नाही.

हवामानात होणारे अचानक अल्पकालीन बदल हे सध्याच्या हवामान बदलाचे मुख्य वैशिष्ट्य आहे. हा परिणाम प्रामुख्याने त्या प्रदेशातील पर्यावरणात व नैसर्गिक परिसरात माणसामुळे चालू असलेल्या बदलांचा परिपाक असल्याचे दिसून येते. पृथ्वीपृष्ठानजीकच्या वातावरणाच्या थरांचे गुणधर्म व वैशिष्ट्ये ही अल्पकाळासाठी झपाट्याने बदलतात, ऊर्जा संक्रमणाची नैसर्गिक प्रक्रिया बिघडते आणि हवामानात बदल जाणवतो. पृष्ठभागाजवळचे हवामान हे आत येणाऱ्या सौर ऊर्जेचे प्रमाण व त्यांचा विनियोग यावर ठरते. त्यामुळे उष्णतेत एकाएकी होणारी तीव्र वाढ, तितक्याच वेगाने अल्पकाळात कमी होणारे किंवा सामान्य स्थितीला येणारे तापमान, अल्पकालीन वृष्टी, गारपीट यांचा संबंध वैश्विक हवामान बदलाशी न लावणेच बरे, असे अनेक शास्त्रज्ञांना वाटते.

हवामानात होणाऱ्या दीर्घकालीन बदलांचा कालखंडच खूप मोठा असतो. आणि हे बदल अगदी संथ गतीने होत असतात. पृथ्वीचे सूर्याभोवतीचे भ्रमण, पृथ्वीच्या आसाचा कल व त्याचे प्रमाण, पृथ्वी व सूर्य यातील अंतर, पृथ्वीच्या सूर्याभोवतीच्या भ्रमण पातळीचा कल, भूमीखंडाचे वितरण व त्यांचे स्थान बदल अशा अनेकविध गोष्टींमुळे पृथ्वीभोवतालच्या वातावरणात संथ गतीने बदल होत

असतात. त्यातून जागतिक पातळीवर तापमान, पर्जन्यमान यांचे आकृतिबंध बदलत असतात. त्यामुळे हवामान बदल निश्चितच संभवतात. मात्र, ही एक अती दीर्घकालीन प्रक्रिया असल्यामुळे माणसाच्या नेहमीच्या जीवनाशी त्याचा दुरान्वयानेही संबंध येण्याची शक्यता कमी असते. मात्र, या दोन्ही अल्प आणि दीर्घकालीन बदलांचा तापमान हा प्रमुख निर्देशक आहे. त्यामुळे ठरावीक काळानंतर त्यातील बदलाचे परिणामही लगेच दिसून येऊ लागतात.

भारतात सामान्यपणे उष्ण व कोरड्या हवेचा कालखंड मार्चच्या मध्यापासून सुरु होतो व मेच्या अखेरीपर्यंत त्याचे प्राबल्य राहते. २१ मार्च नंतर म्हणजे वसंत संपात नंतर उत्तर भारतातील तापमानात झपाट्याने वाढ होते आणि ही वाढ २१ जूनपर्यंत म्हणजे कर्क संक्रातीपर्यंत जाणवत राहते. वायव्य भारतात (राजस्थान, पंजाब व हरियाणा) आणि उत्तर भारतात (उत्तर प्रदेश, बिहार, ओरिसा) याचबरोबर मध्य भारतात (मध्य प्रदेश, छत्तीसगड, महाराष्ट्र) रोजचे उच्चतम तापमान ४० अंश ते ४७ अंश सेल्सिअस इतके नोंदवले जाते. रोजचे किमान तापमान २६ ते २८ अंश सेल्सिअसपर्यंत खाली येते म्हणजे कमीत कमी तापमानही २६ अंश पेक्षा जास्तच असते. गंगेच्या मैदानी प्रदेशात उष्णतेच्या लाटेचा प्रचंड मोठा प्रादुर्भाव असतो. कोरडी हवा, ५ ते ३० टक्के इतकी अत्यल्प सापेक्ष आर्द्रता, अधूनमधून पडणारा अभिसरण स्वरूपाचा पाऊस, धुळीची वादळे आणि असह्य उन्हाळा ही या भागात, या कालखंडात नेहमीच जाणवणारी हवामान स्थिती असते.

तुलनेने दक्षिण भारतात याच काळात उच्चतम सरासरी तापमान २५ ते ३५ अंश सेल्सिअसपर्यंत नोंदवले जाते. काही वेळा हवामानातील व तापमानातील या सरासरी वृत्तीत खूपच बदल होत असल्याचे दिसते. तापमानात आणि उष्ण हवेच्या कालखंडात होणाऱ्या वाढीचा संबंध वैश्विक तापमान वृद्धीशी आणि एल् निनो या अनियमितपणे निर्माण होणाऱ्या उष्ण सागरी प्रवाहाशी असावा, असेही अनेकांना वाटते. पश्चिम प्रशांत महासागरात वर्षाच्या सुरुवातीलाच तयार होऊ लागलेल्या एल् निनोमुळे मार्च पासूनच ऑस्ट्रेलिया, इंडोनेशिया, आफ्रिका व भारतात उष्णतेत वाढ होऊ लागते. भारतात मान्सून पुढे ढकलला जातो किंवा पर्जन्याचे प्रमाण कमी होते.

सध्या जाणवत असलेले हवामानातील बदल हे फार मोठ्या दीर्घकालीन बदलाचे संकेत असावेत, असे वाटत असले तरी एक-दोन वर्षांच्या निरीक्षणातून असा निष्कर्ष काढणे योग्य नाही, असे अनेक शास्त्रज्ञांचे ठाम मत आहे. हे बदल आता मोठ्या क्षेत्रात, जगात अनेक ठिकाणी दिसू लागले आहेत, याचे मुख्य कारण

मनुष्याच्या एकाच प्रकारच्या हस्तक्षेपामुळे एकाच विशिष्ट पद्धतीने पृथ्वी भोवतालचा, नजीकचा वातावरण थर अल्पकाळापुरता बदलतो आहे. त्यामुळे जाणवणारे हवामान बदलही अल्पकाळापुरतेच पण तीव्र स्वरूपाचे आहेत.

अनेकांच्या मते, सूर्याकडून पृथ्वीला मिळणाऱ्या ऊर्जेत आजही फारसा बदल झालेला नाही. म्हणजे या ऊर्जेचे प्रमाण कमी झालेले नाही. सूर्यावरील डागांची संख्या जेव्हा वाढते तेव्हा या ऊर्जेत एक शतांश टक्क्यांनी घट होते असे पृथ्वीच्या वातावरणाच्या बाहेर स्थिर असलेल्या कृत्रिम उपग्रहांनी केलेल्या निरीक्षणावरून लक्षात येते. सौर डागांच्या संख्येत दर ११ वर्षांनी फरक पडतो. मात्र, त्याचा पृथ्वीवरील तापमान व पर्जन्यमानात होणाऱ्या बदलांशी काही संबंध आहे, असे अजूनही नक्की झालेले नाही.

वातावरणातील धूलीकणांचे, ढगांचे आणि ओझोनचे प्रमाण यामुळे सौर ऊर्जेच्या शोषणात एक टक्क्याने घट झाली तर पृथ्वीच्या तापमानात १.२ अंश सेल्सिअसनी बदल होतो, असे लक्षात आले आहे. यामागे मुख्यतः पृथ्वीवरील वातावरणात माणसाच्या हस्तक्षेपामुळे होणाऱ्या परिणामांचा मोठा सहभाग असतो. ज्वालामुखीच्या उद्रेकासारख्या नैसर्गिक घटनेमुळेही वातावरणातील धूलीकणांचे प्रमाण वाढून आजूबाजूच्या विस्तृत क्षेत्रातील तापमानात घट होते.

ध्रुवीय प्रदेशातील बर्फाचे वितळणे, सागर पातळीत वाढ होणे, पर्वत प्रदेशांत वृक्षरेषात (Treeline) होणारी आंदोलने, ध्रुवीय प्रदेशात हिमनग वितळून त्यांचे विषुववृत्तीय प्रदेशांकडे होणारे संचलन यामुळे स्थानिक दृष्ट्याही हवामानात थोडेफार बदल निश्चितच होतात. पण सध्या आढळणाऱ्या हवामानातील बदलत्या प्रवृत्ती यांचा संबंध मर्यादित क्षेत्रात होत असलेल्या पर्यावरण बदलांशीच लावणे इष्ट ठरेल, असे अनेक शास्त्रज्ञांना वाटते.

पृथ्वी - समुद्र - वातावरण ही यंत्रणा क्लिष्ट असली, तरी ती एका निश्चित पद्धतीने परिणामकारकपणे कार्यरत असते. हवामानात होणाऱ्या दूरगामी बदलांसाठी या यंत्रणेतील सर्व नैसर्गिक घटक कारणीभूत असतात. मात्र, सध्या सर्वत्र आढळणारे हवेतील अल्पकालीन व तीव्र बदल हे पृष्ठभागानजीकच्या तपांबर या वातावरण थरात होत असलेली ढवळाढवळ आणि अमर्याद हस्तक्षेप याचाच परिपाक आहेत. यामुळे १९७९ नंतर तपस्तब्धि या तपांबराच्या सीमेची उंची हजारो मीटरनी वाढली आहे. असे बदल होऊ नयेत म्हणून निसर्गाचे संतुलन राखणे नेहमीच आवश्यक असते आणि माणसाच्या वातावरणातील विवेकी आणि नियंत्रित हस्तक्षेपांमुळेच हे साध्य होऊ शकते.

४२ | अंटार्क्टिकवरील हवामान बदलांचा वेध

भारतीय हवामान खात्यातर्फे अंटार्क्टिकवरील 'भारती' या संशोधन केंद्रावर असलेलं हवामान केंद्र लवकरच पूर्णपणे कार्यान्वित करण्यात येत आहे. 'भारती' हे अंटार्क्टिक खंडावरचं भारताचं तिसरं संशोधन केंद्र. पहिलं केंद्र होतं 'दक्षिण गंगोत्री' (७० अंश दक्षिण अक्षवृत्त / १२ अंश पूर्व रेखावृत्त). दक्षिण ध्रुवापासून २५०० किमी अंतरावर असलेलं आणि १९८३मध्ये बांधलेलं हे मानवरहित केंद्र १९९०मध्ये बर्फात गाडलं गेलं. आज ते पुरवठा केंद्र म्हणून वापरात आहे. त्यानंतरचं दुसरं केंद्र म्हणजे ७० अंश दक्षिण अक्षवृत्त आणि ११ अंश पूर्व रेखावृत्ताजवळचं, १९८९मध्येच बांधलेलं 'मैत्री'. ६९ अंश दक्षिण अक्षवृत्त आणि ७६ अंश पूर्व रेखावृत्ताजवळचं लार्समन टेकड्यांच्या परिसरातलं 'भारती' हे केंद्र तिथे १८ मार्च २०१२ पासून कार्यरत आहे.

'भारती' केंद्राच्या स्थापनेनंतर, अंटार्क्टिक वृत्ताच्या आत जी नऊ संशोधन केंद्रे आहेत त्या केंद्रांच्या यादीत भारताचा समावेश झालाय. सागरविज्ञान, भूखंडांचे विभाजन, भूशास्त्रीय अभ्यास, भूविवर्तनी आणि आता अंटार्क्टिकचे हवामान अशा महत्त्वाच्या क्षेत्रातील संशोधनासाठी हे केंद्र काम करीत आहे. वेगवान अशा उपग्रहावरून मिळालेली अंटार्क्टिकची सर्व माहिती या केंद्रातून, हैदराबादच्या 'नॅशनल रिमोट सेन्सिंग सेंटर'ला पाठवून या सर्व गोष्टींचा नेमकेपणाने अभ्यास आता केला जात आहे.

'भारती' या संशोधन केंद्राचे नेमके स्थान अंटार्क्टिकवर 'मैत्री' केंद्राच्या पूर्वेला तीन हजार किमी अंतरावरील स्टोर्न द्वीपकल्पावर थला फिओर्ड आणि क्विलटी उपसागर यांच्या दरम्यान, समुद्र सपाटी पासून ३५ मीटर उंचीवर आहे. इंडियन अंटार्क्टिक प्रोग्रॅममध्ये २०१२ला त्याची सुरुवात झाली. सर्व सोयींनी युक्त अशा या केंद्रातील ७२ व्यक्तींचा भारताशी उपग्रहामार्फत नेहमीचा संपर्क असतो.

अंटार्क्टिक हा पृथ्वीवरचा सगळ्यात थंड भूप्रदेश आहे. खंडावरील 'वोस्टोक' येथे ३९०० मीटर उंचीवर वजा ८९ अंश सेल्सियस इतके न्यूनतम तापमान आढळते. वृष्टीचा विचार करता हा सगळा भूप्रदेश शुष्क आणि कोरडा आहे. वर्षभरात इथे केवळ १६० मिमी वृष्टीची नोंद होते. खंडावरील हिम क्वचितच वितळते त्यामुळे सगळीकडे बर्फाचे विस्तीर्ण आवरण असते. हिमाच्या प्रचंड दबावामुळे दक्षिण अंटार्क्टिकवरील हिमस्तर (Ice shelf) समुद्र सपाटीखाली अडीच किमी धसल्याचे

आढळून आले आहे. अंटार्क्टिकवरील बर्फ कमीत कमी चार कोटी वर्षं तरी जुने असावे, असा शास्त्रज्ञांचा कयास आहे. दीड किमी पेक्षाही जास्त जाडीचे सगळीकडे आढळणारे बर्फाचे आवरण हेच या भूप्रदेशाचे मुख्य वैशिष्ट्य आहे. जगातल्या एकूण हिम आवरणापैकी ९० टक्के केवळ अंटार्क्टिकवरच आहे. त्यामुळेच जगातल्या एकूण गोड पाण्यापैकी ७० टक्के पाणी याच खंडावर आहे. अंटार्क्टिकवरचे सगळे बर्फ वितळले तर आजच्या समुद्राची पातळी ६० मीटरने वाढेल इतके बर्फ या खंडावर आहे. अर्थात, अंटार्क्टिकचे सगळे बर्फ वितळण्याची शक्यता निदान नजीकच्या भविष्यकाळात तरी अजिबात नाही.

अंटार्क्टिकवर नोंद झालेलं सर्वाधिक, १४.५ अंश सेल्सिअस तापमान, होप वे आणि वांडा स्टेशन इथे आढळलं. खंडाच्या अंतर्गत भागात वजा ५७ अंश सेल्सिअस इतकं सरासरी वार्षिक तापमान असून, किनारपट्टीचे भाग तुलनेनं थोडे जास्त उबदार आहेत. किनारपट्टीवर वजा २६ अंश सेल्सिअस तापमान दिसून येतं. दक्षिण ध्रुवावर आजपर्यंत आढळलेल्या सर्वाधिक तापमानाची नोंद वजा १२ अंश आहे. अंटार्क्टिकवर कमी तापमान हे अक्षवृत्त, उंची आणि किनाऱ्यापासूनचे अंतर यावर ठरते.

पूर्व अंटार्क्टिकचा प्रदेश पश्चिम अंटार्क्टिक पेक्षा, त्याच्या समुद्र सपाटीपासून असलेल्या जास्त उंचीमुळे नेहमीच थंड असतो. अंटार्क्टिकच्या द्वीपकल्पिय भागात दरवर्षी १६६ मिमी पेक्षा जास्त वृष्टी होते तर अंतर्गत भागात दरवर्षी फक्त ५० मिमी वृष्टी होते. या खंडावर होणारी सगळी वृष्टी 'हिमवृष्टी' स्वरूपातच होते. इथे दिलेले वृष्टीचे आकडे ही बर्फाची जाडी नसून, हिमवृष्टीचे पर्जन्यवृष्टीत रूपांतर करून दिलेले प्रमाण आहे. अत्यल्प तापमानामुळे इथे आढळणारी निरपेक्ष आर्द्रतासुद्धा खूप कमी असते. अंटार्क्टिक वरच्या नित्याच्या हवेची स्थिती या सर्व गोष्टींमुळे सदैव बदलत असते.

गेल्या दशकात पूर्व अंटार्क्टिकवरील बर्फाच्या थरात दरवर्षी दोन सेंमी या वेगाने वाढ झाली आणि पश्चिम अंटार्क्टिक वरचा थर दरवर्षी नऊ मिमी या वेगाने वितळला. अंतर्गत भागातील हिमस्तर बऱ्याच प्रमाणात स्थिर असल्यामुळे त्याची हालचाल खूपच कमी असते. अंतर्गत भागातील हिमाचे प्रमाण एकूण हिमाच्या ९७ टक्के आहे. अंटार्क्टिकच्या किनारपट्टीवर मात्र सर्वत्र तरंगत्या हिमस्तरांचे साम्राज्य आहे. यांच्या तुटण्यामुळे किंवा वितळण्यामुळे समुद्र पातळीत काहीही बदल होत नाहीत. मात्र, या हिमस्तरात वारंवार बदल होत असतात. १९८९ या वर्षी वॉर्डी आईस शेल्फचा आकार एकाएकी कमी झाला. गेली ६५०० वर्षे बर्फाने बंद झालेला

'प्रिन्स गुस्ताव' हा प्रवाह १९९५च्या वर्षात एकदम मोकळा झाला. लार्सन आईस शेल्फचा काही भाग १९९५च्या जानेवारीत आणि २००१मध्ये वितळून मागे सरकला.

१९५७ पासूनची अंटार्क्टिकवरील हवेची निरीक्षणे असे सांगतात की, इथल्या हिमस्तरांचे तापमान एका दशकात एक दशांश अंश सेल्सिअस या वेगाने वाढते आहे. जगभरात होत असलेल्या जीवाश्म इंधनांच्या वापरातून तयार होणाऱ्या हरितगृह वायुमुळे ही तापमान वाढ होत असल्याचे नासाचे निरीक्षण सांगते. अंटार्क्टिकवरील हवामान बदलाच्या सध्या चालू असलेल्या अभ्यासातून असेही लक्षात येते आहे की, भविष्यात अंटार्क्टिकवर हिम वितळण्यापेक्षा हिमवृष्टीचे प्रमाण अधिक असेल. किनारी भागातले तापमान वाढत असल्याचे व अंतर्गत भागातले कमी होत असल्याचे दिसत असले तरी अंटार्क्टिकच्या एकूण प्रदेशात तापमान वृद्धी होत आहे की, तापमान घटते आहे, हे सांगणे अजूनही कठीणच आहे.

अंटार्क्टिकवरील वातावरणाच्या वरच्या थरात मात्र सातत्याने बदल होताना दिसून येताहेत. ओझोन थरात सतत घट झाल्यामुळे स्थिरांबराच्या तापमानातही घट झाली असावी. यामुळे दक्षिण ध्रुव प्रदेशातील भोवरा (PolarVortex) अधिक कार्यक्षम होऊन अंतर्गत भागातील तापमान घटत असावे. उपलब्ध आकडेवारी असे दर्शविते की, हिम आवरणाचा जितका ऱ्हास आर्क्टिकवर झालाय तितका अजूनही अंटार्क्टिकवर झालेला नाही.

जगातल्या सगळ्या महासागरांच्या सरासरी तापमानात सध्या वाढ होत आहे. समुद्राच्या सातशे मीटर खोलीपर्यंत एक दशांश अंश सेल्सिअसने वाढ जाणवते आहे. अंटार्क्टिकच्या द्विपकल्पिय भागात समुद्राचे तापमान पाच दशांश अंश सेल्सिअसने वाढल्याचे दिसून आले आहे. पृष्ठीय तापमानात होणाऱ्या या वाढीमुळे हिम आवरणाचे खालचे थरही आता वितळू लागले आहेत.

अंटार्क्टिकच्या तापमानातील वाढीचा नजीकच्या काळात जाणवू शकेल असा मोठा परिणाम म्हणजे जागतिक सागर पातळीतील वाढ. दरवर्षी ३ मिमी वेगाने ही वाढ होऊ शकते. हिम विलयन क्रियेमुळे जागतिक समुद्रात गोडे पाणी मोठ्या प्रमाणात मिसळून सगळ्या समुद्रांच्या पाण्याची क्षारता कमी होईल. वाढत्या उष्णतेमुळे आणि हिम विलयनामुळे अंटार्क्टिकच्या थंड प्रदेशात कधीही न आढळणारे पक्षी व प्राणी दिसू लागतील. आत्तापासूनच या खंडावरच्या पक्षांच्या काही प्रवृत्तीत बदल होऊ लागल्याचे पक्षी तज्ज्ञांचे निरीक्षण आहे. अंटार्क्टिकवरचे तापमान वाढू लागल्यावर आणि त्यामुळे बर्फ कमी होऊ लागल्यावर अनेक भाग बर्फाच्या आवरणातून मुक्त होतील व खंडावरील खनिजे काढण्याचे प्रयत्नही वाढतील.

अंटार्क्टिकवरील हवामान बदलाचे आकृतिबंध समजण्यासाठी खूप मोठ्या माहितीची गरज आहे. अंटार्क्टिकचा एकूण विस्तार पाहता आज निरनिराळ्या देशांच्या इथे असलेल्या संशोधन केंद्रातून मिळणारी हवामान विषयक माहिती पुरेशी नाही. 'भारती'वरील संशोधनातून अंटार्क्टिकच्या हवामानाची आणखी माहिती मिळणे सुकर होईल आणि पृथ्वीवरील हवामान बदलाविषयी नेमके भाष्य करता येईल.

४३ | पर्जन्याचे आकृतिबंध आणि दुष्काळी परिस्थिती

आज महाराष्ट्रातील दोन हजार खेडी आणि २६०० वाड्यात पाण्याचे प्रचंड दुर्भिक्ष जाणवते आहे. अडीच हजारांहून जास्त Tankers या पाण्याची गरज कशीबशी भागवित आहेत. मराठवाड्यात ही स्थिती खूपच भयावह आहे. या आधीं मराठवाड्यातील २४२ गावांना आणि १६४ वाड्यांना tankers नि पाणी पुरवठा करावा लागला होता. या वर्षी असा पुरवठा १२६५ खेड्यांना आणि ४४५ वाड्यांना करावा लागलाय. धरणे कोरडी पडली आहेत. मराठवाड्यातील ७६ तालुक्यांपैकी ६१ तालुक्यातील भूजल पातळीत मागच्या वर्षीपेक्षा मोठी घट झाली आहे. या वर्षी सरासरीपेक्षा कमी झालेला पाऊस हे कारण आहेच पण पाण्याच्या पातळीतील ही तीव्रघट मनुष्य निर्मित उद्योगांचाही परिणाम असल्याचा अनेकांचा दावा आहे. एकट्या औरंगाबाद जिल्ह्यात गेल्या पाच वर्षांच्या सरासरीपेक्षा भूजल पातळी ९४ सेंमीनी खाली गेलीये. हिंगोलीत ४.३५ मीटरनी तर उस्मानाबादेत ४.१३ मीटरनी भूजल पातळी खाली गेल्याची नोंद भूजल सर्वेक्षण व विकास प्राधिकरणाच्या अहवालातून दिसून येते.

गेल्या काही वर्षापासून नेहमी येणारा हा पाण्याचा तुटवडा आणि वाढणारे दुर्भिक्ष कमी किंवा नष्ट करण्यासाठी जल संधारणाचे शास्त्रशुद्ध आणि मनापासून प्रयत्न होणे, हा एकमेव पर्याय आहे.

'जलयुक्त शिवार अभियानाची' सुरुवात ६००० खेड्यात झाली असून, त्यातील ५००० गावांचा पाण्याचा प्रश्न २०१५ पासून २०१६पर्यंत संपून जाईल असे कसोशीचे प्रयत्न सध्या चालू आहेत. यासाठी पाचहजार कोटी रुपयांची तरतूद करण्यात आली आहे. अनेक दृष्टींनी हे अभियान खऱ्या अर्थाने लोक अभियान होते

आहे, असे म्हणायला हरकत नाही.

सध्या राज्यातील केवळ १८ टक्के क्षेत्र जल सिंचित असून, ५२ टक्के क्षेत्र दुष्काळ प्रवण बनले आहे. या अभियानाचा उद्देश पाणी साठवणे, भूजल पातळीत वाढ करणे आणि जमिनीतील ओलावा वाढविणे हा असून, त्यात बंधाऱ्यांचे पुनरुज्जीवन, नाल्यांची खोली वाढविणे, त्यांचे रुंदीकरण अशा योजनाही अंतर्भूत आहेत. यामुळे खेड्यातील पिण्याच्या पाण्याची आणि शेतीसाठी लागणाऱ्या पाण्याची समस्या आटोक्यात यायला नक्कीच मदत होईल. २५० ते ३०० मीटर खोल विंधन विहिरी घेण्याच्या प्रकारांनी भूजलाची जी हानी होतेय, त्याला 'जलयुक्त शिवार' हा चांगला पर्याय ठरू शकेल.

उपलब्ध पाण्याचे अशास्त्रीय, अपुरे व चुकीचे व्यवस्थापन हे महाराष्ट्रातील सध्याच्या दुष्काळाचे महत्त्वाचे कारण आहे, यात शंका नाही तरीही एकूणच महाराष्ट्रातील पाण्याची उपलब्धता ही पर्जन्याच्या विशिष्ट आकृतिबंधावर, लहरींवर आणि अनियमिततेवर अवलंबून आहे, हे विसरून चालणार नाही. पावसाचे आकृतिबंध समजल्याशिवाय दुष्काळ निवारणासाठीच्या सगळ्या योजना व प्रयत्न तोकडेच पडतील, यात शंका नसावी.

महाराष्ट्राच्या विविध भागात आढळणारा पर्जन्यकाल हा सारखा नाही. पर्जन्य काळातील विविधता ही केवळ सांख्यिकी दृष्ट्याच नाही तर पर्जन्य उपयुक्ततेच्या दृष्टीनेही महत्त्वाची आहे. पर्जन्यमानातील व पर्जन्य काळातील या असमान वितरणाचे फार मोठे दूरगामी परिणाम महाराष्ट्राच्या विविध भागात नेहमीच जाणवत असतात.

जून ते ऑक्टोबर या प्रमुख पर्जन्यकाळात ८५टक्के पेक्षा जास्त पाऊस पडतो, हे खरे असले तरी अमोसमी काळात पडणारा अत्यल्प पाऊसही तितकाच महत्त्वाचा असल्याचे दिसून येते. एकूण पर्जन्यमानाचा विचार करता महाराष्ट्राचे पूर्व आणि पश्चिम असे अगदी सरळसरळ दोन भाग पडतात. किनारपट्टीचा प्रदेश, सह्याद्री व पश्चिम पठारीभाग येथे डिसेंबर ते मार्च या काळात अतिशय कमी पाऊस पडतो. फेब्रुवारी हा तर पश्चिम महाराष्ट्रात सगळ्यात कोरडा महिना असतो. पूर्वेकडे मात्र याच काळात पावसाचे प्रमाण थोडेफार वाढत जाते. मान्सूननंतर त्याच वर्षात जास्त पाऊस देणारा फेब्रुवारी हा पूर्व भागातला दुसरा ओला महिना असल्याचे दिसून येते. पूर्व भागात सगळ्यात कोरडा महिना 'डिसेंबर' हा आहे.

महाराष्ट्राच्या पूर्व भागात डिसेंबर हा खऱ्या अर्थाने ईशान्य मान्सून व नैर्ऋत्य मान्सून यातील 'सीमारेषा' आहे. पूर्व भागात हिवाळी पर्जन्य जानेवारी–फेब्रुवारी–

मार्च या महिन्यात सामान्यपणे होतोच. मात्र, त्याचे प्रमाण केवळ ५०ते ६०मिमी एवढेच असते. या काळात भंडारा येथे ३५मिमी, चंद्रपूर येथे २५ मिमी तर अमरावती व नागपूरमध्ये अनुक्रमे केवळ १६ मिमी व २३ मिमी एवढ्या पावसाचीच नोंद होते. पश्चिम महाराष्ट्र या वेळी पूर्णपणे कोरडाच असतो.

या सर्व पर्जन्य आकृतिबंधात 'पर्जन्यदिनाला' खूपच महत्त्व असते. सामान्यपणे महाराष्ट्रात वर्षभरात ३ पेक्षा कमी पर्जन्यदिन कुठेही नसतात. सर्वांत जास्त म्हणजे १२५ पर्जन्यदिन आंबोली या ठिकाणी नोंदवले जातात. कोकणात संपूर्ण वर्षात एकूण ८० ते १०० पर्जन्यदिन तर सह्याद्रीत ते १०० ते १२५ व पठाराच्या पश्चिम भागात ते ३० ते ६० इतके असतात. पूर्व महाराष्ट्रात हेच प्रमाण ५०ते ७५ पर्जन्यदिन एवढे असते. जुलै या मोसमी महिन्यात नेहमीच सर्वांत जास्त पर्जन्यदिनांची नोंद होत नाही. ती काही ठिकाणी ऑगस्टमध्येच होते.

मान्सूनमध्ये आढळणारे पावसाचे वितरणही वैशिष्ट्यपूर्ण असते. पावसाचे आगमन ही सध्या फार विलंबित प्रक्रिया असल्याचे दिसून येत आहे. आगमन काळात पाऊस मुसळधार वृष्टीच्या स्वरूपात होतो. ऑगस्टमध्ये हे प्रमाण एकदम कमी होते. सप्टेंबरमध्ये सामान्यपणे रिमझिम स्वरूपात तर कधी मुसळधार वृष्टी होते. ऑक्टोबर मधला पाऊस जमिनीतील आर्द्रता वाढविण्याच्या दृष्टीने खूप महत्त्वाचा असतो. या वर्षी हा आकृतिबंध खूपच बदलला असल्याचे दिसून येते.

महाराष्ट्राच्या कुठल्याही भागात मृदेत साठलेले पाणी वर्षभर टिकून राहील एवढे नसते. महाबळेश्वर, माथेरान सारख्या जास्त वृष्टीच्या भागातील जमिनीतही पाणी साठत नाही. नोव्हेंबर ते मेमध्ये सगळीकडे पाण्याचे दुर्भिक्ष जाणवते. महाराष्ट्राच्या पूर्वेकडे कोरड्या ऋतूत थोडाफार पाऊस पडतोही पण तो सगळाच कोरड्या जमिनीची धारण क्षमता वाढवण्यात खर्च होतो आणि जास्त पाण्याचा काहीच उपयोग होत नाही.

महाराष्ट्रात किनाऱ्याकडून सह्याद्रीच्या दिशेने पाऊस ज्या गतीने वाढत जातो त्यापेक्षाही जास्त वेगाने तो सह्याद्रीकडून पूर्वेकडे कमी होत जातो. सह्याद्रीच्या जास्त पर्जन्याच्या म्हणजे ४ हजार ते ६ हजार मिमी पर्जन्य प्रदेशाच्या पूर्वेकडे शंभर किमी पट्ट्यातच पाऊस झपाट्याने कमी होतो व त्याचे प्रमाण ५०० मिमी इतके होते. सह्याद्री खऱ्या अर्थाने त्याचा पर्जन्य प्रदेश तयार करतो. लोणावळ्यात ४३०० मिमी पडणारा पाऊस त्याच्या पूर्वेस २५ किमी वर असलेल्या वडगाव इथे ११०० मिमी, ६० किमी वर पुण्यात ६६० मिमी तर त्यापुढे जेजुरी, बारामती, अकलूज, फलटण

इथे केवळ ५०० मिमी असा कमी होत जातो. पूर्व विदर्भाच्या दिशेने पुन्हा एकदा पर्जन्यमानात थोडीफार वाढ होते. इथे ८०० ते ९०० मिमी इतका पाऊस होतो. म्हणजेच राज्यभरात पर्जन्यालेख हा खूपच अनियमितता दाखवितो.

राज्यात उपलब्ध होणाऱ्या पर्जन्यापैकी कोकण व सह्याद्रीतील बरेचसे पावसाचे पाणी पृष्ठ प्रवाहाच्या स्वरूपात वाहत जाते. पर्जन्य छायेच्या प्रदेशात मुळातच पाऊस कमी पडतो. पाण्याचे आधिक्य व कमतरता यांचे आलेख काढले तर असे स्पष्टपणे दिसते की, पर्जन्य छायेच्या प्रदेशात पृष्ठजलाची उपलब्धता होण्याइतके पाण्याचे आधिक्य वर्षभरात केवळ सप्टेंबर, ऑक्टोबर महिन्यातच आढळते. परभणी, उस्मानाबाद, बीड इथे ते केवळ ७४ ते ८० मिमी एवढेच असते. परिणामी इथे नेहमीच दुष्काळी परिस्थिती राहते.

अशा तऱ्हेच्या या नेहमीच्या आकृतिबंधावर आधारित उपलब्ध पाण्याचे योग्य व्यवस्थापन करणे व दुष्काळी परिस्थितीचा अंदाज घेऊन त्याचे भाकीत करणे शक्य होते. इस्रायलमध्ये अत्याधुनिक शास्त्रीय यंत्रणा वापरून शेतकऱ्यांना अशा तऱ्हेच्या आपत्तीची सूचना प्रभावीपणे दिली जाते. आपल्यालाही ते करता येणे कठीण नाही.

मात्र, त्यासाठी निसर्गानेच ठरविलेल्या भौगोलिक मर्यादा व तो देत असलेल्या सूचना यांचे नेमके आकलन करून घेणे आवश्यक आहे. हे करण्यासाठी संपूर्ण महाराष्ट्राच्या पर्जन्यवृत्तीचा सविस्तर अभ्यास करणे गरजेचे आहे. पर्जन्यमापनाची ठिकाणे अशा पद्धतीने वाढविणे आवश्यक आहे की, कोकण, सह्याद्री, महाराष्ट्राच्या पठारी भागाचा पश्चिम भाग, मराठवाडा व विदर्भ येथील पर्जन्यमान, पर्जन्यदिन, पर्जन्यकाल, तापमान, वायुभार अशी सर्व माहिती आजच्या पेक्षा मोठ्या प्रमाणात उपलब्ध होईल. नैर्ऋत्य व ईशान्य मोसमी अशा दोन्ही कालखंडात ही माहिती गोळा करणे आवश्यक आहे.

याचबरोबर महाराष्ट्राच्या कोकण, सह्याद्री व पश्चिम पठारी भागाप्रमाणेच विदर्भ, मराठवाड्याचे जी. पी. एस. सारखे आधुनिक स्थाननिश्चिती तंत्र वापरून व उपग्रह प्रतिमा वापरून उंच-सखलपणा दाखविणारे सविस्तर नकाशे करणे गरजेचे आहे. प्रत्येक विभागासाठी हे नकाशे वेगवेगळे तयार केले तर त्याची उपयुक्तता आणखीनच वाढेल. या सर्व विभागांसाठी उपलब्ध जलाचा ताळेबंद (Water Budget) म्हणजेच पाण्याचे आधिक्य व कमतरता दाखविणारे आलेख तयार केल्यास त्याचा खूपच फायदा होऊ शकेल.

४४ | दुष्काळासारख्या समस्या सोडविण्यासाठी लोक सहभाग

दरवर्षी भारताचा कोणता ना कोणता तरी प्रदेश एखादं दुसऱ्या आपत्तीने किंवा समस्येने ग्रासलेला दिसून येऊ लागलेला आहे. विविध आपत्तींची तीव्रताही दरवर्षी वाढतेच आहे. तसे स्पष्ट संकेत संशोधकांना मिळू लागले आहेत. दुष्काळ, अवर्षण, अतिवृष्टी, वादळे याचबरोबर उथळ होणारी नदीपात्रे, शेती योग्य जमिनींची नासाडी, जंगले व वनस्पतींचा विनाश आणि भूजल व पृष्ठ जलाची चणचण या व अशा अनेक समस्यांनी सर्वत्र डोके वर काढायला सुरुवात केली आहे.

भारतीय उपखंडात नैसर्गिक संतुलनाचा तोल केव्हाच बिघडला आहे. उपलब्ध जमिनीचा माणसाने चालविलेला अनिर्बंध वापर आणि आजूबाजूच्या पर्यावरणाबद्दल त्याची असलेली बेफिकीर वृत्ती, ही खरे म्हणजे या समस्यांच्या वाढत्या तीव्रतेमागची मूळ कारणे आहेत. अशा प्रकारच्या पृथ्वीशी निगडित समस्यांच्या समाधानासाठी भूशास्त्रातील म्हणजे भूगोल, भूगर्भशास्त्र, पर्यावरणशास्त्र अशा विज्ञान शाखातील उच्च दर्जाच्या व लोकांचा सहभाग असलेल्या एकत्रित संशोधनाची गरज आहे.

पर्यावरणाचा सर्वत्र ढासळणारा समतोल आणि मनुष्याचा हरघडी वाढणारा हस्तक्षेप, बदलते जागतिक व स्थानिक हवामान यासंबंधीचे संशोधन अजूनही अपुरे म्हणावे असेच आहे, यासाठी विविध विज्ञान शाखातील संशोधकांनी एकत्र येऊन त्यांच्या त्यांच्या ज्ञान शाखेतील संकल्पना, सिद्धान्त यांची देवाणघेवाण करणे व समस्येच्या समाधानासाठी उपाय सुचविणे आता गरजेचे झाले आहे. प्रत्येक विज्ञान शाखेने आपला एकलकोंडा व 'एकला चलो रे' स्वभाव बदलल्याशिवाय हे होणे शक्य नाही. प्रयोग शाळेतील संशोधन जेवढे महत्त्वाचे तेवढेच किंबहुना त्याहीपेक्षा जास्त महत्त्वाचे आहे ते समस्याग्रस्त प्रदेशात जाऊन स्थानिक लोकांसमवेत समस्या समजावून घेऊन केलेले संशोधन. सर्व प्रकारची भूशास्त्रे लोक सहभाग समाविष्ट करून यात मोठे योगदान देऊ शकतात.

विज्ञानाच्या सदैव रुंदावणाऱ्या कक्षांना आपल्यात सामावून घेण्याची वृत्ती भूशास्त्रांनी जोपासली तर ती अधिक प्रगल्भ व सर्वस्पर्शी होतील. प्रत्यक्ष निरीक्षणे, मोजमापे, क्षेत्रीय प्रायोगिकी यावर आधारित असे सांख्यिकीकरण व प्रमाणीकीकरण करण्यास सुरुवात केल्यास संशोधनाची विश्वासार्हता आणि उपयुक्तताही वाढेल. विविध समस्यांच्या समाधानासाठी केलेल्या या संशोधनात हळूहळू गणित, संख्याशास्त्र, रसायनशास्त्र, भौतिकशास्त्र यांचाही समावेश आवश्यक असेल.

दुष्काळ, हवामान, वादळे, पूर, अतीवृष्टी या संबंधींचे अंदाज अजूनही आपण नेमकेपणाने करू शकत नाही, याचे मुख्य कारण विविध विद्या शाखांत नसलेला ताळमेळ हेच आहे. अशा समस्यांच्या समाधानासाठी केलेल्या संशोधनाचा दर्जा व त्याची उपयुक्तता वाढण्यासाठी हा ताळमेळ वाढणे फारच महत्त्वाचे आहे. अशा प्रकारच्या संशोधनात स्थानिक लोकांच्या ज्ञानाचा उपयोग होणेही महत्त्वाचे.

दुष्काळासारख्या संकटाचे योग्य मूल्यमापन हे भूगोल, भूशास्त्र, हवामानशास्त्र, भूमी उपयोजनशास्त्र, पृष्ठजल व भूजलशास्त्र, अशा अनेक शास्त्रांनी एकत्र येऊन करायची गोष्ट आहे आणि हे सर्व प्रकारच्या समस्यांसाठी तितकेच लागू पडते.

अशा संकटांना सामोरे जाताना आपल्याला येणारे अपयश हे आणखी एका दुर्लक्षित गोष्टीमुळेही आहे, हे आता लक्षात येते आहे. ही गोष्ट म्हणजे या सर्व प्रक्रियेत नसणारा किंवा अभावानेच आढळणारा लोक सहभाग. प्रस्तुत लेखकाला किनारी प्रदेशात संशोधन करताना ही गोष्ट प्रकर्षाने जाणवली आहे की, स्थानिक लोकांचे आजूबाजूच्या निसर्गात घडत असलेल्या बदलांचे निरीक्षण खूपच नेमके व अचूक असते. त्यांच्या निरीक्षणांचा, अनुभवांचा आणि मतांचा विचार करून केलेले संशोधन व काढलेले निष्कर्ष जास्त योग्य व उपयुक्त ठरतात.

स्थानिक लोक आपापल्या पद्धतींनी, स्वतःच्या अनुभवांवर आधारित, समस्यांची उत्तरे शोधित असतातच.

त्यांचे समस्यांचे आकलन व त्यावर त्यांनी सुचविलेले उपाय यांचा संपूर्ण संशोधन व निर्णय प्रक्रियेत अग्रक्रमाने विचार होणे आता आवश्यक ठरणार आहे.

विविध विद्या शाखातील उपलब्ध ज्ञान, तंत्रज्ञान याचबरोबर समस्याग्रस्त प्रदेशातील लोकांचे विचार, अनुभव व सूचना यांचा निर्णय प्रक्रियेत समावेश यामुळेच आता नैसर्गिक संकटांचा सामना करणे शक्य होईल असे वाटते.

४५ | हवामान बदलाच्या निरीक्षणात समुद्र किनाऱ्यावरील स्थानिकांचे योगदान

हवामान बदलाची नांदी यापूर्वीच झाली असली, तरी त्याचे परिणाम मात्र संथ गतीनेच सर्वत्र दिसून येत आहेत. समुद्र किनारे हे हवामान बदलाची जाणीव करून देणारे महत्त्वाचे प्रदेश आहेत. गेल्या काही वर्षांपासून समुद्र पातळी संथ गतीने पण

सर्वत्र निश्चितपणे वाढते आहे. जगभरातून या वाढणाऱ्या समुद्र पातळीचे पुरावे पुढे येत आहेत. समुद्र पातळीत होणाऱ्या वाढीच्या वेगासंबंधी प्राप्त होणारी आकडेवारी वेगवेगळी आहे, त्यामुळे त्यासंबंधी वैज्ञानिकात एकवाक्यता दिसत नाही.

समुद्र पातळीत होणारी वाढ हा हवामान बदलाचा एकमेव दृश्य परिणाम नाही. किनारी प्रदेशातील जमिनींचा वाढणारा खारवटपणा(क्षारता)आणि भूजलातील खाऱ्या पाण्याची सरमिसळ हा कमीअधिक फरकाने सर्वत्र आढळून येणारा आणखी एक परिणाम कोकण किनारपट्टीवर दिसून येऊ लागला आहे. दलदलयुक्त प्रदेशांचा वाढणारा विस्तार व चिखलाचे प्राबल्य या घटनाही समुद्र पातळीतील वाढ व हवामान बदल याचेच लक्षण आहेत. २०१४ साली माघी पौर्णिमेला सर्वत्र भरतीच्या समुद्रपातळीत नेहमीपेक्षा ५ ते १०सेंमीने वाढ झाली. ही वाढलेली पातळी केवळ पौर्णिमेचा परिणाम नसून, त्यात ध्रुवीय प्रदेशातील बर्फाच्या विलयनाचाही हातभार नक्कीच लागलेला आहे.

समुद्र पृष्ठाचे वाढलेले तापमान या घटनेची नोंदही अनेक ठिकाणी करण्यात आलेली आहे. अवेळी येणारी वादळे, मान्सूनच्या वेळापत्रकात होत असलेले बदल या सारख्या घटनांची सुरुवात समुद्र पृष्ठावरच होत असते. IPCC (International Panel on Climate Change)च्या अंदाजानुसार येत्या शतकात जगभरात सर्वत्र समुद्र पातळीत १५ ते ६० सेंमीने वाढ अपेक्षित आहे. या आकडेवारीच्या कक्षेवरून (Range) या भाकितातील अनिश्चिततेचाही अंदाज येतो. काही ठिकाणी समुद्र पातळीत होणारी वाढ ही पूर्वीच घडून गेलेल्या हवामान बदलाचा परिणाम असावी, असेही दिसून येते.

बरीचशी हवामान बदलाची प्रारूपे, उपग्रहीय सांख्यिकी आणि जलशास्त्रीय निरीक्षणे असेही दर्शवितात की, समुद्र पातळीत दिसून येणारे बदल विशेषतः पातळीची वाढ, सर्वत्र सारखी नाही. स्थलपरत्वे ती काही ठिकाणी खालीही गेल्याचे दिसून येते. समुद्र पातळीतील बदलासंबंधी आज जी माहिती उपलब्ध आहे ती अशा तऱ्हेने गोंधळात टाकणारी आहे; असे असले तरी, IPCCच्या अभ्यासाप्रमाणे सर्वसामान्यपणे जगातील समुद्र किनाऱ्यांचे प्रदेश भविष्यात फार मोठ्या संकटाने ग्रस्त होण्याची शक्यता आहे.

अशा गोंधळाच्या परिस्थितीत व सर्वत्र चालू असलेल्या हवामान बदलाविषयींच्या संकटाच्या पार्श्वभूमीवर नेमक्या निरीक्षणाची व मोजमापाची गरज प्रकर्षाने भासू लागली आहे. प्रस्तुत लेखकाच्या अभ्यासानुसार किनाऱ्यावरील स्थानिकांचे अनुभव व त्यांची त्यांच्या प्रदेशातील निरीक्षणे यांचा प्रामुख्याने विचार

होणे आवश्यक बनले आहे.

कोकण किनाऱ्यावर अभ्यास करताना असे लक्षात येते की, इथला स्थानिक माणूस किनाऱ्यावर आढळणाऱ्या बदलाविषयी अधिक जागरूक आहे. त्याच्याकडे या बदलाविषयीची नेमकी आकडेवारी नाही किंवा त्याचे अनुभव कुठेही नोंद स्वरूपात नाहीत; पण ते बदल उत्तम प्रकारे शब्दबद्ध करण्याची त्याची चांगली हातोटी आहे. वैज्ञानिक, संशोधक, पर्यावरणप्रेमी या सर्वांनी स्थानिक शेतकरी, मासेमारी करणारे लोक, बागायतींचे मालक आणि गावातील वृद्ध यांच्याकडून ही माहिती घेऊन ती विज्ञानाच्या चौकटीत बसविणे गरजेचे आहे.

गेल्या काही वर्षांपासून आर्द्र भूमीचा होत असलेला विस्तार, सखल किनारी प्रदेशात वाढत असलेले समुद्राचे आक्रमण, पुळणींची वाढती झीज, खाड्यांच्या परिसरातील शेतजमिनींची वाढती क्षारता, भूजल पातळीत होत असलेले बदल, खारफुटीत नैसर्गिकरीत्या होणारी घट याबद्दल स्थानिकांना निश्चित अशी माहिती आहे. महत्त्वाची गोष्ट अशी की, माणसांच्यामुळे होणारे बदल, पर्यटनामुळे होणारे बदल आणि नैसर्गिक बदल यातील फरकही इथला जागरूक व अभ्यासू स्थानिक करू शकतो आहे.

रत्नागिरी व सिंधुदुर्ग जिल्ह्यात भरती-ओहोटीची कक्षा २ मीटरच्या जवळपास आहेत. या ठिकाणी भरतीशी निगडित आर्द्रभूमीत (Tidal Wetland) होणारे बदल अधिक लक्षणीय आहेत. इथल्या स्थानिकांच्या अंदाजानुसार १० सेंमीने समुद्र पातळीत वाढ झाली तर किनाऱ्यावरील खारफुटी, खाड्या अशा आर्द्रभूमीचा १५ टक्के भाग पाण्याखाली जाईल. तशी काही लक्षणे आत्ताच दिसू लागली आहेत.

सध्याच्या भरती मर्यादेपलीकडे असलेल्या कोरड्या जमिनींची आर्द्रताही गेल्या दीड-दोन वर्षांत वाढल्याचे मत देवबाग, मालवण, मिठबाव, कुणकेश्वर, आचरा, कशेळी, सोमेश्वर या गावातील लोकांनी व्यक्त केले. किनाऱ्यावरील पुळणींची झीज गेल्या काही वर्षांत वाढली असून, स्थानिकांच्या माहितीवरून मिळालेल्या अंदाजानुसार दरवर्षी ही झीज १० ते १२ सेंमी इतकी होत असावी, असे दिसते. पावसाळ्यात खाडी किनारी असलेल्या काही गावातून इतकी वर्षे न आढळणारी पूर परिस्थिती जाणवू लागली आहे. शास्त्री, सावित्री, वशिष्ठी, काजळी, गड, कार्ली या नद्यांच्या खाडी मुखापाशी अशा घटना वाढीस लागल्याचे स्थानिकांचे निरीक्षण आहे. अचानक येणारी वादळे, मोसमी पावसाचे विस्कटलेले वेळापत्रक, तापमानात जाणवणारी वाढ यामुळे हवामान बदल नक्की जाणवतो आहे.

रायगड जिल्ह्यात किनारपट्टीवरच्या काही गावातील लोकांनी आपल्या

किनाऱ्याजवळच्या बागेत संरक्षक भिंती बांधल्या आहेत. इथे खारट पाण्यात वाढू न शकणाऱ्या काही वनस्पती हळूहळू नष्ट होत आहेत.

स्थानिकांची निसर्गातील बदलांची ही निरीक्षणे विसकळीत व गोंधळात टाकणारी आहेत. मात्र, त्यातूनच हवामान बदलाचा एक निश्चित आकृतिबंध नजरेसमोर येऊ शकतो. या निरीक्षणांना वैज्ञानिक दृष्टिकोनातून तपासून पाहिले तर हवामान बदलाविषयींचा एक सुस्पष्ट आराखडा तयार होईल, यात शंका नाही.

४६ | कोकणातील प्राचीन हवामान बदलाचे संकेत

भूशास्त्रीय कालगणनेनुसार ४.५ अब्ज वर्षांपूर्वी निर्माण झालेल्या पृथ्वीचा सगळा भूशास्त्रीय इतिहास प्राथमिक, द्वितीयक, तृतीयक आणि चतुर्थक अशा मोठ्या कालखंडात विभागता येतो. यातील प्राथमिक कालखंड ५७ ते १२.५ कोटी वर्षांपूर्वीचा, द्वितीयक १२.५ ते ७ कोटी व तृतीयक ७ कोटी ते २५ लक्ष वर्षांपूर्वीचा. गेल्या २५ लक्ष वर्षांचा काळ म्हणजे चतुर्थक किंवा क्वाटर्नरी(Quaternary).

चतुर्थक किंवा क्वाटर्नरी कालखंड हा अनेक दृष्टींनी संशोधकांसाठी मोठे आव्हान आहे. पृथ्वीच्या एकूण प्रवासात हा काळ अगदी नगण्य असला, तरी अनेक नैसर्गिक, पर्यावरणीय, भूशास्त्रीय, भूरूपीय आणि भौगोलिक घटनांची यात रेलचेल आहे. क्वाटर्नरी या कालखंडाचे प्लाईस्टोसीन व होलोसीन असे दोन उपविभाग करता येतात. प्लाईस्टोसीन हा त्यातील मोठा कालखंड आणि होलोसीन हा गेल्या दहा हजार वर्षांचा काळ. प्लाईस्टोसीन काळात पृथ्वीवरील हिम आवरणात बदल झाले. हिम युगे व आंतरहिमानी युगे आली. पृथ्वीवरील हवामानात बदल झाले. वनस्पतीतही आनुषंगिक बदल झाले.

क्वाटर्नरी या भूशास्त्रीय कालखंडाचा अभ्यास, भविष्यात पृथ्वीवर होऊ शकणाऱ्या पर्यावरणीय हवामान व तदूआनुषंगिक वनस्पती, पाणी, मृदा यातील बदलांची कल्पना येण्यास उपयुक्त ठरतो. हे संभाव्य बदल समजावेत, त्यांचे स्वरूप व परिणाम कळावेत हा या सगळ्या अभ्यासाचा मुख्य उद्देश.

भूपुरातत्त्व शास्त्रज्ञ डॉ. शरद राजगुरू हे याच संदर्भात गेली अनेक वर्षे संशोधन करीत आहेत. त्यांच्या या कामाचा गौरव त्यांना मिळालेल्या 'एन्का फेलो' या उपाधीने झाला आहे (सकाळ, १४ सप्टेंबर २०११). त्यांच्याच बरोबर हा सन्मान

डॉ. स्टीफन पोर्टर आणि डॉ. इअन चापेल या भूशास्त्रज्ञांनाही मिळाला.

डॉ. शरद राजगुरू सरांच्या बरोबर २०१०-११मध्ये काम करीत असताना कोकणातील दापोलीजवळ कांगवई या गावाजवळ एका पन्नास हजार वर्षांपूर्वी अस्तित्वात असलेल्या प्राचीन सरोवराचा (Paleolake) शोध लागला. या शोधामुळे कोकणातील क्वाटर्नरी कालखंडातील हवामान बदल व त्यावेळच्या आणि आत्ताच्या मान्सून प्रवृत्तींचा आकृतिबंधही स्पष्ट झाला.

कांगवई हे रत्नागिरी जिल्ह्यातील दापोली तालुक्यात, भारजा नदीच्या एका उपनदी किनारी वसलेले गाव. इथल्या एका ८ मीटर खोल विहिरीत अवसादांची जी स्तररचना आढळली त्यावरून डॉ. शरद राजगुरू सरांनी या प्रदेशातील अवसादीय इतिहासाची (Sedimentary History) चार विभागात विभागणी केली. यासाठी विहिरीत दिसणाऱ्या अवसादांचे प्रत्यक्ष निरीक्षण, थरांचे मोजमाप व विश्लेषण यांचा उपयोग करण्यात आला. डॉ. शरद राजगुरू यांच्या मतानुसार, विहिरीतील पहिले तीन थर होलोसीन कालखंडाच्या अलीकडच्या काळात म्हणजे २२००, २६५० आणि ३५०० वर्षांपूर्वीच्या गाळाने बनलेले आहेत तर शेवटचा ५.७ ते ८ मीटर खोलीवरचा थर अति प्राचीन म्हणजे ४४ ते ५३ हजार वर्षांपूर्वीच्या गाळाचा आहे. पहिल्या तीन थरातील गाळ नदीय व नदीसरोवर जन्य (Fluvial and Fluvio lacustral) गाळ आहे तर शेवटच्या थरातील गाळ पूर्णपणे सरोवरोद्भूत(Lacustrine)आहे. या गाळात भरपूर वनस्पतीजन्य अवशेष (Plant Fossils) सापडले. आर्द्र सदाहरित (Wet Evergreen) जंगलांच्या कोकणातील तृतीयक कालखंडातील अस्तित्वाची हे अवशेष पुष्टी करतात.

वनस्पतींच्या या जीवअवशेषांचा अभ्यास आघारकर मधील डॉ. कुमारन आणि डॉ. रुचा लिमये यांनी केला व या सर्व संशोधनास वनस्पती शास्त्राच्या दृष्टिकोनातून एक वेगळे परिमाण व उंची प्राप्त करून दिली.

विहिरीतील अवसादांचा क्रम, सापडलेल्या जीवअवशेषांची कालगणना यावरून होलोसीन कालखंडातील हवामान, पाऊसमान, हवेची शुष्कता, याविषयी भाष्य करणे शक्य झाले. प्लाईस्टोसीन कालखंडाच्या उत्तरार्धात साधारणपणे पन्नास हजार वर्षांपूर्वी कोकणात आर्द्र सदाहरित जंगलांचे अस्तित्व असल्याचे अनुमानही काढता आले. ईशान्य मोसमी पावसाची तीव्रता त्या काळात अधिक होती. त्यानंतर होलोसीनमध्ये ईशान्य मान्सून कोकणात कधीच अवतरला नाही.

केळशी या गावाजवळ समुद्राला मिळणाऱ्या भारजा नदीच्या कांगवाई या उपनदीच्या परिसरासाठी GIS प्रणाली वापरून त्रिमित प्रतिकृती तयार केल्यावर हा

भाग पूर्वी एखाद्या सरोवराचा असावा हेही स्पष्ट झाले. नदीखोऱ्याचा हा भाग जीवशास्त्रीयदृष्ट्या समृद्ध असा पाणथळ सरोवर सदृश्य भाग असल्याचे संकेत मिळाले.

डॉ. शरद राजगुरूंच्या या संशोधनाचे दृश्य परिणाम लगेच दिसणारे नाहीत मात्र भविष्यात या प्रदेशात कशाप्रकारचे बदल होऊ शकतील याचा त्यावरून नक्कीच अंदाज करता येतो. आज कोकणात भूस्खलन व दरडी कोसळण्याचे जे प्रकार वारंवार घडताना दिसतात त्याचा संबंध चतुर्थक कालखंडात हवामानात जे बदल झाले त्याच्याशी असण्याची शक्यताही नाकारता येत नाही.

कोकणातील या महत्त्वपूर्ण संशोधनामुळे क्वाटर्नरी भूशास्त्रीय कालखंडाच्या अभ्यासाचे महत्त्व पुन्हा एकदा अधोरेखित झाले आहे, यात शंका नाही.

४७ | हुदहुद वादळाशी सामना

७ ऑक्टोबरला उत्तर हिंदी महासागरात तयार झालेले आणि १० ऑक्टोबरला आंध्र व ओडिशाच्या किनाऱ्यावर प्रचंड ताकदीने हल्ला करणारे हुदहुद वादळ हे २०१४ सालातले एक अति तीव्र आणि विध्वंसक उष्ण कटिबंधीय वादळ ठरले आहे.

६ आणि ७ ऑक्टोबर २०१४ रोजी अंदमानच्या समुद्रावर वातावरणात खूप उंचीवर एक चक्रवात निर्माण झाला होता. हा चक्रवात गोपाळपूरच्या आग्नेयेला ११५० किमी वर केंद्रित झाला होता. या चक्रवाताचे ८ ऑक्टोबरला झपाट्याने वादळात आणि लगेचच ९ ऑक्टोबरला अति तीव्र चक्रीय वादळात रूपांतर झाले. त्यानंतरही हे वादळ अति जलद गतीने महाविध्वंसक वादळात परिवर्तित झाले. ताशी १७५ किमी वेगाने वारे वाहत असलेल्या या महावादळाने १० ऑक्टोबरला किनारा पार करून विशाखापट्टणच्या प्रदेशात जोरदार मुसंडी मारली. या वेळी या वादळाच्या विस्तीर्ण मध्यभागी म्हणजे आवर्ताच्या डोळ्याच्या ठिकाणी ९६० मिलिबार इतका नीचांकी वायुभार नोंदवला गेला. त्यानंतर सगळी आवर्ती यंत्रणा झपाट्याने उत्तरेकडे सरकली आणि १४ ऑक्टोबरला उत्तर प्रदेशावर पोचता पोचता वादळ क्षीण होऊ लागले.

आंध्र प्रदेशातील विशाखापट्टण आणि नजीकच्या विजयनगरम् व श्रीकाकुलम्

या ठिकाणी या वादळाचा जोरदार तडाखा बसला. या आपत्तीत एकूण ८४ लोकांचा बळी गेल्याचे वृत्त आहे.

या वादळाला दिलेले हुदहुद हे नाव, नाव देण्याच्या पद्धतीनुसार ओमान देशाने सुचविले असून, हे एका पक्षाचे नाव आहे. आफ्रिका युरेशियामध्ये सापडणाऱ्या या पक्षाचे शास्त्रीय नाव 'उपुपा इपोप्स' आहे. तेलगू भाषेत याला 'कोंडा पिट्टा' आणि 'कुकुडू गुवा' म्हटले जाते. श्रीकाकुलम् भागात आढळणारे हे पक्षी त्यांच्याच नावाच्या या विध्वंसक वादळात मोठ्या संख्येने नष्ट झाले असल्याचे आता लक्षात आले आहे.

या वादळाची वाढती तीव्रता बघून टायफून वॉर्निंग सेंटर आणि भारतीय हवामान विभागाने १० ऑक्टोबरला या उष्ण कटिबंधीय आवर्ती वादळाला 'कॅटेगरी एक' चा दर्जा दिला. अतिशय जलद गतीने वाढणारी वादळाची तीव्रता बघून लगेचच हा दर्जा वाढवून त्याला 'कॅटेगरी दोन'चा दर्जा दिला गेला.

या वादळाचे अतिभव्य व भयावह रूप आणि त्याची जलद वाढ उपग्रह प्रतिमांतून लक्षात येतच होती. प्रबळ अभिसरण प्रवाह, भरपूर क्युम्युलोनिम्बस ढग आणि विशाल रुंदीचा आवर्त डोळा (Eye of cyclone) अशा जोराच्या या वादळाचे रूपांतर झपाट्याने विध्वंसक आवर्तात झाले आणि विशाखापट्टणच्या किनाऱ्याला अतिवृष्टी, पूर आणि भूस्खलन अशा संकटांना सामोरे जावे लागले. वादळाच्या प्रभावामुळे वीज आणि दळणवळण सेवा ठप्प झाली आणि अनेक ठिकाणी पूर परिस्थिती निर्माण झाली.

१४ तारखेनंतर वादळाचा जोर थोडा कमी झाला कारण अशा वादळांना टिकून राहण्यासाठी भरपूर उबदार बाष्प आवश्यक असते. तीच त्यांची मुख्य ऊर्जा असते. अशी वादळे हा मुख्यतः उष्ण कटिबंधीय आवर्ताचा प्रकार आहे. कर्क आणि मकर वृत्तांच्या दरम्यान अशी आवर्ते म्हणजे लघु भार प्रदेशांची बंदिस्तप्रणाली असते. ६५० किलोमीटर इतक्या विस्तृत व्यासाची ही आवर्ते म्हणजे उत्तर व दक्षिण गोलार्धात वाहणाऱ्या वाऱ्यांचे प्रचंड भोवरेच असतात. ही वादळे पृथ्वीवरची सर्वांत प्रबळ व विध्वंसक वादळे म्हणून ओळखली जातात. उत्तर अटलांटिक महासागरात विशेषतः कॅरीबेअन समुद्र व आग्नेय अमेरिकेत यांना 'हरिकेन' म्हटले जाते. उत्तर पॅसिफिकमध्ये ३० अंश अक्षवृत्ताजवळ, चिनीसमुद्रातील वादळांना 'टायफून्स' म्हटले जाते. त्यांचा उपसर्ग फिलिपिन्स, आग्नेय चीन व दक्षिण जपान यांना पोहोचतो. भारतात व बांगलादेशात यांना आवर्ती वादळे तर ऑस्ट्रेलियात यांना 'विली विली' म्हणतात.

काही विशिष्ट गुणधर्मामुळेच ही वादळे इतकी विध्वंसक बनतात. यातील वाऱ्याचा वेग ताशी १८० ते ४०० किमी असतो. या वादळाबरोबरच भरतीच्या महाकाय लाटा तयार होतात आणि भरपूर पाऊसही पडतो. यातील अतिशय कमी वायुभारामुळे समुद्राची पातळी उंचावते.

आकार, विस्तार, वाऱ्याचा वेग, पर्जन्यमान आणि टिकून राहण्याचा कालखंड या सर्वच बाबतीत या वादळात भरपूर विविधता आढळून येते. यांचा सरासरी वेग ताशी १८० किमी तरी असतोच. समुद्रावर त्यांचा वेग व तीव्रता नेहमीच जास्त असते मात्र, किनारा ओलांडून जमिनीच्या दिशेने येताना ही वादळे दुर्बळ व क्षीण होतात. किनारी प्रदेशात ती नेहमीच संहारक ठरतात. यांचा केंद्रबिंदू हा अतिशय कमी वायुभाराचा प्रदेश असतो.

वातावरणात उष्ण व आर्द्र हवेचा पुरेसा व सततचा पुरवठा हे त्यांच्या निर्मितीमागचे मुख्य कारण आहे. जिथे ६० ते ७० मीटर खोलीपर्यंत २७ अंश सेल्सियस एवढे तापमान असते. अशा उष्ण कटिबंधीय, उबदार समुद्रपृष्ठावर त्यांचा जन्म होतो. महासागरांच्या पश्चिम बाजूस तयार होणारी ही वादळे आवर्ती अभिसरणामुळे तीव्र होतात. समुद्रपृष्ठाच्या वर ९ हजार ते १५ हजार मीटर उंचीवर प्रत्यावर्ती अभिसरण असेल तर अशी चक्रीवादळे तयार होण्याची प्रक्रिया सुलभ होते.

या वादळांच्या रचनेत काही महत्त्वाचे वर्तुळाकृती पट्टे आढळतात. मध्यभागी मंद वाऱ्यांचा, उच्च तापमानाचा, लघुत्तम वायुभाराचा प्रदेश असतो यास आवर्ताचा डोळा (Eye of the cyclone) म्हटले जाते. याच्याभोवती पर्जन्य मेघांचा १० ते २० किमी रुंदीचा पट्टा असतो. जोराचे वारे, तीव्र ऊर्ध्वगामी हवा आणि भरपूर पाऊस असे याचे स्वरूप असते. याच्या बाहेर क्रमशः कमी होत जाणारे ढगांचे प्रमाण, क्षीण ऊर्ध्वगामी हालचाल, अत्यल्प पर्जन्य अशी परिस्थिती असते.

अशा महाविध्वंसक वादळांची भरपूर माहिती आज उपलब्ध आहे. वादळादरम्याने ती सतत मिळतही असते. पूर्वी आग्नेय आशिया व आशियातील इतर देशात यांच्या पूर्वसूचनेची यंत्रणा परिणामकारक नसल्यामुळे अशा वादळांपासून मोठे नुकसान होत असे. या वेळी मात्र भारताने या आपत्तीचे नेमके अनुमान करून जीवित आणि वित्त हानी खूपच नियंत्रणात ठेवल्याचे दिसून आले आणि जागतिक स्तरावर भारताच्या या प्रयत्नांचे कौतुकही झाले.

राष्ट्रीय आपत्ती प्रतिसाद यंत्रणेने (NDRF) आंध्र प्रदेश आणि ओडिशात आपत्तींचा सामना करण्यासाठी एकूण ३५ गट तैनात केले होते. इस्ट कोस्ट रेल्वेनेही तातडीने ३८ रेल्वे रद्द केल्या. वादळाची तीव्रता जशी वाढू लागली तशी अंदमान

बेटावरील शाळा, मुख्य रस्ता आणि फेरी सेवा सतर्कतेचा इशारा देऊन बंद करण्यात आली.

आंध्रच्या १३ पैकी ९ जिल्ह्यात सर्वत्र तातडीचा सतर्कतेचा इशारा देण्यात आला. लोकांचे स्थलांतर करून त्यांची रिलीफ कॅम्पसमध्ये व्यवस्था करण्यात आली. ओडिशात बालासोर, केद्रपाडा, भद्रक, पुरी अशा एकूण १६ जिल्ह्यात वादळाचा इशारा देण्यात आला.

एन.डी.आर.एफ. आणि आय.एम.डी. यांनी ज्या पद्धतीने या आपत्तीचा सामना करण्यासाठी तयारी केली, ती खरोखरच वाखाणण्यासारखी आहे. इतक्या प्रचंड ताकदीच्या वादळाने नाहीतर केवढा हाहाकार माजवला असता त्याची केवळ कल्पनाच केलेली बरी! आपत्ती प्रतिसाद यंत्रणा आणि हवामान विभागाने दिलेल्या पुरेशा पूर्वसूचनांमुळे आणि प्रत्यक्ष मोठ्या प्रमाणावर केलेल्या हालचालींमुळे मनुष्य हानी खूप नियंत्रणात राहिली. मालमत्तेचे जे नुकसान झाले ते आटोक्यात ठेवणे महाकठीण काम होते, यात शंकाच नाही. भारताची ही वादळांची पूर्वसूचना देण्याची यंत्रणा भविष्यात अधिक सक्षम होईल, असे म्हणायला हरकत नाही.

वायुसेना, एन.डी.आर.एफ.च्या तुकड्या, अग्निशमन यंत्रणा किनारी भागात तातडीने पाठविण्याबरोबरच, पिण्याच्या पाण्याची सुविधा, अन्नपदार्थांच्या वितरणाची व्यवस्था, तात्पुरती निवास व्यवस्था या सगळ्याच गोष्टींची पुरेशी तरतूद आधीच करण्यात आली होती. इतक्या मोठ्या संहारक वादळाचा सामना करणे केवळ या प्रयत्नांमुळेच शक्य झाले, यात शंका नाही.

४८ | निओगुरी टायफूनचा तडाखा

जपानच्या दक्षिणेकडे असलेल्या ओकिनावा बेटाला ९ जुलै २०१४ रोजी निओगुरी नावाच्या टायफूनचा म्हणजे चक्रीवादळाचा जोरदार तडाखा बसला होता. निओगुरी म्हणजे कोरीअन भाषेत राकून (Racoon) नावाचा हिंस्र प्राणी. हजारो किमी विस्तार असलेल्या या टायफून वादळाने अनेक लोक बेघर झाले. पश्चिम प्रशांत महासागरातील या वर्षातील हे सर्वांत मोठे विध्वंसक चक्रीवादळ होते.

ताशी १९० किमीच्या वेगाने हे वादळ दक्षिणेकडील इशिगाकी, नाहा आणि नाझे या युक्यू (Ryukyu) द्वीप समूहावरून वेगाने उत्तरेकडे व ईशान्येकडे सरकले.

जवळच्या दक्षिण कोरियातील जेजू बेटापर्यंत त्याचे परिणाम जाणवले. त्याचा भारतातील मॉन्सूनवरही परिणाम झाला; कारण या चक्रीवादळाने हिंदी महासागरातून व अरबी समुद्रावरून भारताकडे भू-भागाच्या दिशेने जाणारे सगळे बाष्प आपल्याकडे खेचून नेले. या वादळाची तीव्रता इतकी मोठी होती की, त्यामुळे नैर्ऋत्य मोसमी वाऱ्यासह येणारे पावसाचे ढग भारताच्या किनाऱ्यापर्यंत पोहोचूच शकले नाहीत.

या वादळाचे अतिभव्य व भयावह रूप उपग्रह प्रतिमांनी आपल्यासमोर आणलेच आहे. प्रबळ अभिसरण प्रवाह, भरपूर क्युम्युलोनिम्बस ढग आणि ७० किमी रुंदीचा आवर्त डोळा (Eye of cyclone) अशा जोराच्या चक्रीवादळाचे रूपांतर झपाट्याने टायफूनमध्ये झाले आणि दक्षिण जपानला अतिवृष्टी, पूर आणि भूस्खलन अशा संकटांना सामोरे जावे लागले. वादळाच्या प्रभावामुळे वीज आणि दळणवळण सेवा ठप्प झाली आणि अनेक ठिकाणी पूर परिस्थिती निर्माण झाली.

या वादळाचा प्रवास कोरड्या प्रदेशाच्या दिशेने झाल्यामुळे टायफूनची यंत्रणा दुर्बल झाली व १० तारखेनंतर चक्रीवादळाचा जोर थोडा कमी झाला कारण अशा वादळांना टिकून राहण्यासाठी भरपूर उबदार बाष्प आवश्यक असते. तीच त्यांची मुख्य ऊर्जा असते. यंत्रणा दुर्बल झाल्यामुळे तिचा मॉन्सूनवरचा परिणामही थोडा कमी झालाय आणि बंगालच्या उपसागराच्या वायव्य भागात कमी भाराचा पट्टा सक्रिय होण्याची शक्यता वाढली आहे.

युरोपियन हवामान केंद्राच्या एका अनुमानानुसार १८ जुलै २०१४ रोजी याच भागात, प्रशांत महासागरात, पुन्हा एक टायफून निर्माण होण्याची शक्यता आहे त्या वेळी ते तैवान आणि दक्षिण चीनकडे सरकण्याची शक्यताही वर्तविण्यात आली होती.

अशी वादळे हा मुख्यतः उष्ण कटिबंधीय आवर्ताचा प्रकार आहे. कर्क आणि मकर वृत्तांच्या दरम्यान अशी आवर्ते म्हणजे लघु भार प्रदेशांची बंदिस्त प्रणाली असते. ६५० किलोमीटर इतक्या विस्तृत व्यासाची ही आवर्ते म्हणजे उत्तर व दक्षिण गोलार्धात वाहणाऱ्या वाऱ्यांचे प्रचंड भोवरेच असतात. ही वादळे पृथ्वीवरची सर्वांत प्रबळ व विध्वंसक वादळे म्हणून ओळखली जातात. उत्तर अटलांटिक महासागरात विशेषतः कॅरीबेअन समुद्र व आग्नेय अमेरिकेत यांना 'हरिकेन' म्हटले जाते. उत्तर पॅसिफिकमध्ये ३० अंश अक्षवृत्ताजवळ, चिनी समुद्रातील वादळांना 'टायफून्स' म्हटले जाते. त्यांचा उपसर्ग फिलिपिन्स, आग्नेय चीन व दक्षिण जपान यांना पोहोचतो. भारतात व बांगलादेशात यांना आवर्त तर ऑस्ट्रेलियात यांना 'विली विली' म्हणतात.

काही विशिष्ट गुणधर्मामुळेच ही वादळे एवढी विध्वंसक बनतात. यातील वाऱ्याचा वेग ताशी १८० ते ४०० किमी असतो. या वादळाबरोबरच भरतीच्या महाकाय लाटा तयार होतात आणि भरपूर पाऊसही पडतो. यातील अतिशय कमी वायुभारामुळे समुद्राची पातळी उंचावते.

आकार, विस्तार, वाऱ्याचा वेग, पर्जन्यमान, टिकून राहण्याचा कालखंड या सर्वच बाबतीत या वादळात भरपूर विविधता आढळून येते. यांचा सरासरी वेग ताशी १८० किमी तरी असतोच. समुद्रावर त्यांचा वेग व तीव्रता नेहमीच जास्त असते मात्र किनारा ओलांडून जमिनीच्या दिशेने येताना ही वादळे दुर्बल व क्षीण होतात. किनारी प्रदेशात ती नेहमीच संहारक ठरतात. यांचा केंद्रबिंदू हा अतिशय कमी वायुभाराचा प्रदेश असतो.

वातावरणात उष्ण व आर्द्र हवेचा पुरेसा व सततचा पुरवठा हे त्यांच्या निर्मिती मागचे मुख्य कारण आहे. जिथे ६० ते ७० मीटर खोलीपर्यंत २७ अंश सेल्सियस एवढे तापमान असते. अशा उष्ण कटिबंधीय, उबदार समुद्रपृष्ठावर त्यांचा जन्म होतो. महासागरांच्या पश्चिम बाजूस तयार होणारी ही वादळे आवर्ती अभिसरणामुळे तीव्र होतात. समुद्रपृष्ठाच्या वर ९ हजार ते १५ हजार मीटर उंचीवर प्रत्यावर्ती अभिसरण असेल तर चक्रीवादळे तयार होण्याची प्रक्रिया सुलभ होते.

या वादळांच्या रचनेत काही महत्त्वाचे वर्तुळाकृती पट्टे आढळतात. मध्यभागी मंद वाऱ्यांचा, उच्च तापमानाचा, लघुत्तम वायुभाराचा प्रदेश असतो, यास आवर्ताचा डोळा (Eye of the cyclone) म्हटले जाते. याच्याभोवती पर्जन्य मेघांचा १० ते २० किमी रुंदीचा पट्टा असतो. जोराचे वारे, तीव्र ऊर्ध्वगामी हवा आणि भरपूर पाऊस असे याचे स्वरूप असते. याच्या बाहेर क्रमशः कमी होत जाणारे ढगांचे प्रमाण, क्षीण ऊर्ध्वगामी हालचाल, अत्यल्प पर्जन्य अशी परिस्थिती असते.

अशा महाविध्वंसक वादळांची भरपूर माहिती आज उपलब्ध आहे. वादळादरम्यान ती सतत मिळतही असते. तरीही आग्नेय आशिया व आशियातील इतर देशात यांच्या पूर्वसूचनेची यंत्रणा परिणामकारक असल्याचे दिसत नाही त्यामुळे या भागात अशा वादळांपासून मोठे नुकसान होते.

'निओगुरी टायफून' आता दुर्बळ होते आहे. ते आता केवळ उष्ण कटिबंधीय आवर्त (Tropical Storm) झाले आहे. तरीही वाऱ्याचा वेग ताशी ११० किमी आहे आणि ते क्यूशूच्या नैर्ऋत्य बाजूकडील सासेबूपाशी जाऊन पोहोचले आहे आणि जपानने आत्तापर्यंत नव्वद हजार लोकांचे स्थलांतरण केले आहे.

४९ | अटलांटिकच्या किनाऱ्यावर हरिकेनचे थैमान

अटलांटिक महासागरात विध्वंसक 'हरिकेन' वादळाने अनेक वेळा थैमान घातले. वेगाने सक्रिय झालेल्या सँडी या वादळाने अमेरिकेच्या पूर्व किनाऱ्यावरचे जनजीवन अस्ताव्यस्त करून टाकले आहे. न्यूयॉर्कसह अनेक शहरांना मोठा फटका बसला असून, लक्षावधी लोक बेघर झाले आहेत. अमेरिकेचे अध्यक्ष बराक ओबामा यांनी या नैसर्गिक आपत्तींमुळे अमेरिकेच्या पूर्व किनाऱ्यावरील राज्यांमध्ये आणीबाणी जाहीर केली आहे. हजारो विमान उड्डाणे रद्द करण्यात आलेली आहेत. वादळांच्या प्रभावामुळे वीज आणि दळणवळण सेवा ठप्प झाली असून, अनेक राज्यांमध्ये पूर परिस्थिती निर्माण झाली आहे.

२२ ऑक्टोबर २०१२ रोजी पश्चिम कॅरीबेअन समुद्रावर तयार झालेल्या एका लंबवर्तुळाकृती उष्ण कटिबंधीय लघुभार प्रदेशातून सँडी या वादळाची निर्मिती होऊ लागली. केवळ ६ तासातच त्याची तीव्रता झपाट्याने वाढली आणि त्याचे रूपांतर उष्ण कटिबंधीय वादळात झाले. २४ ऑक्टोबर रोजी अमेरिकेच्या वादळ विषयक राष्ट्रीय केंद्राकडून (NHC) या वादळास हरिकेनचा दर्जा देण्यात आला. २५ ऑक्टोबर रोजी त्याला कॅटेगरी २चे वादळ व तारीख २९ला उष्ण कटिबंध पश्चात (Post Tropical) वादळ संबोधण्यात आले. ३० ऑक्टोबरला हे वादळ त्याच्या विकासाच्या परमोच्च बिंदूस जाऊन पोहोचले. अटलांटिक सिटीच्या वायव्येस २४ किलोमीटर वर स्थिर झालेले हे वादळ ऑक्टोबर ३० रोजी फिलाडेल्फियाच्या पश्चिमेस १४५ किलोमीटरपर्यंत सरकले. यातील वाऱ्याचा वेग ताशी ८० ते १३० किलोमीटर इतका वाढला. वायुभार ९४७ मिलिबार इतका कमी झाला.

जवळपासच्या ३ उष्ण आणि थंड वायूराशींच्या मिश्रणामुळे हे वादळ अधिकच संहारक बनले. उत्तर कॅरोलिनापासून न्यू इंग्लंड आणि पश्चिम व्हर्जिनियापर्यंत तसेच उत्तरेस कॅनडा पासून ग्रेट लेक्सपर्यंतच्या जवळ जवळ १००० मैलांच्या प्रदेशांवर त्याचा परिणाम दिसून आला. व्हर्जिनिया, न्यू जर्सी यांसारख्या शहरात सुरक्षिततेसाठी बांधलेले बंधारे फुटले. अनेक ठिकाणी पूर परिस्थिती निर्माण झाली.

सँडी हे १८ वे नाव दिलेले उष्ण कटिबंधीय वादळ. २०१२ या वर्षातले अटलांटिक हरिकेन्समधले हे १० वे वादळ. अटलांटिकच्या किनाऱ्यावर हरिकेन हे एक जन्मजात संकटच(Chronic Disaster)आहे. बेटसी (१९६५), कॅमिली (१९६९), एजीन्स (१९७२), ह्युगो (१९८९), अँड्र्यू (१९९२), फ्लॉईड (१९९९) आणि

कॅटरीना (२००५) या प्रलयंकारी हरिकेन नंतर सँडी हे वादळही पुन्हा एकदा या संकटाची बोचरी जाणीव करून देणारे व माणसाची असाहाय्यता सिद्ध करणारे अस्मानी संकटच म्हणायला हवे!

हरिकेन हा मुख्यतः उष्ण कटिबंधीय आवर्ताचा प्रकार आहे. कर्क आणि मकर वृत्तांच्या दरम्यान अशी आवर्ते म्हणजे लघु भार प्रदेशांची बंदिस्तप्रणाली असते. ६५० किलोमीटर इतक्या विस्तृत व्यासाची ही आवर्ते म्हणजे उत्तर व दक्षिण गोलार्धात वाहणाऱ्या वाऱ्यांचे प्रचंड भोवरेच असतात. ही वादळे पृथ्वीवरची सर्वांत प्रबळ व विध्वंसक वादळे म्हणून ओळखली जातात. उत्तर अटलांटिक महासागरात विशेषतः कॅरीबेअन समुद्र व आग्नेय अमेरिकेत यांना 'हरिकेन' म्हटले जाते. उत्तर पॅसिफिकमध्ये यांना टायफून्स, भारतात व बांगलादेशात आवर्त तर ऑस्ट्रेलियात यांना 'विली विली' म्हणतात.

काही विशिष्ट गुणधर्मांमुळेच ही वादळे एवढी विध्वंसक बनतात. यातील वाऱ्याचा वेग ताशी १८० ते ४०० किमी असतो. या वादळाबरोबरच भरतीच्या महाकाय लाटा तयार होतात आणि भरपूर पाऊसही पडतो. यातील अतिशय कमी वायुभारामुळे समुद्राची पातळी उंचावते. भरतीच्या महाकाय लाटा (सर्ज) आणि नेहमीची भरती यामुळे अमेरिकेच्या पूर्व किनाऱ्यावर समुद्र पातळी ५ मीटरनी वाढली.

आकार, विस्तार, वाऱ्याचा वेग, पर्जन्यमान, टिकून राहण्याचा कालखंड या सर्वच बाबतीत या वादळात भरपूर विविधता आढळून येते. हरिकेन वादळांचा सरासरी वेग ताशी १८० किमी तरी असतोच. समुद्रावर त्यांचा वेग व तीव्रता नेहमीच जास्त असते, मात्र किनारा ओलांडून जमिनीच्या दिशेने येताना ही वादळे दुर्बल व क्षीण होतात. किनारी प्रदेशात ती नेहमीच संहारक ठरतात. यांचा केंद्रबिंदू हा अतिशय कमी वायुभाराचा प्रदेश असतो.

वातावरणात उष्ण व आर्द्र हवेचा पुरेसा व सततचा पुरवठा हे त्यांच्या निर्मितीमागचे मुख्य कारण आहे. जिथे ६० ते ७० मीटर खोलीपर्यंत २७ अंश सेल्सियस एवढे तापमान असते. अशा उष्ण कटिबंधीय, उबदार समुद्रपृष्ठावर त्यांचा जन्म होतो. महासागरांच्या पश्चिम बाजूस ५ अंश ते २० अंश अक्षवृत्त प्रदेशात तयार होणारी ही वादळे आवर्ती अभिसरणामुळे तीव्र होतात. समुद्रपृष्ठाच्या वर ९ हजार ते १५ हजार मीटर उंचीवर प्रत्यावर्ती अभिसरण असेल तर हरिकेन तयार होण्याची प्रक्रिया सुलभ होते.

या वादळांच्या रचनेत काही महत्त्वाचे वर्तुळाकृती पट्टे आढळतात. मध्यभागी मंद वाऱ्यांचा, उच्च तापमानाचा, लघुत्तम वायुभाराचा प्रदेश असतो यास आवर्ताचा

डोळा (Eye of the cyclone) म्हटले जाते. याच्याभोवती पर्जन्य मेघांचा १० ते २० किमी रुंदीचा पट्टा असतो. जोराचे वारे, तीव्र ऊर्ध्वगामी हवा आणि भरपूर पाऊस असे याचे स्वरूप असते. याच्या बाहेर क्रमशः कमी होत जाणारे ढगांचे प्रमाण, क्षीण ऊर्ध्वगामी हालचाल, अत्यल्प पर्जन्य अशी परिस्थिती असते.

सँडीसारख्या महाविध्वंसक वादळांची भरपूर माहिती आज उपलब्ध आहे. वादळादरम्यान ती सतत मिळतही असते. तरीही आग्नेय आशिया व आशियातील इतर देशात यांच्या पूर्वसूचनेची यंत्रणा परिणामकारक असल्याचे दिसत नाही त्यामुळे या भागात अशा वादळांपासून मोठे नुकसान होते. अमेरिकेत ही यंत्रणा खूपच सक्षम असल्यामुळे इथे जीवितहानीचे प्रमाण आटोक्यात असले तरीही आर्थिक हानी मोठ्या प्रमाणावर अजूनही होतेच.

सँडीसारखी वादळे अनेक दिवस किंवा अनेक आठवडे टिकून राहू शकतात. त्यांची भरपूर सांख्यिकी माहिती उपलब्ध असूनही त्यांचे भाकीत करणे किंवा त्यांच्या मार्गाचा अंदाज नेमकेपणाने करता येत नाही. सँडी वादळाबद्दलही अजून हीच स्थिती टिकून आहे.

५० | वाळूच्या वादळाचे वास्तव

१९९३ या वर्षी मार्च महिन्याच्या अखेरीला निर्माण झालेल्या प्रचंड वाळूच्या वादळात आखाती देशात हाहाकार माजला होता. मध्य पूर्वेतील सौदी, दोहा कतार, दुबई, रियाध, अबूधाबी आणि ओमान इतका विस्तृत प्रदेश या वादळाच्या प्रभावाखाली आला. त्यानंतर तीन हजार किलोमीटरचा प्रवास करून या वादळातील वाळू पश्चिमेकडून येणाऱ्या वाऱ्यांबरोबर उडत रविवारी म्हणजे ४ एप्रिल १९९३ला ताशी ६५ किमी वेगाने भारतात येऊन थडकली. भारताच्या समुद्र किनाऱ्यापासून काही अंतरावर अरबी समुद्रात वादळ शांत झाले मात्र वादळातून उडालेली धूळ सगळीकडे पसरली. या वाळूने सगळीकडे एक विस्तीर्ण असा थरच तयार केला. अनेक ठिकाणची दृश्यता एकदम कमी झाली. वाहने काही काळासाठी जागच्या जागी थांबली. काहींचा वेग मंदावला. हवेतील प्रदूषण पातळी एकदम वाढली. सोमवारी म्हणजे ६ एप्रिल १९९३ला या वादळाची व्याप्ती कर्नाटकपर्यंत वाढली यावरून मध्य पूर्वेतील ही वादळे किती शक्तिशाली असतील, याचा अंदाज बांधता येतो. इथल्या

विस्तीर्ण वाळवंटातील ही वादळे खरे म्हणजे एक नित्याचीच घटना म्हणून प्रसिद्ध आहे.

वाळवंटी प्रदेशातील ही वाळू प्रचंड मोठ्या प्रमाणावर धुळीच्या स्वरूपात एखाद्या महाभयंकर फळीसारखी हवेतून तरंगत सदैव पुढे सरकत असते. जसजसा वाऱ्याचा वेग वाढत जातो तसतशी वाळू आणि धूलिकणांची जबरदस्त वादळेच निर्माण होतात. वादळात तरंगत येणाऱ्या कणांचा आकार १०० मायक्रोमीटरपेक्षाही कमी असतो. २० मायक्रोमीटरपेक्षा जास्त आकाराच्या कणांची वृत्ती तरंगण्यापेक्षा जमिनीकडे येण्याची जास्त असते मात्र जोरदार वादळी वातावरणात ही सगळी वाळू बराच काळपर्यंत तरंगत राहू शकते.

आखाती प्रदेशातील वाळूचे अपवहन (Deflation) हा या वादळांचा मुख्य स्रोत आहे. इराक-इराणच्या शुष्क आणि अर्धशुष्क हवामान प्रदेशात झिजेचे प्रमाण खूप मोठे असते. चारण (Grazing), शेती, इमारती व रस्ते बांधकामे यांच्या वाढत्या प्रमाणामुळे इथे वादळ निर्मितीसाठी आदर्श परिस्थिती नेहमीच अस्तित्वात असते. स्थानिक पातळीवर तापमानात जलद गतीने बदल झाल्यास तीव्र औष्णिक कल (Gradient) तयार होतो. यामुळे वायुभार कलही वादळ निर्मितीस अनुकूल बनतो. या वेळीही नेमकी अशीच स्थिती निर्माण झाली. यामुळे वाळवंटातील वाळू ठरावीक उंचीपर्यंत उचलली जाणे गरजेचे असते. एकदा ती वर उचलली गेली की, तपांबरातील जास्त उंचीवरील वेगवान, अनिर्बंध वाऱ्यामुळे ती सहजपणे सर्वत्र पसरते. यामुळे दृश्यता (Visibility) झपाट्याने कमी होते. वाळू अनेक दिवस हवेत तरंगत राहील्यामुळे उष्णतेच्या प्रमाणात आणि परावर्तनात फरक पडत राहतो. वाळवंटी प्रदेशातील लोकांना याची सवय असली तरी वादळाच्या प्रभावाखाली येणाऱ्या इतरांना याचा खूप त्रास होऊ शकतो. वाहणारी वाळू संपर्क साधनात अडथळे आणू शकते. रस्ते व लोह मार्गांवरील वाळू दूर करणे हा मोठा उद्योगच होऊन बसतो. ही वाळू बाजूला करण्यासाठी एक स्वतंत्र यंत्रणाच राबवावी लागते.

अशा वादळात वाळू ३ किमी उंचीपर्यंत वर उडू शकते. साधारणपणे ताशी ४० किमी इतका या वादळांचा वेग असतोच. मुख्य म्हणजे अनेक वेळा ही वाळूची वादळे कोणत्याही प्रकारची पूर्वसूचना न देता उद्भवतात आणि प्रचंड वेगाने धुळीची एक भक्कम भिंतच पुढे आक्रमण करू लागते. अशी खूप मोठी वादळे कमी काळ म्हणजे आठवडाभर किंवा त्यापेक्षा कमी काळ टिकून राहतात. मात्र, त्यांची वाढती वारंवारता (Frequency) अधिक धोकादायक असते.

आजकाल उपग्रह प्रतिमांचा या वादळांच्या अभ्यासात मोठ्या प्रमाणावर

वापर केला जातो. यातून वादळाच्या प्रभाव क्षेत्राचा पूर्ण विस्तार कळणे सोपे होते. वाळू व धूळ कुठे जास्त आहे, कुठे कमी आहे याचा अंदाज येतो. वाळूच्या वाहण्याची दिशाही नेमकेपणाने कळू शकते. प्रभावी अनुमानाची अशी उत्तम साधने असूनही हळूहळू पुढे सरकणाऱ्या या विध्वंसक वादळांची पूर्वसूचना, जिथे ही वादळे सरकू शकतील असे देश करीत नाहीत, ही मोठीच असंवेदनशीलता आहे, हे मात्र नक्की.

५१ | अंटार्क्टिकवरचा वाढणारा हिम विस्तार : प्रस्थापित कल्पनांना मोठा धक्का

तापमान वाढीमुळे जगातील व विशेषतः आर्क्टिक आणि अंटार्क्टिक वरील हिम वितळत असून, हिमालय, युरोपियन आल्प्स येथील हिमनद्याही वेगाने वितळत असल्याचे निरीक्षण मागच्या काही आठवड्यातच जगभरात प्रसारित करण्यात आले होते. आता अमेरिकेतील बोल्डर, कोलोराडो येथील राष्ट्रीय हिम आणि बर्फ सांख्यिकी केंद्र (NSIDC : National Snow and Ice Data Center) यांनी अंटार्क्टिक खंडावरील हिमाच्या विस्तारात व साठ्यात मोठी वाढ झाल्याचे निरीक्षण नोंदविले आहे.

या नवीन निरीक्षणानुसार दक्षिण गोलार्धात, उन्हाळ्याच्या कालखंडात, हिम टिकून राहाण्याची जी दूरवरची मर्यादा असते त्याहीपेक्षा अधिक अंतरापर्यंत अंटार्क्टिकवरील हिम टिकून शिल्लक राहिले असल्याची नोंद करण्यात आली आहे. अशी घटना यापूर्वी २००३, २००८ आणि २०१३मध्येही घडली असली, तरी ६ ऑक्टोबर २०१५ रोजी उपग्रह सर्वेक्षणातून लक्षात आलेला हा सगळ्यात मोठा 'हिम विस्तार' आहे. १५ सप्टेंबरच्या दिवशी या भागातील बर्फ साठ्यात फार मोठी वाढ झाल्याचे दिसून आले होतेच.

नासा (NASA) नेही राष्ट्रीय हिम आणि बर्फ सांख्यिकी केंद्राच्या या विधानाची पुष्टी केली आहे. वाढलेल्या हिमासाठ्याचे व हिम मर्यादेतील विस्ताराचे नेमके कारण अजूनही शास्त्रज्ञांना उमगत नसले तरी या संबंधी काही महत्त्वाची हवामानशास्त्रीय व पर्यावरणीय कारणे असावीत, असे त्यांना नक्की वाटत आहे.

रॉस समुद्रातील कमी भार प्रदेशाची वाढलेली तीव्रता (अमुंडसेन लो) आणि अंटार्क्टिकभोवती असलेल्या पश्चिमी वाऱ्याच्या पट्ट्याचे आकुंचन यांच्या

एकत्रीकरणाचा हा परिणाम असावा असाही एक अंदाज वर्तविण्यात आलाय. अंटार्क्टिकच्या आजूबाजूला असलेल्या दक्षिण समुद्राच्या पृष्ठभागावरील पाण्याची कमी होणारी क्षारता हेसुद्धा एक कारण असू शकते असे अनेक सागर शास्त्रज्ञांना वाटते. काही हिमनद्या अभ्यासकांच्या मते, अंटार्क्टिकवरील वाऱ्यांचे बदलते आकृतिबंध हे हिमविस्ताराचे मुख्य कारण असावे. समुद्र पृष्ठावरील हिमाचे आवरण सागर पृष्ठाच्या विविध गुणधर्मांवर अवलंबून असते. हिमनद्यांचे वितळणारे पाणी हजारो मीटर खोलीवरचे असते त्यामुळे त्याचा हिमसाठे व हिम विस्तार वाढण्याशी काही संबंध नसतो.

१९७९ नंतर प्रथमच १९ सप्टेंबर २०१४ रोजी अंटार्क्टिकवरील हिमाचा विस्तार दोन कोटी चौरस किमीच्या परिसरात दिसून आला. दक्षिण समुद्राच्या दिशेने आढळलेला हा सर्वांत मोठा विस्तार उपग्रहांच्या मदतीने निश्चित करण्यात आला. आर्क्टिकमध्ये एकूण वितळलेल्या बर्फाशी याची तुलना केली तर असे लक्षात येते की, हा विस्तार त्याच्या एक तृतीयांश इतकाच आहे. संपूर्ण जगभरातच तापमान वाढीमुळे सागरी हिम वितळण्याच्या प्रवृत्ती जास्त तीव्र आहेत. अंटार्क्टिकवरील हिमसाठे वाढत असल्याची घटना हे नक्कीच सिद्ध करते की, सर्वत्र हिम विलयन क्रियाच चालू आहे, हे तितकेसे खरे नाही. पृथ्वीवरील पर्यावरणाची क्लिष्टता आणि विविधता अशा घटनांमुळे प्रकर्षाने अधोरेखित होते आहे.

१९७० नंतर आर्क्टिकवरचे हिमआवरण दरवर्षी ५४ हजार चौरस किमी या वेगाने कमी होते आहे. नेमकी याउलट परिस्थिती अंटार्क्टिकवर असून इथे या काळात दोन कोटी वर्ग किमी क्षेत्रात नवीन 'हिम आवरण' तयार झाले आहे.

सध्याच्या वाढत्या तापमानामुळे जगातील हवामानाचे आकृतिबंध सतत बदलत आहेत. यामुळे अनेक भागात थंड हवेचा प्रादुर्भावही वाढतोय. अंटार्क्टिकभोवती असलेल्या हिमाच्या विस्तृत आवरणामुळे त्यात वास्तविक पाहता जास्त वाढ होण्याची गरज नाही; पण अंटार्क्टिकचा विशिष्ट भूगोल आणि आकार यामुळे हिम विस्ताराला चालना मिळते आहे. या खंडाभोवती कुठल्याही प्रकारचा अडथळा नाही त्यामुळे वाढलेल्या बर्फाची सीमा खूप दूरपर्यंत सहजपणे पसरू शकते.

अंटार्क्टिकच्या दक्षिण अमेरिकेच्या दिशेने जाणाऱ्या द्वीपकल्पिय भागात तापमान वाढ होत असून, त्याच्या पश्चिमेला बेलिंगशाउनशेन समुद्रातील हिम आक्रसू लागले आहे. त्या पलीकडे मात्र रॉस समुद्रात हिम वृद्धी होताना दिसते आहे. अमुंडसेन सागर परिसरात निर्माण होणाऱ्या तीव्र लघु भारामुळे वाऱ्याचे आकृतिबंध बदलून, उबदार हवेचा द्वीपकल्पावर प्रादुर्भाव वाढतो आणि अंटार्क्टिकवरून वाहणारी थंड हवा रॉस समुद्राच्या दिशेने पसरते. या हालचालीवर अर्थातच ओझोन छिद्राचा

परिणामही होत असावा.

अंटार्क्टिकवरील वारे हे एकमेव कारण या सगळ्यामागे नसावे असे अनेक वैज्ञानिकांना वाटते. अंटार्क्टिकच्या किनारी भागातील बर्फ वितळून तुटलेले हिमखंड दूरवर पसरतात. त्यामुळे किनाऱ्याजवळ समुद्राच्या खालच्या भागातून स्वच्छ, ताजे पाणी वर येऊन ते वेगाने गोठू लागते व विस्तृत हिम आवरण तयार होऊ लागते. हे हिम लवकर वितळत नाही.

हिमवृष्टीचे प्रमाण वाढल्यानंतर हिमाच्या वजनामुळे समुद्र पृष्ठावरील हिमाचा पातळ थर खाली ढकलला जातो. यामुळे समुद्राचे थंड पाणी वर येऊन हिम आणि पाणी यांचा एक एकत्रित असा नवीन थर तयार होतो. जलद गोठण क्रियेमुळे हिमस्तराची जाडी वाढते आणि विलयन वेग कमी होतो. परिणामी अडथळा नसलेल्या एका विस्तृत प्रदेशात म्हणजे दक्षिण महासागरात हे हिम पसरू लागते.

या सर्वच घटना अंटार्क्टिकभोवती हिम विस्तार वाढण्यासाठी कारणीभूत ठरत असाव्यात. हवामानाशी आणि सागरजलाशी निगडित अशा घटनांचा यात मोठाच वाटा असावा, हे निश्चित! अंटार्क्टिकवर असलेल्या प्रचंड जाडीच्या हिम आवरणाचा परिणाम, हवामानाची घटना, ओझोनचा थर आणि तेथील सूर्यप्रकाश विरहित कालखंड यांसारख्या सर्वच गोष्टींवर होऊन हिम विस्तार वाढण्याचा दृश्य परिणाम दिसत असावा, असे अनेकांना वाटते.

अंटार्क्टिकच्या नेमकी विरुद्ध परिस्थिती उत्तर ध्रुवाकडील आर्क्टिक महासागरात आढळून येतेय. इथला बर्फ वितळून त्याचे नीचांकी प्रमाण ११ सप्टेंबर २०१५च्या निरीक्षणात दिसून आले. १९८१ ते २०१०च्या तुलनेत आर्क्टिकवरचे हिम आवरण १८ लक्ष चौरस किमी क्षेत्रातून नष्ट झाले आहे. आर्क्टिकच्या हिम विलयन प्रक्रियेवर एल् निनोचा परिणाम असावा, असे नक्की सांगता येत नसले तरी अंटार्क्टिक वरील हिम वितरणावर आणि वाढीवर एल् निनोचा परिणाम असल्याचे संकेत मिळत आहेत. २०१५च्या सुरुवातीच्या कालखंडात एल् निनो मुळे पश्चिम अंटार्क्टिकच्या प्रदेशातील सागरी वायुभारात वाढ झाल्यामुळे व हवेचे आणि सागर पृष्ठाचे तापमान वाढल्यामुळेच हिम आवरणात खूप मोठी वाढ झाली असावी, असे दिसून येते.

तापमान वाढीमुळे जगातील सर्व हिमनद्या व हिम वितळत असल्याच्या संकल्पनेला, अंटार्क्टिक वरील वाढलेल्या सागरी हिम आवरणाच्या संशोधनामुळे मोठा धक्का बसल्याचे जाणकारांचे मत आहे. मात्र, इथे हे लक्षात घेणे गरजेचे आहे की, हिमनदी वितळणे आणि सागर पृष्ठावरील हिमाचा साठा आणि विस्तार वाढणे या दोन सर्वस्वी भिन्न घटना आहेत. अंटार्क्टिकवरील हिमनद्या आणि हिमखंड वितळून हिमनग समुद्रात दूरवर पसरले आणि त्यामुळेच खोल समुद्रातून वर आलेल्या

पाण्याचे किनारी भागात हिमात रूपांतर होऊन विस्तृत असे हिम साठे नव्याने तयार झाले. त्यामुळे या घटनेने जागतिक तापमान वाढ कमी होते आहे किंवा हवामान बदलाची तीव्रता कमी होऊ लागलीय असे काही सिद्ध होत नसून, जागतिक तापमान वृद्धीचेच हे एक गोंधळात टाकणारे दृश्य रूप आहे, असे म्हणायला हरकत नाही.

५२ | कृत्रिम पावसाचे प्रयोग का फसतात?

पाऊस कमी पडल्यामुळे निर्माण झालेल्या दुष्काळी परिस्थितीवर मात करण्यासाठी महाराष्ट्रात २००३ ते २००८ या काळात अनेक प्रयोग करण्यात आले. सप्टेंबर २००३मध्ये साताऱ्यातील वडूज या ठिकाणी हा प्रयोग राबविण्यात आला.

हा प्रयोग आणि कृत्रिम पावसाचे त्या नंतरचे बहुतांशी प्रयोग फारसे सफल झाले नाहीत. यावर झालेला खर्च आणि त्यातून मिळालेला फायदा यांचे प्रमाण अगदीच व्यस्त असल्याचे प्रयोगाअंती लक्षात आले. २००४मध्ये ५ कोटी रुपये खर्च करूनही विदर्भात फक्त २० मिमी पाऊस पडू शकला.

कृत्रिम पावसाचे प्रयोग नेहमीच इतके असफल होतात असे नाही. जगभरात काही ठिकाणी ते फायद्याचे ठरलेही आहेत; पण त्यांचे प्रमाण तसे नगण्यच. कृत्रिम पावसाचे प्रयोग सफल किंवा असफल होण्यामागे नैसर्गिक परिस्थितीचा मोठा हातभार असतो.

कृत्रिम पर्जन्य हा मानवनिर्मित आहे. वास्तविक पाहता, पाऊस लवकर व मोठ्या प्रमाणावर पडावा म्हणून हा प्रयोग केला जातो. उष्ण देशीय मोसमी वेधशाळा कृत्रिम पावसामुळे नैसर्गिक पर्जन्य प्रक्रियेत २४ टक्क्यांनी वाढ होऊ शकते असा दावा करतात. मात्र, भारतात तरी हे प्रमाण कधीच एवढे जास्त नसते.

निसर्ग हा पर्जन्य वृष्टीच्या प्रक्रियेत नेहमीच बलवान असतो. विज्ञान व तंत्रज्ञानाचे प्रयत्न त्याला कधीच पर्याय ठरू शकलेले नाहीत. निसर्ग आणि मानव या दोघांच्या प्रयत्नाने परिस्थितीत थोडीफार सुधारणा होऊ शकते पण निसर्ग नेहमीच या बाबतीत चार पावले पुढे असल्याचे दिसून येते.

पाऊस पडण्याच्या प्रक्रियेत निसर्ग नेहमीच बलवान कसा असतो, हे कळण्यासाठी आणि कृत्रिम पावसाच्या प्रयोगात यशाची खात्री का देता येत नाही, याचे आकलन होण्यासाठी ही सगळी प्रक्रिया कशी घडते, ते पाहणे आवश्यक ठरते.

ढग हे मुळातच १० मायक्रोमीटर त्रिज्येच्या अति सूक्ष्म जलकणांचा समुच्चय

असतात. पावसाचे ५०० मायक्रोमीटर त्रिज्या असलेले मोठे थेंब बनण्यासाठी असे लक्षावधी सूक्ष्म कण एकत्र येणे गरजेचे असते आणि यासाठी केवळ सांद्रीभवन प्रक्रिया पुरेशी नसते. भारतासारख्या उष्ण, आर्द्र हवामान प्रदेशात एका विशिष्ट साखळी प्रक्रियेने पावसाच्या थेंबाची निर्मिती होते. ऊर्ध्वगामी हवेत वर जाणाऱ्या ढगात तरंगणारे अनेक सूक्ष्म जलकण तरंगत असतात. तुलनेने मोठ्या आकाराच्या जलकणात हे सूक्ष्म जलकण सामावून जातात व मोठ्या कणाचा आकार आणखी मोठा होतो. ठरावीक आकारापेक्षा मोठे झाल्यावर ते फुटतात, लहान कण पुन्हा एकदा त्यात विलीन होतात, जड होऊन पृथ्वीच्या दिशेने येतात व वृष्टी होते.

समशीतोष्ण कटिबंधात हीच क्रिया हिमकणांच्या साहाय्याने घडते. यासाठी गोठण केंद्रकांची(फ्रीझिंग नुक्लीआय)ची निर्मिती होणे आवश्यक असते. ऊर्ध्वगामी हवेतील तरंगणारे जलकण तापमान वजा ४० अंश सेल्सिअस होईपर्यंत गोठत नाहीत. गोठण केंद्रकांमुळे जलकणांचे अतीव शीतलीकरण होते. हिमकण असे शीतलन झालेले जलकण शोषून घेतात व त्यांचा आकार वाढतो. ते जड होतात व पृथ्वीच्या दिशेने येताना तापमान वाढून वितळतात आणि वृष्टी होते.

कृत्रिम पर्जन्य प्रयोगात वर वर्णन केलेल्या प्रक्रिया त्या त्या प्रदेशात वृद्धिंगत केल्या जातात. त्यासाठी सिल्व्हर आयोडाइडचा वापर केला जातो. ढगातील बाष्पाची पातळी पुरेशी असेल तर सिल्व्हर आयोडाइडच्या कणांमुळे सांद्रीभवन क्रियेत झपाट्याने वाढ होते. सिल्व्हर आयोडाइडच्या कणांमुळे आर्द्र ढगांचे तापमान एकदम कमी होते, सांद्रीभवन वाढते. भरपूर जलकण तयार होतात व जड होऊन वृष्टीच्या स्वरूपात पृथ्वीवर येतात.

आपल्याकडे कोरड्या ढगातील जलकणांचा आकार खूपच कमी असतो. २० मायक्रोग्राम पेक्षा जास्त व्यास असलेल्या जलकणांच्या कमतरतेमुळे ढगांची पाऊस देण्याची क्षमताही कमी होते. अशा ढगांची पर्जन्य क्षमता वाढविण्यासाठी, सोडियमक्लोराइडच्या बाष्पार्द्र (Hygroscopic) कणांची ढगांवर फवारणी करून, जलकणांचा आकार वाढविला जातो आणि पाऊस पडणे सुकर केले जाते.

कृत्रिम पर्जन्य प्रयोग हा प्रामुख्याने या गृहीतकावर आधारित असतो की, जिथे हा प्रयोग करायचा आहे तिथल्या ढगात मोठ्या आकाराच्या बाष्पकणांची मोठ्या प्रमाणावर कमतरता आहे. त्यामुळे अशा ढगात लहान जलकणांचे रूपांतर मोठ्या जलकणात होऊ शकत नाही. पुरेसे बाष्प असलेल्या ढगात सोडियम क्लोराइडची फवारणी केल्यास बाष्प मोठे व्हायला मदत होईल आणि ढग दुर्बळ होऊन नष्ट होण्यापूर्वीच त्यातून पाऊस पडेल.

कोकणासारख्या समुद्र सान्निध्य असलेल्या प्रदेशात, ढगात क्षारकण मुबलक

प्रमाणावर असतात. त्यामुळे ढगांचा पूर्ण विकास होत असतानाच मोठे जलकण व पर्जन्यकण तयार होतात आणि नैसर्गिकरीत्याच भरपूर पाऊस पडतो. मात्र, अंतर्गत भागात, देशावर, ढगात अनेक सूक्ष्म जलकण असतात ज्यापासून मध्यम आकाराचे ढग तयार होऊन, पूर्ण वाढ होण्याआधीच त्यांचे विघटन होते. अर्थातच, पाऊस पडण्यासाठी त्यांचा काहीच उपयोग होत नाही.

कृत्रिम पर्जन्य प्रयोग करण्यापूर्वी ढगांच्या व त्यातील बाष्पाच्या प्रमाणाचा अचूक अभ्यास करणे अतिशय आवश्यक असते. बाष्पसंपृक्त हवेच्या ऊर्ध्वगामी होण्यामुळे जे 'क्युमुलस' प्रकारचे ढग तयार होतात त्यांच्या शीर्षभागी फवारणी करणे, नेहमीच फायद्याचे ठरते. पुरेशी बाष्प निर्मिती होत असल्यास फवारणी करून क्युमुलस ढगांचा जास्त विकास घडवून आणता येतो. असे ढग दीर्घकाळ वातावरणात राहतील आणि भरपूर पर्जन्य जलकण तयार होतील अशी परिस्थितीही निर्माण करता येते. मात्र, यासाठी ढगातमुळातच भरपूर बाष्प असणे गरजेचे असते.

कृत्रिम पर्जन्य प्रयोगात ढगांच्या प्रकारांचे व स्वरूपाचे आणि त्यातील बाष्पाचे अचूक भाकीत याला खूप महत्त्व असते. ते नेमके झाले नाही तर, असे प्रयोग फसण्याची शक्यता नेहमीच जास्त असते. थोडक्यात, असे प्रयोग पूर्णपणे ढगांच्या नैसर्गिक निर्मितीच्या पूर्णपणे आधीन असतात. बरेच वेळा आपल्याकडे ढगांचा पूर्ण अभ्यास केलाच जात नाही, त्यमुळे प्रयोग फसतात.

सोडियम क्लोराइड किंवा सिल्व्हर आयोडाइडची ढगांवर केली जाणारी फवारणी (सीडिंग) खूपच शास्त्रशुद्ध पद्धतीने करावी लागते. नाहीतर बाष्पाचे पर्जन्यकणात रूपांतर होण्याची क्रिया पूर्ण होऊ शकत नाही. ती होण्यापूर्वीच ढगांचे विघटन होऊन जाते. फवारणी करण्यायोग्य ढगांची कमतरता असेल तर हा प्रयोग नेहमीच अयशस्वी होतो.

क्युमुलस या पर्जन्य मेघातील वृत्ती, बाष्प संपृक्तता, याबद्दलची सांख्यिकी जेवढी जास्त आणि अचूक तेवढे कृत्रिम पावसाचे प्रयोग समाधानकारक होतात. फायदेशीर होतातच असे नाही. ढगांवर बाष्पार्द्र कणांची फवारणी करण्याचे तंत्र अजूनही तितकेसे विकसित झालेले नाही. विविध हवामान प्रकारात व प्रदेशात फवारणीमुळे कृत्रिमरीत्या पाऊस नक्की किती पाडता येईल, याबद्दलचे संशोधन अजूनही प्राथमिक अवस्थेतच आहे.

समशीतोष्ण कटिबंधातील हवामान प्रदेशात कृत्रिम पर्जन्य प्रयोगात जेवढी खात्री देता येते तेवढी खात्री उष्ण कटिबंधातील बाष्पसंपृक्त पर्जन्य मेघात फवारणी करून नक्कीच देता येत नाही. इथे सगळा प्रयोग निसर्गाच्या आधीन राहूनच करावा लागतो.

५३ | जलस्रोतांचे पुनरुज्जीवन

भारतातील नद्यांच्या पाण्याची प्रत सामान्यपणे पावसाळ्यात सुधारते. पावसाळा हा सगळ्या जलस्रोतांचे पुनरुज्जीवन करून घेण्याचा आदर्श कालखंड आहे. त्यामुळे पावसाच्या पाण्याचे उत्तम नियोजन संपूर्ण वर्षाकरता उपयुक्त ठरू शकते. आपल्या आजूबाजूच्या सगळ्या जलस्रोतांचे विशेषतः पावसाळ्यातील पावसाच्या पाण्याचे संरक्षण व संवर्धन करण्याचा विचार प्रत्येकाने मनात बाळगला तर प्रदूषण विरहित जलस्रोतांमुळे विकासाची आणि समृद्धीची अनेक दारे उघडतील, यात शंका नाही.

पृथ्वीवरील पाण्याची सध्याची एकूण परिस्थिती पाहता सर्वसामान्यांमध्ये पाण्याचे महत्त्व अधोरेखित करण्यासाठी आणि त्यासंबंधी जागरूकता आणण्यासाठी एका मोठ्या अभियानाची आज खूपच गरज आहे, हे नक्कीच!

पृथ्वीवर असलेल्या एकूण पाण्यापैकी ९१ टक्के पाणी समुद्रात व महासागरात सामावलेले आहे, हे पाणी खारे आहे आणि याने पृथ्वीचा ७१ टक्के भाग व्यापला आहे. उरलेल्या पाण्याने पृथ्वीचा २९ टक्के भाग व्यापला असून, या गोड्या पाण्याचे प्रमाण केवळ ३ टक्के आहे. आर्क्टिक आणि ग्रीनलंडमध्ये २ टक्के व नदीनाले, तळी, सरोवरे यात केवळ एक टक्काच पाणी आहे. या आकडेवारीवरून गोड्या पाण्याचे स्रोत किती अल्प आणि म्हणून मौल्यवान आहेत, याची कल्पना करता येईल. पृथ्वीवरील सजीवांच्या अस्तित्वाच्या दृष्टीने अति महत्त्वाच्या असलेल्या या गोड्या पाण्याच्या प्रमाणात गेल्या अनेक वर्षांत घट झालेली नसली, तरी त्याची प्रत मात्र झपाट्याने खालावत जाते आहे. भारतासारख्या देशात तर ही समस्या फार उग्र बनली आहे आणि शहरातील पाण्याप्रमाणे गावे आणि खेड्यातील पाण्याचीही प्रत बिघडते आहे.

पृथ्वीवरचे गोड्या पाण्याचे मुख्य स्रोत पाऊस, पृष्ठजल (नदीनाले, जलाशये) आणि भूजल हेच आहेत. केवळ भारताचा विचार केला तर भारताला दरवर्षी ११०० ते १२०० मिमी पावसापासून ३० लक्ष घनमीटर मिळते. हे पाण्याचे प्रमाण खूप मोठे आणि जगात सर्वाधिक आहे. या महत्त्वाच्या जलस्रोतानुसार पश्चिम किनारपट्टी व ईशान्य भारत हा भरपूर पावसाचा प्रदेश, उत्तर प्रदेश, कर्नाटक, महाराष्ट्र, पश्चिम बंगाल, ओडिशा, पंजाब, हिमाचल व केरळ हा पुरेशा पावसाचा, मध्य भारत व दक्षिण भारताचा अर्ध आर्द्र प्रदेश आणि बहुतांशी राजस्थान गुजरातचा कोरडा प्रदेश असे विभागही करता येतात. दुसरा स्रोत आहे पृष्ठजलाचा गंगा, ब्रह्मपुत्रा, गोदावरी,

कृष्णा व कावेरी या मुख्य नद्या, त्यांची खोरी, त्यातील उपनद्या या बरोबरच हजारोंच्या संख्येने असलेली तळी, जलाशये, सरोवरे यांचा यात समावेश होतो. भूजल हा तिसरा महत्त्वाचा जलस्रोत. भारतात फार मोठ्या प्रदेशात भरपूर पाणी साठवून ठेवणारे जलजशैल (Aquifer) आहेत. पृष्ठभागावरून खाली झिरपलेल्या या भूजलाचे प्रमाणही खूप मोठे आहे. इतके प्रबळ व प्रभावशाली जलस्रोत असूनही आज भारतात गोडे पाणी केवळ त्याची प्रत बिघडल्यामुळे कोणत्याही प्रकारच्या वापरासाठी निरुपयोगी ठरते आहे.

'डाऊन टू अर्थ'च्या सर्वेक्षणानुसार १९११ ते २०१४ या काळात भारतातील ५० टक्के तळी, जलाशये आणि पाणथळ जागा, इतर कारणांसाठी वापरात आणल्यामुळे, नष्ट झाल्या आहेत. दरवर्षी होणारा या महत्त्वाच्या जलस्रोताचा ऱ्हास २ ते ३ टक्के इतका आहे. याचा एक महत्त्वाचा परिणाम म्हणजे काश्मीरपासून चेन्नईपर्यंतच्या पट्ट्यातील प्रत्येक शहरात पूर परिस्थितीचे प्रमाण वाढले आहे. गेल्या वर्षीचा जम्मू काश्मीर मधला महाभयंकर पूर याचाच परिणाम आहे.

सांडपाण्याच्या अत्यंत चुकीच्या व्यवस्थापनामुळे बरेच जलस्रोत प्रदूषित झाले आहेत. निरनिराळ्या उद्योग समूहातून कोणत्याही प्रकारची शुद्धीकरण प्रक्रिया न करता जलस्रोतात अनेक रसायने व प्रदूषके सोडली जात आहेत आणि यावर कुठलाही कायदेशीर वचक नाही.

भारतात अजूनही सगळ्या जलस्रोतांविषयी विश्वासार्ह अशी माहितीच उपलब्ध नाही, त्यामुळे पूर्वीचे किती जलस्रोत नष्ट झाले, किती नद्या कोरड्या पडल्या, किती आक्रसल्या, किती नद्यांचे अरुंद नाले झाले याविषयी काहीच अंदाज करता येत नाही. भूजल आणि जलजशैल यांची दुर्दशा तर वर्णन करण्यापलीकडे आहे. अजूनही सर्वसमावेशक असं जलजशैल मानचित्रीकरण (Aquifermapping) नाही. नेमके किती भूजल स्रोत उपलब्ध आहेत याची माहिती नाही. महाराष्ट्रात तर हे चित्र अधिकच विदारक आहे. पुण्याजवळच्या राम नदीची मूळ ४५ किमी लांबी कमी होऊन अनिर्बंध शहरीकरणामुळे आज तो एक नाला बनला आहे.

जलस्रोतांच्या बिघडलेल्या प्रतीमुळे लोकांच्या आरोग्यावरही परिणाम होऊ लागला आहे. भूरचनेचा आणि खडकांचा विचार करता, जलस्रोत, नदी, विहीर, कालवा, तलाव, कुठलाही असला तरी त्यातील पाण्यात अनेक क्षार थोड्याफार प्रमाणात असतातच. त्यावरूनच या पाण्याची प्रत ठरते; पण यातील क्षारात वाढ झाली की, तो जलस्रोत हानिकारक ठरू शकतो. विहिरीच्या पाण्याची वाढलेली

क्षारता, शेती उत्पन्न व जमिनीचा कस यावर प्रतिकूल परिणाम करतेच. पृष्ठजलात, सांडपाणी मिसळले तर झपाट्याने ते पाणी दूषित होऊ लागते, असे पाणी अनेक रोगांना निमंत्रणच ठरते.

भारतातील सर्वच नद्यांच्या पाण्याची प्रत सामान्यपणे पावसाळ्यात खूपच सुधारते. कोरड्या ऋतूत राजस्थानात व इतर अनेक राज्यात विहिरींच्या पाण्याची क्षारता नेहमीच खूप वाढते आणि जलस्रोत अनुपयुक्त होऊ लागतो, असे ऱ्हास पावणारे जलस्रोत प्राधान्याने सुरक्षित करणे आता गरजेचे बनले आहे.

नदी खोऱ्यांचा अनिर्बंध वापर कमी करणे, नदीमार्ग त्याच्या उगमापासूनच प्रदूषण रहीत कसे राहतील त्याच्या योजना तयार करणे, तळी व सरोवराच्या पाण्याची निगा वाढविणे, भूजल प्रदूषित करणारे सर्व उद्योग बंद करणे, भूजलाचा अनिर्बंध व अविवेकी वापर थांबविणे, या सर्व उपायांची आता तातडीने अंमलबजावणी होणे आवश्यक झाले आहे. पावसाळ्याच्या सुरुवातीपासूनच जलस्रोत सुरक्षित करण्याच्या योजना आखणे आणि त्यांची अंमलबजावणी करणे यातून पुढच्या वर्षीची समस्या नक्कीच आटोक्यात आणता येईल.

५४ | आव्हान नदीनाल्यांची दुरवस्था आणि पुनर्निर्माणाचे

सध्या महाराष्ट्रातल्या बहुतांशी नदीनाल्यांची दुरवस्था झाली आहे. शहरांच्या जवळपास तर नद्यांचे नालेच झाले आहेत. या समस्येकडे जेवढे गांभीर्याने पाहिले पाहिजे तेवढे आपण त्याकडे लक्ष देत नाही, ही वस्तुस्थिती आहे.

पुणे, नाशिक, ठाणे, मुंबई अशा महानगरांच्या आजूबाजूच्या प्रदेशातील अनेक नदी प्रवाह तर भराव टाकून भरून टाकण्यात आले आहेत. त्यावर बांधकामेही करण्यात आली आहेत. त्यामुळे इथल्या अस्तंगत झालेल्या नाल्यांचा मागोवा घेणेही कठीण जात आहे.

नदीखोऱ्यातील प्रत्येक उपनदी ही नैसर्गिक जलनिस्सारण यंत्रणेतील महत्त्वाची जोडणी असते. प्रदेशात पडणाऱ्या पावसाच्या परिणामकारक निस्सारणासाठी, निसर्गानेच तयार केलेले ते नद्या-उपनद्यांचे जाळे असते. हे जाळेच नष्ट झाल्यामुळे, पावसाच्या पाण्याला मुख्य नदीपर्यंत जाण्यासाठी अनेक नवीन मार्ग शोधावेच लागतात. यात

नदीखोऱ्यांची प्रचंड झीज होऊन मुख्य नदीत भरपूर गाळ येऊन साठतो.

आज अनेक नद्या मृतप्राय होऊ लागल्या आहेत. नद्यांच्या परिसरात मानवजन्य घटकांमुळे होत असलेल्या बदलांचा परिणाम अधिकच क्लिष्ट स्वरूप धारण करू लागला आहे. मोठ्या शहरांजवळच्या उपनद्या आणि नाले जसे भरून टाकले गेले आहेत तसाच नदीचा मुख्य प्रवाहही बाधित झाला आहे. मुख्य प्रवाहात टाकला जाणारा कचरा, बांधकामाचा राडारोडा आणि नदीपात्राच्या नजीक केली जाणारी बांधकामे यामुळे नद्यांची प्रामुख्याने वाताहात होत आहे. अनेक ठिकाणी नदीपात्रातील वाहतूक मार्गामुळेही नदी मार्गात अनेक फेरबदल घडून आलेले दिसतात.

या सर्वांचे परिणाम आता सर्वत्र दिसून येऊ लागले आहेत. पृष्ठ जल व भूजल यातील कमी झालेले आदानप्रदान, नदीपात्र व पूरमैदान यातील गाळाचे वहन व स्थानबदल, नदी व किनारे यातील बिघडलेल्या जैविक क्रिया-प्रक्रिया असे अनेक परिणाम आता डोके वर काढू लागले आहेत.

पावसाळ्यातही अनपेक्षित ठिकाणी पाणी साचून राहणे, दलदली निर्माण होणे, नदीकिनारे ढासळणे, एकाएकी पूर परिस्थिती निर्माण होणे, नदीच्या पाण्याने किनारे ओलांडणे यासारख्या घटना आता सर्वत्र अपेक्षित आहेत, यात शंका नाही.

नदी नाल्यांचे पुनर्निर्माण (Restoration) याकडे तर आपण कधीच लक्ष देत नाही. ऱ्हास पावणाऱ्या नद्यांचे पाऊस पडून गेल्यावर आपोआपच पुनरुज्जीवन होते यावर आपला ठाम विश्वास आहे. त्यासाठी आपण नदी मार्गातील अडथळे आधीच दूर करणे गरजेचे आहे असे कोणत्याही नगरपालिकेस वाटत नसावे. तसे प्रयत्नही होताना दिसत नाहीत.

नदीपात्रात येऊन पडणारा गाळ, त्याचे बदलते प्रमाण, नद्यांचा बदलता वेग, पाणीसाठून राहण्याची ठिकाणे, पूरप्रवण जागा, किनारे ढासळण्याची ठिकाणे, बंधारे, नदी पात्रातील व किनाऱ्यावरील वनस्पती, त्यात होणारी वाढ याबद्दलची सांख्यिकी आपल्याकडे इतकी अपुरी आहे की, त्याचा काहीही परिणामकारक उपयोग करता येत नाही अशी आजची स्थिती आहे.

नदीनाल्यांचा झपाट्याने होणारा ऱ्हास हे आज मोठे आव्हान बनले आहे वेळीच काळजी घेतली नाही तर भविष्यात या जीवनदायिनी नद्या मृतप्राय व्हायला वेळ लागणार नाही. त्यांचे पुनर्निर्माणही भविष्यात अतिशय कठीण होऊन बसेल.

५५ | निसर्गदत्त जल वाहिन्यांची जपणूक

२२ मार्च हा जागतिक जल दिन. या निमित्ताने आपण आपल्या निसर्गदत्त जल वाहिन्यांची आणि नदी पात्रांची जी अवस्था करून ठेवली आहे, त्यावर विचार करण्याची वेळ येऊन ठेपली आहे. निसर्गातील त्यांचे महत्त्व हे केवळ अनन्यसाधारण असेच आहे. मानवाच्या अस्तित्वासाठी आणि विकासासाठी नद्यांचा विचार हा प्राधान्याने होणे आता आवश्यक झाले आहे.

प्रत्येक नदीचे एक बंदिस्त असे खोरे असते, या खोऱ्यात मुख्य नदी व तिच्या अनेक उपनद्यांचे जाळे असते. नैसर्गिक जालोत्सारणाचा तो एक परिणामकारक असा आकृतिबंध असतो. नद्या उपनद्यांच्या या जाळ्यातील प्रत्येक उपनदी ही त्या खोऱ्यातून होणाऱ्या जलोत्सारणातील एक आवश्यक अशी शृंखला असते. नाले, ओढे, प्रवाह अशा नावांनी नदीखोऱ्यातील हे नदीप्रवाह ओळखले जात असले तरी त्या प्रत्येकाचे जलोत्सारण आकृतिबंधात विशिष्ट असे स्थान असते.

प्रदेशातील खडकांचा प्रकार, त्यांचा कठीणपणा, साच्छिद्रपणा अथवा त्यांची पार्यता, त्या प्रदेशात पडणाऱ्या पावसाचे प्रमाण, प्रदेशाचा उतार यानुसार मुख्य नदीच्या खोऱ्यातील जलोत्सारण जाळीचा विकास झालेला असतो. ही एक निश्चित अशी नैसर्गिक विकास प्रक्रिया आहे. प्रदेशाच्या उंचसखलपणा नुसार, पडणाऱ्या पावसाचे प्रवाह मार्ग तयार होतात व जास्त उंचीकडून कमी उंचीकडे पाणी उतारानुसार वाहू लागते. ज्या डोंगर माथ्यावर हे प्रवाहमार्ग तयार होतात त्यास 'जलविभाजक' असे म्हणले जाते. इथूनच जवळ जवळच्या दोन नदीखोऱ्यांकडे जाणाऱ्या पाण्याचे विभाजन होते.

डोंगर माथ्याजवळ, माथ्यापासून काही अंतरावर जे अस्थायी व हंगामी प्रवाहमार्ग तयार होतात त्यांस 'प्रथम श्रेणीचे प्रवाह' म्हटले जाते. ते इतक्या तीव्र उतारावर तयार होतात की, त्यात केवळ पावसाळ्यातच पाणी दिसू शकते. जवळ जवळचे दोन प्रथम श्रेणीचे प्रवाह मिळून एक 'द्वितीय श्रेणीचा प्रवाह' तयार होतो. दोन द्वितीय श्रेणीच्या प्रवाहांच्या एकत्रीकरणानंतर 'तृतीय श्रेणीचा प्रवाह' तयार होतो. अशा रीतीने अनेक कनिष्ठ श्रेणींचे प्रवाह एकत्र येऊन, वरच्या व अधिक वरच्या श्रेणीचे प्रवाह तयार होतात. यातूनच शेवटी मुख्यनदी व तिचे पात्र तयार होते.

मुख्य नदीची श्रेणी जेवढी मोठी तेवढा तिच्या निर्मितीसाठी आवश्यक असलेल्या उपनद्यांचा पसाराही मोठा. या नदीतून पाण्याचा जो सहज निचरा होतो त्यासाठी या प्रत्येक श्रेणीतील प्रत्येक प्रवाहाचे योगदान सुनिश्चित असते.

भारतीय सर्वेक्षण विभागाने तयार केलेल्या स्थलनिर्देशक नकाशावर नदी प्रवाहांचे हे सर्व जाळे अगदी नेमकेपणाने दाखविलेले असते. विविध प्रमाणावर तयार केलेले हे नकाशे यादृष्टीने खूपच उपयुक्त असतात. मूळ नकाशात प्रदेशातील सर्वच प्रवाहांचे निर्देशन केलेले असते. खरे म्हणजे नदीखोऱ्यात कोणतेही बांधकाम करण्यापूर्वी टोपोशीट वरील नदी प्रवाहांचे जाळे बघणे आवश्यक असते. अगदी लहानश्या ओढ्यावर (प्रथम किंवा द्वितीय श्रेणीच्या प्रवाहावर) जर बांधकाम केले, तो अडवला किंवा बुजवला तर त्याचे किती मोठ्या प्रदेशावर कसे परिणाम होतील याचा अंदाज त्यातून बांधता येतो.

जल विभाजाकाजवळ म्हणजे डोंगर माथ्याजवळ असलेले हंगामी व द्वितीय श्रेणीचे प्रवाह तर फारच महत्त्वाचे. नागरीकरण प्रक्रियेत नेमका याच प्रवाहांचा बळी बांधकाम व्यवसायात दिला जातो. शहर वस्तीतून जाणारे नदीनाले, ओढे हे पाण्याचा निचरा करण्यासाठी सक्षम असलेच पाहिजेत. त्यांची नैसर्गिक लांबी, रुंदी आणि खोली अबाधित राहिली तर अतिवृष्टीच्या काळात ते पाणी सहज वाहून नेऊ शकतात. यासाठी या नाल्यांच्या आणि ओढ्यांच्यामागील प्रवाहही निचरा करण्यायोग्य असावे लागतात. वस्तुतः नदीखोऱ्यातील प्रत्येक लहानमोठ्या प्रवाह मार्गाची नैसर्गिक रचना अबाधित राहणे गरजेचे असते.

कोणत्याही प्रदेशाचा भारतीय सर्वेक्षण विभागाने तयार केलेला नकाशा पाहिला व त्यावर आजची बांधकामे, बंधारे, पूल, रस्ते यांची स्थाने अध्यारोपित केली तर नैसर्गिक जलोत्सारणात किती हस्तक्षेप झाला आहे, ते सहजपणे कळून येते. अमर्यादित, अनिर्बंध व बेशिस्त पद्धतीने, निसर्ग नियम डावलून केलेल्या बांधकाम प्रक्रियेचा तो अटळ परिणाम असतो. दरवर्षी पावसाळ्यात येणारी पुराची आपत्ती मुख्यतः यामुळेच असते. मुसळधार आणि अतिरिक्त पावसाला त्यासाठी दोष देण्यात काहीच अर्थ नसतो.

नद्यांच्या पाणलोट क्षेत्रांची व त्यातील नैसर्गिक जलोत्सारण प्रक्रियेची काळजी घेतली तर पूर, भूजल, जल प्रदूषण अशा अनेक समस्यांवर मात करता येते.

५६ | राज्याच्या भूजल साठ्यात घट आणि तहानलेले भूगर्भ

महाराष्ट्रातील भूजल सर्वेक्षण व विकास अनुसंधानाने केलेल्या सर्वेक्षणानुसार यावर्षी राज्यभरातील विविध तालुक्यातील सरासरी पर्जन्यात २० ते ५० टक्के घट झाली असून, परिणामी भूजल पातळी १ ते ३ मीटर ने खाली गेली आहे. प्रसिद्ध करण्यात आलेल्या तालुका निहाय माहितीवरून असे दिसते की, राज्यातील ३५५ तालुक्यांपैकी १७६ तालुक्यात २ मीटरपर्यंत तर ११२ तालुक्यात भूजल पातळीतील घट ३ मीटरपेक्षाही जास्त आहे. या तालुक्यातील सर्वच गावांना ऑक्टोबर २०१५ पासूनच पाण्याची तीव्र टंचाई भासू लागल्याचे विदारक दृश्य आता दिसून येऊ लागले.

पावसाळ्यात पुरेसा पाऊस झाला नाही आणि भूजलाचा अनिर्बंध व अव्यवस्थित वापर चालू आहे तो तसाच चालू राहिला तर यापुढे पुढील काळात परिस्थिती फारच बिकट होईल, यात शंका नाही.

१९७२च्या तुलनेत आज महाराष्ट्रातील खूप मोठी ग्रामीण लोकसंख्या व काही प्रमाणात शहरी वस्त्या भूजलावर मोठ्या प्रमाणावर अवलंबून आहेत. नवीन तंत्रज्ञानामुळे भूजलाचा उपसाही लक्षणीय प्रमाणात वाढला आहे. वास्तविक पाहता संपूर्ण देशाचा विचार करता महाराष्ट्र पर्जन्य वितरणाच्या, पर्जन्य प्रमाणाच्या आणि भूजलाच्या दृष्टीने खरं तर खूप नशीबवान प्रदेश आहे. मात्र, आज ज्या वेगाने राज्यात भूजल वापरले जातेय त्याचा विचार केला तर भविष्यात कायमस्वरूपी पाण्याचा तुटवडा असणारे राज्य म्हणून ते ओळखले जाऊ शकेल अशी आजची परिस्थिती सांगते आहे.

या भविष्यकालीन संकटातून बाहेर पडण्यासाठी, प्रत्येक गावातील स्थानिकांना त्यांच्या गावातील उपलब्ध भूजलाचा वापर करता येण्याच्या दृष्टीने सबळ, सशक्त बनविण्याची आणि या मौल्यवान नैसर्गिक संपदेशी एकरूप होऊन त्यांचे जतन करण्याची प्रेरणा देण्याची मोठी गरज आहे. काही गावे आज यादृष्टीने नक्कीच पावले टाकीत आहेत, नवनवे प्रयोग करीत आहेत; पण अजूनही अनेक गावे अशा प्रयत्नांपासून दूरच आहेत; हे सत्य नाकारण्यात काहीच अर्थ नाही.

सर्व प्रकारच्या पर्यावरण संरचना किंवा पारिस्थितिकी (Ecosystems) संतुलित राहाव्यात म्हणून पाण्याचे, विशेषतः भूजलाचे अनन्यसाधारण असे महत्त्व आहेच. भूजलाची अनउपलब्धता किंवा टंचाई, त्याचा गैरवापर आणि अतिरेकी वापर यांचे

फार मोठे दूरगामी परिणाम खरंतर आत्ताच दिसू लागलेत आणि म्हणूनच हा विषय इतका संवेदनशील बनलाय.

नैसर्गिक दृष्ट्या, महाराष्ट्रातील भूजलाचे वितरण हे अनियमित (Uneven) स्वरूपाचे असल्याचे दिसून येते. हे वितरण स्थळ - काळ आणि भूजलाची खोली (Depth) या तीनही बाबतीत अनियमित आहे. याचे मुख्य कारण अर्थातच राज्यातील खडकांच्या प्रकारातील व संरचनेतील एकजिनसीपणाचा अभाव (Heterogeneity) आणि पर्जन्यातील प्रादेशिक वैविध्य हेच आहे. राज्यातील ९२ टक्के क्षेत्र हे लाव्हाच्या उद्रेकाने बनलेल्या कठीण अशा बेसॉल्ट खडकाने बनलेले आहे. या खडकातील मूलभूत विविधता, त्यावर निर्माण झालेल्या भूरूपातील वैविध्य आणि पर्जन्यातील असमानता याचा परिणाम भूजल वितरणावर झालेला आहे. बेसॉल्ट मधील अंगभूत संरचनीय फरकामुळे भूजल उपलब्धतेवर राज्यात नैसर्गिक मर्यादा आहेतच, हे विसरून चालणार नाही. गडचिरोली, चंद्रपूर, नागपूर, गोंदिया या ईशान्येकडील भागात व सिंधुदुर्ग आणि रत्नागिरीच्या काही भागात वेगळे खडक असल्यामुळे भूजलप्रणाली थोडी वेगळी आहे.

या सर्व गोष्टींमुळे राज्याचा विचार करता भूजल वितरणात एकसारखेपणा (Uniformity) नाही असे दिसून येते. राज्यात पृष्ठीय जलामुळे (Surface water) भूजलाचे जे भरण (Recharge) होते ते ही एकसारखे नाही. भूगर्भीय रचना व मानवी हस्तक्षेप यामुळे भूजलाचे नेमके मूल्यमापन करणेही कठीण जाते; असे असले तरीही राज्यात जलधारक खडकांच्या (Aquifer) निश्चितीकरणाचे चांगले प्रयोग झालेले दिसतात. सरकारी यंत्रणेमार्फत भूजल पातळी, खोली, त्याची प्रत याबद्दल दरवर्षी सर्वेक्षण करून आढावा घेतला जातो; यातून हेही लक्षात येते आहे की, भूजलाचा अतिरिक्त व अनियंत्रित वापर आणि भूजलाचे अपुरे नियोजन व व्यवस्थापन हे या समस्येमागचे मुख्य कारण आहे.

भूजल ही राज्यातील महत्त्वाची नैसर्गिक संपदा असून, पिण्यासाठी, जलसिंचनासाठी, उद्योगधंद्यासाठी, नदीपात्राची जलधारण व प्रवाही क्षमता टिकून राहण्यासाठी आणि पाणथळ जागांच्या अस्तित्वासाठी भूजलाचे यात मोठेच योगदान आहे. मात्र, आज हे भूजल माणसाच्या हस्तक्षेपांमुळे मोठ्या प्रमाणावर प्रदूषित झाले आहे. राज्यात जाणवणारा भूजलाचा तुटवडा आणि टंचाई दूर करण्यासाठी कृत्रिम भरपाईचा (Replenishment) प्रयोग होणे आवश्यक आहे. टंचाईचे मुख्य कारण हे कमी खोलीवरच्या जलधारक खडकांचे न होणारे पुनर्भरण आणि खोल विंधन विहिरींच्या अनिर्बंधपणे वाढणाऱ्या संख्येमुळे खोल जलधारक खडकातील झपाट्याने

कमी होणारा भूजलाचा साठा हेच आहे.

प्रत्येक पाणलोट क्षेत्रात, पावसाळ्यानंतर उपलब्ध होऊ शकणारे भूजल आणि त्याचे संवर्धन करण्याच्या पद्धतीच्या योजना ही माहिती त्या क्षेत्रातील सर्वच गावांना ऑक्टोबर/नोव्हेंबर महिन्यात दिली गेली तर ती फायद्याची ठरू शकेल. कृत्रिम भूजल भरण प्रयोगांना प्राधान्य दिले जावे. भूजलाचे व्यवस्थापन हे गतिशील, सहज मोजमाप न करता येण्यासारख्या अनियंत्रित घटकांचे व्यवस्थापनच असते, ते परिणामकारकपणे करण्यासाठी ग्रामीण पातळीवर कराव्या लागणाऱ्या पाणलोट क्षेत्रातील पाण्याचा हिशेब, संरक्षण आणि जलधारकाचे निश्चितीकरण यांची माहिती स्थानिकांना योग्य वेळेत देण्यानेही या समस्येचा सामना करणे सोपे होईल. उपलब्ध भूजलाचे मूल्यमापन हे गाव पातळीवर व स्थानिकांच्या सहभागाने केल्यास भविष्यातील भूजल टंचाई वर मात करता येईल, असे वाटते.

५७ | ब्रह्मपुत्रेच्या खोऱ्यात पुराचे थैमान

२०१५ साली अतिवृष्टीमुळे ब्रह्मपुत्रेच्या खोऱ्यात आलेल्या महापुरामुळे आसाममध्ये हाहाकार माजला होता. अनेक गावे पुरात अक्षरशः पाण्याखाली गेली होती. १५ जिल्ह्यातील ७०० खेडी उद्‌ध्वस्त झाली होती आणि अनेक घरांचे मोठे नुकसान झाले होते. ब्रह्मपुत्रेतील पुराचे पाणी ९ मीटर या धोक्याच्या पातळीच्याही वर गेल्यामुळे परिस्थिती अधिकच बिकट झाली होती. संपर्क यंत्रणा पूर्णपणे कोलमडून गेल्यामुळे परिस्थितीचा अंदाज करणेही कठीण होऊन बसले होते. विविध यंत्रणा सर्वतोपरी अविरत मदत करीत असल्या तरी सगळे प्रयत्न अपुरेच पडत होते.

२१ सप्टेंबर २०१५ पासून होणारा भरपूर पाऊस आणि मेघालयाच्या टेकड्यात झालेली ढगफुटी यामुळे राजधानी गुवाहाटीचा ७० टक्के भाग जलमय झाला होता. आसामच्या आपत्ती निवारण केंद्राच्या अहवालानुसार ८ लाख लोक या पुराच्या तडाख्यात सापडले होते. ब्रह्मपुत्रेच्या सादिया ते धुब्री या ९०० किमी लांबीच्या मार्गात पाण्याची पातळी धोक्याच्या पातळीच्या वर गेली होती. आजूबाजूच्या बुरी – दिहांग, डीकोह, दिसंग, धनसिरी, जिया भराली, पुटीमारी, पग्लादिया, बेकी आणि कुशियारा यासारख्या उपनद्यांच्या खोऱ्यात पुराचा जोर होता.

मानस सरोवराच्या आग्नेयेस ६३ किमी अंतरावर कांगलुंगकांग या हिमनदीतून ब्रह्मपुत्रेचा उगम होतो. बंगालच्या उपसागरापर्यंतच्या तिच्या एकूण २९०० किमी लांबीपैकी केवळ ९१८ किमी लांबीचा मार्ग भारतातून जातो. भारतात तिच्या पाणलोटाचे क्षेत्र १ लाख ९५ हजार चौरस किमी आहे. खोऱ्यात दरवर्षी २१०० मिमी पेक्षा जास्त पाऊस पडतो.

ब्रह्मपुत्रेचे नदीपात्र धुब्रीजवळ सर्वांत जास्त म्हणजे १८.५ किमी रुंद आहे. गुवाहाटी जवळ ते फक्त १ ते १.२ किमी रुंद आहे. दिब्रुगडजवळ पुराच्या पाण्याची धोक्याची पातळी १०४ मीटर, गुवाहाटीजवळ ४९.६ मीटर तर धुब्रीजवळ २९ मीटर आहे.

ब्रह्मपुत्रेच्या भारतातील मुख्य प्रवाहाला उत्तरेकडून वीस तर दक्षिणेकडून तेरा उपनद्या येऊन मिळतात. या सगळ्याच नद्यांमुळे मुख्य नदीपात्रातील पुराचे संकट शतपटीने वाढते. त्यामुळेच मॉन्सूनमध्ये ब्रह्मपुत्रेला एखाद्या महासागराचे रूप प्राप्त होते. भरपूर पाऊस, नदीतून वाहून जाणाऱ्या पाण्याचे अतिप्रचंड प्रमाण, विदारण झालेले व झीज प्रवण दरी उतार, उथळ झालेले नदीपात्र या सगळ्या कारणांमुळे ब्रह्मपुत्रेला दरवर्षी पूर येतो.

अतिवृष्टी हे या पुरामागचे मुख्य कारण असले तरी अनेक तज्ज्ञांच्या मते, इतका मोठा प्रलय हा इतर अनेक घटनांचा परिपाक आहे. अतिवृष्टी, अतिशय चुकीचे व्यवस्थापन, अनियोजित व अनिर्बंध शहरीकरण अशा अनेक गोष्टी या आपत्तीनंतर प्रकाशात आल्या आहेत. या आपत्तीच्या तीव्रतेत भर पडली, त्यात नदीपर्यावरणात झालेला अनिर्बंध मानवी हस्तक्षेप हाही महत्त्वाचा आहेच. अशा तऱ्हेच्या समस्यांचे खरे तर तेच मूळ कारण आहे. आसाममध्ये पुराचे अनुमान किंवा भाकीत करण्याची उत्तम यंत्रणा अस्तित्वात आहे. सरकार आपल्या परीने खूप जागरूक व प्रयत्नशील आहे. नदीची पावसाळ्यातील प्रवृत्ती तपासणे, त्यानुसार पुराच्या अस्तित्वात असलेल्या २० पूर्वसूचना केंद्रांद्वारे पूर्वसूचना देणे, ही कामे इथे नित्य चालू असतात; पण तरीही हे प्रयत्न तोकडे पडताहेत.

ब्रह्मपुत्रेच्या खोऱ्यात उत्तरेकडे पाऊसमान जास्त आहे. या भागातील टेकड्याही तुलनेने जास्त ठिसूळ आहेत. त्यामुळे वारंवार भूस्खलनही होते. यातून तयार होणारा गाळ उत्तरेकडच्या उपनद्यात येऊन पडतो व नद्या तो वाहून ब्रह्मपुत्रेत टाकतात. याचा एक परिणाम असाही दिसतो, येणाऱ्या गाळामुळे मुख्य नदीचा मार्ग दक्षिणेकडील डोंगराळ प्रदेशांकडे ढकलला गेलाय.

आसाममधला ब्रम्हपुत्रेच्या खोऱ्यातला नदीमार्ग अस्थिर आहे. तो विविध आकाराच्या असंख्य वाळूच्या ढिगाऱ्यातून मार्ग काढीत असतो. नदीप्रवाह सुनिश्चित नसण्याचे मुख्य कारण हे नदीमार्गात येऊन पडणारा प्रचंड गाळ हेच आहे. शिवाय, खोऱ्यात वारंवार होणारे कमी तीव्रतेचे भूकंप हेही नदीमार्ग अस्थिर करीत असतातच.

१९५४ पासूनच ठरावीक अंतराने ब्रह्मपुत्रेला आसाममध्ये विध्वंसक पूर येत आहेत आणि पुराची तीव्रता दरवर्षी वाढतेच आहे. धोक्याच्या पातळीच्या वर आलेले पुराचे पाणी दोन दोन महिने टिकून रहाण्याची वृत्तीही वाढतेच आहे. गेल्या काही वर्षांत या पुरांमुळे नदीचे पात्र ५ मीटरनी रुंदावले आहे. गुवाहाटीपाशी ते केवळ दीड किमी रुंद असल्यामुळे इथे पुराचा धोका नेहमीच जास्त असतो. पुराचे पाणी ब्रह्मपुत्रेच्या दोन्ही तीरांवर आठ ते दहा किमी दूरवर पसरते व दरवर्षी २५० ते ३०० गावे पूरग्रस्त होतातच.

या प्रदेशातील उपग्रह प्रतिमांवरून असे लक्षात येते की, इथल्या जवळजवळ साठ टक्के पाणथळ भूमीवर (Wetlands), जल प्रणालीवर आणि जलाशयांवर माणसांचे अतिक्रमण झाले आहे. मोठी सरोवरे आक्रसली आहेत. अनेक जलाशयांची जल धारण क्षमता झपाट्याने कमी झालीये. डोंगर उतारांवर चुकीच्या ठिकाणी घरबांधणी, नदीखोऱ्याच्या वरच्या टप्प्यात मोठ्या प्रमाणावर जंगल तोड या कारणांमुळे गाळाने भरून गेलेल्या नदीनाल्यांची पाणी वाहून नेण्याची कमी झालेली क्षमता, हे पर्यावरणातील हस्तक्षेपाचे परिणाम इथेही आहेतच.

पूरपरिस्थिती नियंत्रणात आणण्यासाठी, उपनद्यांवर पाणी संचय करणारी धरणे व तलाव बांधणे, उपनद्या जिथे मुख्य नदीला येऊन मिळतात तिथे पात्र खोल करणे, गाळाचे प्रमाण नियंत्रित करणे; असे उपायही केले जात आहेत; पण त्यांचा परिणाम दृष्टिपथात नाही, ही इथली वस्तुस्थिती आहे. भारताच्या अनेक पूर प्रवण भागातील पूर परिस्थितीचा हवामान बदलांच्या संदर्भात पुन्हा एकदा शास्त्रीय अभ्यास होणे व विस्तृत सांख्यिकी तयार होणे गरजेचे बनले आहे. पुराचे पूर्वानुमान करणे आणि पूरपरिस्थितीत घट करणाऱ्या योजना आखणे याचा विचार प्राधान्याने व्हायला हवा. तरच या संकटावर आपल्याला मात करता येईल.

दरवर्षी येणाऱ्या ब्रह्मपुत्रेतील विध्वंसक पुराची या खोऱ्यातल्या लोकांना आता जणू सवयच झालीये. त्यांच्याशी बोलताना हे नेहमीच जाणवते. अशा दिवसातील त्यांचे धैर्य आणि त्यांची सहनशक्ती ही केवळ अतर्क्य आणि असंभवनीय वाटावी अशीच असते, हे मात्र नक्की.

५८ | अतिवृष्टी आणि काश्मीर खोऱ्यात पुराचे थैमान

२०१४ साली अतिवृष्टीमुळे झेलम नदीच्या खोऱ्यात आलेल्या महापुरामुळे जम्मूकाश्मीरमध्ये हाहाकार माजला होता. अनेक गावे पुरात अक्षरशः पाण्याखाली गेली होती. तीन हजार खेडी उद्ध्वस्त झाली होती. आणि वीस हजार घरांचे मोठे नुकसान झाले होते. पुराचे पाणी सात ते आठ मीटर इतके उंच चढल्यामुळे परिस्थिती अधिकच बिकट झाली होती. संपर्क यंत्रणा पूर्णपणे कोलमडून गेल्यामुळे परिस्थितीचा अंदाज करणेही कठीण होऊन बसले होते. विविध यंत्रणा सर्वतोपरी अविरत मदत करीत असल्या, तरी सगळे प्रयत्न अपुरेच पडत होते. लष्कराच्या जवानांनी आत्तापर्यंत एक लाख लोकांची सुटका केली असली, तरी अजून पाच लाख लोक विविध ठिकाणी अडकले होते.

काश्मीर खोऱ्यात गेल्या साठ वर्षांतला हा सर्वाधिक विध्वंसक पूर आहे. अतिवृष्टी हे या पुरामागचे मुख्य कारण असले, तरी अनेक तज्ज्ञांच्या मते, इतका मोठा प्रलय हा इतर अनेक घटनांचा परिपाक आहे. अतिवृष्टी, अतिशय चुकीचे व्यवस्थापन, अनियोजित व अनिर्बंध शहरीकरण, गाफील प्रशासन अशा अनेक गोष्टी या आपत्तीनंतर प्रकाशात आल्या आहेत. सेंटर फॉर सायन्स आणि इन्व्हिरॉनमेंट (CSE)नुसार ही सगळी घटना हवामान बदलाशी संबंधित अशा टोकाच्या (Extreme) हवामान घटकाशी निगडित आहे. गेली काही वर्षे भारतभर जाणवत असलेल्या पर्जन्य वृत्तीतील बदलाचा ही अतिवृष्टी हा एक परिणाम आहे. १९५० ते २००० या कालखंडातील हवामान बदलाचा अभ्यास असे सुचवितो की, अतिवृष्टीच्या प्रमाणात या काळात खूप वाढ झाली आहे. साधारणपणे रोज १०० ते १५० मिमी इतका पाऊस नोंदविला जाण्याची ही वृत्ती प्रकर्षाने लक्षात येते. काही तज्ज्ञांच्या मते, काश्मीरमधील या घटनेचा हवामान बदलाशी काहीही संबंध नाही. पश्चिमी अडथळे (Western Disturbance) आणि मान्सूनप्रणाली यातील आंतर प्रक्रिया यामुळे इतक्या मोठ्या प्रमाणावर पाऊस पडला.

झेलम नदीच्या खोऱ्यातील या आपत्तीच्या तीव्रतेत भर पडली, त्यात नदीपर्यावरणात झालेला अनिर्बंध मानवी हस्तक्षेप हाही महत्त्वाचा आहेच. अशा तऱ्हेच्या समस्यांचे खरे तर तेच मूळ कारण आहे, जम्मूकाश्मीरमध्ये पुराचे अनुमान किंवा भाकीत करण्याची कोणतीही यंत्रणा अस्तित्वात नाही. आपत्ती व्यवस्थापनाचे कुठलेही आराखडे नाहीत. जे आहेत, ते कालबाह्य झालेले आणि अपुरे आहेत.

या प्रदेशातील उपग्रह प्रतिमांवरून असे लक्षात येते की, इथल्या जवळजवळ साठ टक्के आर्द्रभूमीवर (Wetlands), जल प्रणालीवर आणि जलाशयांवर माणसाचे अतिक्रमण झाले आहे. मोठी सरोवरे आक्रसली आहेत. अनेक जलाशयांची जल धारण क्षमता झपाट्याने कमी झालीये. डोंगर उतारावर चुकीच्या ठिकाणी घरबांधणी, नदीखोऱ्याच्या वरच्या टप्प्यात मोठ्या प्रमाणावर जंगल तोड या कारणांमुळे गाळाने भरून गेलेल्या नदीनाल्यांची पाणी वाहून नेण्याची कमी झालेली क्षमता, हे पर्यावरणातील हस्तक्षेपाचे परिणाम इथेही आहेतच.

कुठल्याही नदी खोऱ्याच्या वरच्या टप्प्यातील जंगल, पावसाळ्याच्या सुरुवातीला पडणाऱ्या पावसापैकी दोन तृतीयांश पाऊस अडवू शकते. मात्र, जंगल तोड की, या पावसापैकी ८५ टक्के पाणी उघड्या पडलेल्या डोंगर उतारावरून वाहत सहजपणे नदीला जाऊन मिळते. यामुळे उतारांची झीज होऊन मोठ्या प्रमाणावर गाळ नदी पात्रात येऊन पडतो आणि नदी पात्र गाळाने भरून उथळ बनते. यामुळे नदीची वहनक्षमता कमी होऊन, पूर येतो. एकाएकी अतिवृष्टी झाली तर वाढलेल्या पाण्याला नदीचे पात्र जराही समाविष्ट करून घेऊ शकत नाही. हे पाणी वाढत्या वेगाने नदीखोऱ्यातून वाहू लागते. नदीपात्राचा उतार कमी झाल्यावर खोऱ्याच्या सपाटीच्या भागात हे पाणी दोन्ही तीर ओलांडून आजूबाजूच्या परिसरात पसरते. नदी खोरे विस्तीर्ण असेल तर खूप मोठ्या प्रदेशात हे पाणी पसरते व त्याची पातळीही वाढू लागते. नेमकी अशीच परिस्थिती झेलम आणि चिनाब नदीच्या खोऱ्यात निर्माण झाल्यामुळे महाप्रलयाची स्थिती तयार झाली. यातच नदीच्या खोऱ्यातील बांधकामांमुळे वाढलेल्या पाण्याचा निचरा सहजपणे होऊ शकला नाही. गाळ वाहून नेण्याच्या नदीच्या नैसर्गिक प्रक्रियेत अनेक अडथळे आले.

नद्या आणि उप नद्यातील लहानमोठी धरणे, बंधारे यामुळे गाळ संचयन वाढून त्यांची पात्रे आधीच उथळ झालेली असतात. त्यात अतिवृष्टीनंतर मोठ्या प्रमाणावर वाहून आलेला गाळ साचल्यामुळे परिस्थिती नियंत्रणाबाहेर जाते. अनेक ठिकाणी बांधलेल्या बंधाऱ्यांची जैविक हानी झाल्यामुळेही पूरपरिस्थितीत वाढ होते.

अशा आकस्मिक पुरानंतर नदीपात्रात आणि आजूबाजूच्या प्रदेशात बरेच पर्यावरणीय बदल होतात. ठिकठिकाणी गाळाची बेटे तयार होतात. किनारे ढासळून नदीपात्रे रुंद होतात. नदी किनारी असलेल्या वनस्पतींची हानी होते. आजूबाजूच्या शेतजमिनीवर गाळ साचून त्या नापीकही होतात. जागोजागी साचलेल्या पाण्यामुळे रोगराई पसरण्याची भीती तर नेहमीच असते. पूरपरिस्थितीला तोंड देणे जेवढे अवघड असते तेवढेच पुरानंतरच्या या समस्यांना सामोरे जाणे कठीण असते. त्यामुळेच

'काश्मीर पुराच्या आपत्तीचे संकट' अजूनही संपलेले नाही. येणाऱ्या फार मोठ्या काळात त्याचे परिणाम जाणवत राहतील, असे आजच्या परिस्थितीवरून तरी नक्कीच वाटते.

भारताच्या अनेक पूर प्रवण भागातील पूरपरिस्थितीचा हवामान बदलांच्या संदर्भात पुन्हा एकदा शास्त्रीय अभ्यास होणे व विस्तृत सांख्यिकी तयार होणे, गरजेचे बनले आहे. पुराचे पूर्वानुमान करणे आणि पूरपरिस्थितीत घट करणाऱ्या योजना आखणे, याचा विचार प्राधान्याने व्हायला हवा. तरच या संकटावर आपल्याला मात करता येईल.

५९ | उत्तराखंडची अतिवृष्टी आणि पुराचे संकट

जुलै-ऑगस्ट-सप्टेंबर हा भारतात नद्यांना पूर येण्याचा सामान्य कालखंड आहे. २०१३मध्ये हे संकट जूनच्या उत्तरार्धातच भारतात अनेक ठिकाणी सामोरे आले. उत्तर भारतात पावसाचे आगमन त्याच्या नियोजित वेळेच्या आधीच झाल्यामुळे मोठ्या भागातले सगळे जनजीवनच विसकळीत झाले. अतिवृष्टी आणि ढगफुटीमुळे हे संकट महाप्रलय घेऊन आले होते.

२०१३मध्ये उत्तर भारतात झालेल्या वृष्टीमुळे सर्वत्र भीषण पूर परिस्थिती निर्माण झाली. हे संकट प्रामुख्याने उत्तराखंडमध्ये रुद्रप्रयागच्या परिसरात भयावह प्रकारे कोसळले. चुन्नी, मंगोलि, किमानी, सांसरी, गिरिया, प्रेमनगर, जुवा टोक आणि जाखोली ही गावे जास्त आपत्तीग्रस्त झाली आहेत.

इथे इतक्या मोठ्या प्रमाणावर आणि एकाएकी पर्जन्यवृष्टी झाली की, त्याला ढगफुटीच म्हणणे इष्ट ठरले. बाष्पयुक्त हवेचे प्रबळ प्रवाह ऊर्ध्वगामी होऊन क्युमुलोनिम्बस प्रकारच्या ढगांची झपाट्याने निर्मिती झाली. तीव्र डोंगर उतार आणि पर्वतमय प्रदेश यामुळे आपत्तींची तीव्रता वाढली. भूस्खलन, दरडी कोसळणे, दगड मातीचे प्रवाह आणि चिखलयुक्त गाळाचे लोंढे यामुळे मोठी जीवितहानी झाली. अनेक पर्यटक अजूनही बेपत्ता आहेत.

अनेक गावे पाण्याखाली पूर्णपणे बुडाली. हरिद्वारमध्ये गंगा नदी धोक्याच्या पातळीच्या वर वाहत होती. यमुनेचे पाणी दिल्लीच्या काही भागात घुसले आणि तिथले जनजीवन अस्ताव्यस्त झाले. या पुराने निर्दयपणे उत्तर प्रदेशातील मोठ्या

भागातले सगळे जनजीवनच विसकळीत करून टाकले.

एवढा मोठा प्रदेश जलमय व्हावा अशी पूरस्थिती केवळ अतिवृष्टीमुळे निर्माण झाली, असे मात्र म्हणता येणार नाही. हिमालयात उगम पावणाऱ्या नद्यांचा, त्यांच्या नदीपात्रांचा आणि नदीखोऱ्यांचा अभ्यास असे दाखवितो की, नदी पर्यावरणात होणारा अनिर्बंध मानवी हस्तक्षेप हे या संकटामागचे मुख्य कारण आहे. हिमालयातील नद्यांच्या वरच्या टप्प्यातील भागात सध्या चालू असलेली जंगलतोड या समस्येचे मूळ कारण असल्याचे लक्षात येते. पावसाळ्याच्या सुरुवातीला पडणाऱ्या एकूण पावसापैकी ६० टक्के पाऊस नदी खोऱ्यातील वरच्या भागातले जंगल अडवू शकते. मात्र, जंगल कमी झाले तर ८५ ते ९० टक्के पाणी कोणत्याही अडथळ्याविना डोंगर उतारावरून जमिनीची झीज करीत नदीपात्राकडे वेगाने वाहत जाते आणि इतक्या मोठ्या प्रमाणावरच्या आणि ढगफुटी सदृश पावसात तर हे प्रमाण आणखीनच वाढते.

हा सर्व गाळ नदीपात्रात साठतो. पावसाळ्यात जेव्हा नदीने या गाळाचे सहज वहन करणे गरजेचे असते तेव्हाच गाळाच्या मोठ्या प्रमाणामुळे तिची वहन शक्ती कमी होते. त्यामुळे पात्र ओलांडून दोन्ही तीराच्या बाहेर पसरण्याची पाण्याची वृत्ती झपाट्याने वाढते. अचानक अतिवृष्टी झाली तर वाढलेल्या पाण्याला नदीपात्र जराही सामावून घेऊ शकत नाही. हे पाणी मग वाढत्या वेगाने नदीपात्रातून वाहत खालच्या टप्प्याकडे येते व तिथे पूर परीस्थिती निर्माण होते.

नदी मार्गातील बंधारे, धरणे, यांना खिंडारे पाडून हे पाणी वेगाने पुढे सरकते. नदीपात्राचा उतार कमी झाल्यावर हे पाणी सहजपणे आजूबाजूच्या प्रदेशात पसरते. नदी खोऱ्यातील मानवनिर्मित बांधकामे आणि संरचना यामुळे पाण्याचा निचरा सहजगत्या होऊ शकत नाही. शहरांच्या आणि आजूबाजूच्या भागाच्या बेलगाम शहरीकरणामुळे नदीपात्रात असंख्य प्रकारचे पदार्थ येऊन पडतात. यामुळेही पाणी वाहून जाण्याची क्रिया रोखली जाते.

भारतातील बऱ्याच नद्यांत धरणे, बंधारे यामुळे गाळ संचयन वाढून नद्यांची पात्रे दिवसेंदिवस जास्तच उथळ झाली आहेत. अतिवृष्टीनंतर त्यात गाळाची आणखीन भर पडून, नद्यांना पूर येतात. दिल्ली आणि मुंबई सारख्या महानगरात विक्रमी पावसानंतर पाण्याला साचून राहण्याशिवाय पर्याय नाही अशी परिस्थिती तयार होते. अनेक मानवनिर्मित अडथळे आणि पाणी झिरपण्यासाठी किंवा त्याचा निचरा होण्यासाठी कुठेही जागा नाही, असे वास्तव असते. नागरीकरणाच्या प्रक्रियेत निसर्ग नियमांना डावलून केलेल्या तथाकथित नगर विकासाचा तो अटळ परिणाम असतो.

अतिवृष्टीमुळे आलेल्या आकस्मिक पुरानंतर नदीपात्रात व खोऱ्यात बरेच

पर्यावरणीय बदल व परिणाम होतात. यमुनेसारख्या विशाल नदीपात्रात ठिकठिकाणी गाळाची बेटे तयार होतात. किनारे ढासळून नदीपात्रे रुंद होतात. नदी किनारी असलेल्या वनस्पतींची हानी होते. आजूबाजूच्या शेत जमिनीवर भरड वाळूचे संचयन होऊन, त्या नापीक बनतात. भारतातील पूर समस्या दिवसेंदिवस अधिक गंभीर होत आहे. या समस्येच्या निराकरणासाठी तिचा संपूर्ण शास्त्रीय अभ्यास अजूनही आवश्यक आहे. विशिष्ट प्रकारचे बंधारे, पूर प्रवाहांना वाट करून देणारे कृत्रिम मार्ग, नदी मार्गात कृत्रिम जलाशये, पूर मैदानांचे विभागीकरण असे अनेक उपाय करणेही गरजेचे आहे. शास्त्रशुद्ध नियोजन आणि त्याची प्रभावी अंमलबजावणी यातूनच या समस्येवर तोडगा काढता येईल.

वाढते आणि अनिर्बंध पर्यटन, पर्यटकांच्या सोयीसाठी केली गेलेली बांधकामे आणि त्यात झालेली निसर्गाची नासधूस यामुळेही उत्तराखंडचे संकट अधिक संहारक व विध्वंसक ठरले, यात शंका नाही. हे टाळण्यासाठी पर्यटकांच्या संख्येवर नियंत्रण ठेवण्याची यंत्रणा सगळीकडेच कठोरपणे राबविणे आता अपरिहार्य ठरणार आहे.

६० | नियमबाह्य व अनियंत्रित वाळू उपशाचे पर्यावरणीय परिणाम

नद्या व खाड्यांमधून होणाऱ्या वाळू व रेती उपशावरील बंदी आता उठविण्यात आली आहे. वाळू व रेतीचा अनिर्बंध उपसा ही खरे म्हणजे नदी व खाडी किनारी असलेल्या प्रदेशांच्या पर्यावरणावर दूरगामी परिणाम करणारी समस्या आहे. आत्तापर्यंत वाळू उपशामुळे महाराष्ट्राच्या अनेक भागात विविध समस्या उद्भवल्या आहेत.

वाळू उपशावरील बंदी उठविण्याच्या पार्श्वभूमीवर यातील काही समस्यांचा पुन्हा एकदा विचार करणे आवश्यक झाले आहे. १९९० पासूनच महाराष्ट्रात नदीपात्रे व खाड्या यातून होणाऱ्या वाळू रेतीच्या उपश्यामुळे अनेक ठिकाणी भूजल पातळी खाली जाणे, नदीपात्राच्या व खाडीच्या आजूबाजूची जमीन खचणे, लहानमोठे पूल व नदीकाठचे रस्ते ढासळणे, नदीपात्रे कोरडी पडणे, खारफुटीची वाढ खुंटणे अशा अनेकविध घटना घडत आहेत. अनेक गावात आढळणाऱ्या या समस्यांची साधी नोंदही कुठे झालेली नाही.

वाळू काढलेल्या नदीपात्रात कोरड्या ऋतूत पाणी टिकून न राहण्याची समस्या मुंबई, ठाणे, रायगड जिल्ह्यातील अनेक नद्यांत दिसून येत आहे. नदीपात्रे व खाड्यातून वाळू आणि रेती काढल्यामुळे पाणी निघून जाण्यास होणारा नैसर्गिक अडथळा दूर होतो व पाणी पात्रातून सहजपणे निघून जाते. महाराष्ट्रात अनेक ठिकाणी यामुळे कायमस्वरूपी प्रवाह हंगामी झाले आहेत. त्यात केवळ पावसाळ्यातच पाणी दिसते.

समुद्रकिनाऱ्याजवळील खाड्यातून वाळू व रेती काढल्यामुळे समुद्राचे खारे पाणी आत घुसते. यामुळे आजूबाजूच्या विहिरीतील पाण्याची क्षारता वाढते. सावित्री नदीकाठच्या महाड परिसरात हा प्रकार प्रकर्षाने आढळतो. कोकणातील अनेक खाड्यातून गोड्या पाण्यात वाढणारे मासे व इतर जलचर खारट पाण्याच्या या आक्रमणामुळे नष्ट झाले आहेत. महाराष्ट्र गोव्याच्या सीमेवरील तेरेखोल खाडीत, रेती उत्खनन खूप मोठ्या प्रमाणावर चालते. त्यामुळे इथेही अशा समस्या डोके वर काढू लागल्या आहेत.

साधारणपणे नदी व खाडी पात्रातून वाळू व रेती उपसताना ती एक मीटरपेक्षा जास्त खोलीवरून उपसली तर वर सांगितलेल्या सर्व समस्या उद्भवतात असे दिसते. काळजीपूर्वक व मर्यादित स्वरूपात आणि विशेषतः अयांत्रिक पद्धतीने वाळूचा उपसा केल्यास तसेच नदी व खाडीतील पाण्याची पातळी व खोली योग्य ठेवल्यास वाळू उपशाचे नदीपात्रांवर चांगले परिणामही दिसतात. अशा वाळू उपशांमुळे नदीपात्रांची जल साठवण क्षमता वाढते. नियंत्रित रेती उपशामुळे किनारी प्रदेशात पूर येण्याचा धोकाही कमी होतो. पावसाळ्यात अशा नद्या व खाड्यातून पाण्याचा पटकन निचरा होतो.

वाळू व रेती या नैसर्गिक संपत्तीचा माणसाला निश्चितच चांगला उपयोग करून घेता येईल. मात्र, त्यासाठी रेती व वाळू उपशाची हाव सोडणे आवश्यक आहे. कायद्याचे पूर्ण पालन करून, नियंत्रित स्वरूपात आवश्यक तेवढेच केलेले वाळू व रेतीचे उत्खनन फायदेशीर ठरू शकते.

नदीपात्रातून वाळू व खाड्यातून रेती काढण्यासंबंधीच्या सर्व नियमांचे पालन व रेती व वाळू उत्खनन करण्यासाठी नदीपात्रातील योग्य प्रदेशांचे निश्चितीकरण आणि त्याबद्दल संबंधितास करून दिलेली माहिती, या गोष्टी मात्र कटाक्षाने पाळल्या जाणे आवश्यक आहे. नाहीतर आज दिसणारे वाळू उपशाचे पर्यावरणीय परिणाम भविष्यात अधिकच धोकादायक ठरू शकतात, हे विसरून चालणार नाही.

६१ | आक्रसणाऱ्या पाणथळी आणि जैवविविधतेचा ऱ्हास

बॉम्बे नॅचरल हिस्टरी सोसायटी आणि ब्रिटनमधील बर्ड लाइफ इंटरनॅशनल यांनी 'भारतातील पक्षी आणि जैवविविधता संवेदनशील ठिकाणे' यासंबंधी संयुक्तपणे एक अहवाल ऑस्ट्रेलियात सादर केला. याकरिता त्यांनी भारतातील समुद्र किनाऱ्यांचे प्रदेश, माळराने, जंगले आणि पाणथळ प्रदेश अशा जैवविविधतेने समृद्ध ठिकाणांचा प्रामुख्याने अभ्यास केला. यातील बहुतेक ठिकाणांची जैवविविधता वेगाने ऱ्हास पावत असल्याचे निरीक्षण त्यात नोंदविण्यात आले आहे. या ठिकाणी सुरू असलेली विकासकामे, विविध कारणांमुळे चालू असलेले प्रदूषण, पर्यावरण संवर्धनाचा कुठलाही विचार न करता चालू असलेले औद्योगिकीकरण आणि अनिर्बंध शहरीकरण यामुळे या ठिकाणांची ही अवस्था झाली आहे, असेही त्यात म्हटले आहे. या सर्वच ठिकाणी अनेक पक्षांचे अधिवास नष्ट होण्याचा धोकाही या अहवालात वर्तविण्यात आला आहे.

आज भारतात अशा संवेदनशील ठिकाणच्या जैववैविध्याला कुठलेही संरक्षण नाही आणि या ठिकाणांना अधिकृत ओळखही दिली गेलेली नाही, ही दुर्दैवाची गोष्ट आहे. वर उद्धृत केलेल्या अहवालाच्या निमित्ताने पाणथळ प्रदेश या भारतातील महत्त्वाच्या अशा जैवविविधतेने समृद्ध अधिवासांचा प्राधान्याने विचार करणे महत्वाचे ठरते. या अहवालात उल्लेख असलेली फ्लेमिंगो सिटी, माळढोक, सेवरी – माहूल क्रीक, सैलाना खारमोर, रानेबेन्नुर इत्यादी अभयारण्याच्या प्रदेशातही पाणथळ प्रदेश आहेतच. महाराष्ट्रातील जायकवाडी, नांदूर आणि लोणार या तीन पर्यावरण संवेदनशील पाणथळ क्षेत्रांना आरक्षित घोषित करण्याचा निर्णय घेण्यात आला होता. या तीन ठिकाणांप्रमाणेच इतरत्र आढळणाऱ्या सर्व प्रकारच्या पाणथळ क्षेत्रांनाही त्यांची सध्याची अवस्था पाहता असेच आरक्षण मिळणे आवश्यक झाले आहे.

भूजल किंवा पृष्ठजलामुळे, पूर्णपणे किंवा अंशतः, कायमस्वरूपी किंवा ठरावीक कालांतराने संपृक्त होणाऱ्या भूभागास पाणथळ प्रदेश किंवा आर्द्र भूमी (Wetland) असे म्हटले जाते. जल संपृक्त प्रदेशात वाढू शकणाऱ्या विशिष्ट वनस्पती अशा पाणथळ भागात प्रकर्षाने आढळतात. खारफुटीची जंगले, दलदलीत वाढणारी झाडे व तत्सम वनस्पतींचा यात समावेश होतो. समुद्र किनारी असलेल्या खाड्या, खाडीमुखे, भरती–ओहोटी दरम्यान आढळणारे दलदलयुक्त प्रदेश, त्रिभुज प्रदेश, नदीकाठची पूर मैदाने, आर्क्टिक प्रदेशातील टुंड्रा प्रदेश अशा प्रकारच्या सर्व भूभागास

'पाणथळ प्रदेश' म्हणतात. पाणथळ प्रदेश जगातल्या सर्वाधिक उत्पादक अशा परिसंस्था आहेत. आजूबाजूच्या पर्यावरणाशी जुळवून घेणाऱ्या अति संवेदनशील अशा या परिसंस्था अनेक जीवांचे उत्तम अधिवास आहेत. असे पाणथळ प्रदेश हे जलीय जैवविविधतेचे (Aquatic Biodiversity) प्रचंड मोठे साठे असतात. परिसरीय, पर्यावरणीय आणि आर्थिक दृष्टीने त्यांचे महत्त्वही खूप मोठे आहे.

जगातले अनेक पाणथळ प्रदेश पर्यावरणीय ऱ्हासाची विशेषतः जल प्रदूषणाची ठिकाणे म्हणून कुप्रसिद्ध होऊ लागली आहेत. दीड हेक्टरपेक्षा जास्त क्षेत्रफळ असलेल्या पाणथळ प्रदेशात कुठल्याही प्रकारचा राडारोडा, गाळ सदृश पदार्थ किंवा भराव टाकण्यास सर्वत्र बंदी असते. तसेच इथून गाळ काढण्यासही प्रतिबंध असतो, असे असले तरी भारतासारख्या पर्यावरण संरक्षणाचे नियम काटेकोरपणे न पाळणाऱ्या देशात अनेक ठिकाणी विस्तृत आकाराच्या पाणथळ प्रदेशांची स्थिती फारच दयनीय आहे. पाणथळ प्रदेशात असलेली झाडे, वनस्पती मोठ्या प्रमाणावर तोडली जात आहेत. यातून गाळ व मातीही काढली जात आहे. पर्यायाने इथल्या पर्यावरणाचा मोठ्या प्रमाणावर ऱ्हास होत आहे. समुद्र किनारी असलेल्या खाड्यातून तोडली जाणारी खारफुटीची झाडे हे याचे उत्तम उदाहरण आहे.

किनाऱ्यापासून दूर असलेल्या काही नैसर्गिक पाणथळ भागातील पाण्याचा कृत्रिमरीत्या निचरा करून किंवा त्यात गाळ, माती व राडारोडा टाकून त्या भूभागांचा उपयोग शेतीसाठी करण्याचीही अनेक उदाहरणे आहेत. शहरानजीकच्या पाणथळ भागात तर मातीची भर घालून तिथे इमारतींची बांधकामेही करण्यात आली आहेत. मुंबई जवळ अगदी कल्याण-डोंबिवलीपर्यंत आणि कोलकाता, चेन्नई इथे पाणथळ जागांचा इमारतींच्या बांधकामासाठी अनिर्बंध व भरपूर वापर केला गेल्याचे आढळते.

पाणथळ जागेत जी जलजीवांची पैदास होते, ती माणसाच्या त्या भागात चालणाऱ्या विविध उद्योगांमुळे कमी होऊ लागली आहे. नदी मार्गातील बंधारे, भिंती, यामुळेही पूर मैदानांचा आणि नद्यांचा संबंध कमी होऊन पाणथळ प्रदेश आक्रसू लागले आहेत.

जलजीवांची पैदास, जलीय वनस्पतींची वाढ, पाणथळ प्रदेशातील पक्षांचे वास्तव्य अशा अनेक कारणांसाठी या प्रदेशांची गरज पर्यावरण समृद्धीसाठी नेहमीच भासत असते, म्हणूनच अनेक देशात पाणथळ प्रदेशांचे शास्त्रशुद्ध व्यवस्थापन करण्याचे व त्यांचा विकास आणि वाढ करण्याचे प्रयत्न चालू आहेत. हे प्रयत्न सामान्यपणे दोन पातळ्यांवर केले जातात. नैसर्गिक पाणथळ प्रदेशांचे रक्षण व व्यवस्थापन आणि कृत्रिम पाणथळ प्रदेशांची निर्मिती व ऱ्हास होणाऱ्या पाणथळ

प्रदेशांचे पुनर्निर्माण या गोष्टींचा यात समावेश होतो.

'माणसांच्या हस्तक्षेपांपासून पाणथळ प्रदेशांचे रक्षण' हा या व्यवस्थापनाचा एक मुख्य उद्देश आहे. त्यांचा शाश्वत विकास, ऱ्हास नियंत्रण, पाण्याचे नियोजन, प्रदूषण नियंत्रण या सर्वांचा समावेश या प्रक्रियेत होतो. याचबरोबर, पाणथळ प्रदेशांचा आकार, त्यांचे भूप्रदेशाच्या संदर्भातील स्थान, आजूबाजूचे भूमी उपयोजन, जंगलांची घनता, भूजलाचे स्रोत, पृष्ठ प्रवाह, वन्यजीवांची संख्या आणि पाणथळ प्रदेशांचे सौंदर्य मूल्य, पर्यटन क्षमता आणि अर्थातच प्रदेशाची सुगमता, दुर्गमता, रस्ते, या सगळ्यांचा विचार पाणथळ प्रदेश व्यवस्थापनात केला जातो.

भारतात कच्छचे रण, चिल्का सरोवर, सांभर सरोवर, सुंदरबन आणि किनाऱ्यावरील सगळे दलदलीचे प्रदेश हे प्रमुख पाणथळ प्रदेश आहेत. असे पाणथळ प्रदेश हे जलीय जैवविविधतेचे (Aquatic Biodiversity) प्रचंड मोठे साठे असतात. परिसरीय, पर्यावरणीय आणि आर्थिक असे त्यांचे महत्त्वही खूप मोठे आहे. जगातले अनेक पाणथळ प्रदेश आज पर्यावरणीय ऱ्हासाची विशेषतः जल प्रदूषणाची ठिकाणे म्हणून कुप्रसिद्ध होऊ लागली आहेत.

भारतातील पाणथळ प्रदेशांचे क्षेत्र, एकूण भौगोलिक क्षेत्राच्या साडेचार टक्के एवढेच आहे. भारतभर पसरलेल्या या पाणथळी आज शहरीकरण, प्रदूषण आणि बदलते भूमी उपयोजन यांचा खूप मोठा ताणतणाव सहन करीत आहेत. परिणामी त्यांचा भौगोलिक विस्तार आक्रसतो आहे आणि त्यांची आर्थिक, पर्यावरणीय आणि जलशास्त्रीय क्षमताही कमी होते आहे. भारतातील पाणथळीचा अभ्यास असे दाखवतो की, आपल्याकडे पाणथळ क्षेत्र संधारणाची व विकासाची कुठलीही ठोस आणि सुनिश्चित यंत्रणा नाही. भारताच्या एकूण जलनीतीमध्ये या प्रदेशांच्या व्यवस्थापनाला अगदीच दुय्यम स्थान असल्याचे दिसते.

निर्मिती, भौगोलिक स्थान, जलीय चक्र, सजीवांच्या प्रजाती आणि मृदा व अवसाद या सर्वच बाबतीत भारतातील पाणथळीत भरपूर विविधता आढळून येते. झपाट्याने कमी होणारी पाण्याची प्रत ही भारतातील पाणथळ प्रदेशांची मोठी समस्या आहे. शहरे आणि शेतजमिनी यातून सतत पाणथळीत येणाऱ्या पाण्यामुळे गोड्या पाण्याच्या पाणथळ प्रदेशांची पाण्याची प्रत खालावली आहे.

भारतातील पाणथळ प्रदेशांचे पहिले सर्वेक्षण १९९२–९३मध्ये अहमदाबादच्या स्पेस सेंटर (SAC)ने केले. २०११मध्ये या सेंटरने भारतातील पाणथळ प्रदेशांचा नकाशासंग्रह प्रसिद्ध केला. संपूर्ण भारतातून दोन लाखांपेक्षा जास्त पाणथळ प्रदेशांचे १:५०,००० या प्रमाणावर मानचित्रीकरण करण्यात आले. पाणथळ प्रदेशांच्या

सीमा, त्यांचे क्षेत्रफळ, पाण्याचा विस्तार आणि जलीय वनस्पती या सगळ्यांचा विचार त्यात करण्यात आला. यातून असे लक्षात आले की, किनारी भागातील पाणथळ प्रदेश आकाराने मोठे असून, त्यांचे प्रमाण मात्र केवळ २७ टक्केच आहे. अंतर्गत भागातील पाणथळ प्रदेशांचे प्रमाण ६९ टक्के असले, तरी ते आकाराने लहान आहेत.

दीड हेक्टरपेक्षा जास्त क्षेत्रफळ असलेल्या पाणथळ प्रदेशात कुठल्याही प्रकारचा राडारोडा, गाळ सदृश पदार्थ किंवा भराव टाकण्यास सर्वत्र बंदी असते, तसेच इथून गाळ काढण्यासही प्रतिबंध असतो. असे असले तरी, भारतासारख्या पर्यावरण संरक्षणाचे नियम अजिबात न पाळणाऱ्या देशात अनेक ठिकाणी विस्तृत आकाराच्या पाणथळ प्रदेशांची स्थिती फारच दयनीय आहे. पाणथळ प्रदेशात असलेली झाडे, वनस्पती मोठ्या प्रमाणावर तोडली जात आहेत. यातून गाळ व मातीही काढली जात आहे. पर्यायाने इथल्या पर्यावरणाचा मोठ्या प्रमाणावर ऱ्हास होत आहे. समुद्र किनारी असलेल्या खाड्यातून तोडली जाणारी खारफुटीची झाडे हे याचे उत्तम उदाहरण आहे.

किनाऱ्यापासून दूर असलेल्या काही नैसर्गिक पाणथळ भागातील पाण्याचा कृत्रिमरीत्या निचरा करून किंवा त्यात गाळ, माती व राडारोडा टाकून, त्या भूभागांचा उपयोग शेतीसाठी करण्याचीही अनेक उदाहरणे आहेत. शहरानजीकच्या पाणथळ भागात तर मातीची भर घालून तिथे इमारतींची बांधकामेही करण्यात आली आहेत. मुंबईजवळ अगदी कल्याण-डोंबिवलीपर्यंत आणि कोलकाता, चेन्नई इथे पाणथळ जागांचा इमारतींच्या बांधकामांसाठी अनिर्बंध व भरपूर वापर केला गेल्याचे आढळते.

पाणथळ जागेत जी जलजीवांची पैदास होते, ती माणसांच्या त्या भागात चालणाऱ्या विविध उद्योगांमुळे कमी होऊ लागली आहे. नदी मार्गातील बंधारे, भिंती, यामुळेही पूर मैदानांचा आणि नद्यांचा संबंध कमी होऊन पाणथळ प्रदेश आक्रसू लागले आहेत.

जलजीवांची पैदास, जलीय वनस्पतींची वाढ, पाणथळ प्रदेशातील पक्षांचे वास्तव्य अशा अनेक कारणांसाठी या प्रदेशांची गरज पर्यावरण समृद्धीसाठी नेहमीच भासत असते, म्हणूनच अनेक देशात पाणथळ प्रदेशांना आरक्षण देऊन शास्त्रशुद्ध व्यवस्थापन करण्याचे व त्यांचा विकास आणि वाढ करण्याचे प्रयत्न चालू आहेत. हे प्रयत्न सामान्यपणे दोन पातळ्यांवर केले जातात. नैसर्गिक पाणथळ प्रदेशांचे रक्षण व व्यवस्थापन आणि कृत्रिम पाणथळ प्रदेशांची निर्मिती व ऱ्हास होणाऱ्या पाणथळ प्रदेशांचे पुनर्निर्माण या गोष्टींचा यात समावेश होतो.

माणसांच्या हस्तक्षेपांपासून 'पाणथळ प्रदेशांचे रक्षण' हा या व्यवस्थापनाचा एक मुख्य उद्देश आहे. त्यांचा शाश्वत विकास, ऱ्हास नियंत्रण, पाण्याचे नियोजन, प्रदूषण नियंत्रण या गोष्टी नेहमीच महत्त्वाच्या ठरतात. पाणथळ प्रदेशांचा आकार, त्यांचे भू-प्रदेशातील स्थान, आजूबाजूचे भूमी उपयोजन, जंगलांची घनता, भूजलांचे स्रोत, पृष्ठ प्रवाह, वन्यजीवांची संख्या या सर्वांचा विचार पाणथळ विकास व संवर्धन योजनांत करावा लागतो.

पाणथळ प्रदेशांचे सौंदर्य मूल्य, पर्यटन क्षमता आणि प्रदेशाची सुगमता, दुर्गमता, रस्ते यांचे महत्त्वही या प्रदेशांच्या आरक्षण प्रक्रियेत महत्त्वाचे असते. दीड हेक्टरपेक्षा मोठ्या आकाराच्या पाणथळ प्रदेशात कुठल्याही प्रकारचा भराव टाकण्यास सरकारी परवानगी असणे आवश्यक असते; पण याचे पालन होताना दिसत नाही. पाणथळ प्रदेशाच्या असण्यालाच अनेकांकडून त्यांच्या वैयक्तिक स्वार्थामुळे विरोध होताना दिसतो, 'या प्रदेशांचा लाभ बांधकामांसाठी व्हावा' हा त्यामागचा विचार असतो. मुंबईजवळचे अनेक पाणथळ प्रदेश यामुळेच आज नाहीसे झालेत.

भारतातील सर्वच पाणथळ प्रदेशांनी संपन्न अशी जैवविविधता जोपासली आणि जपली आहे. मात्र, गेल्या काही वर्षांत मानवी हस्तक्षेपांमुळे त्यांची अतोनात हानी झाली आहे. खारफुटी प्रदेशात किनाऱ्यावरील बांधकामांमुळे प्रचंड गाळ येऊन पडलेला दिसतो. त्यामुळे या पाणथळींचा उथळपणा वाढलाय. सागरीजीवांचे कमी होणारे प्रमाण, प्रवाह मार्गांचे स्थानबदल, पाण्याचा सहजपणे न होणारा निचरा, अशा नानाविध समस्यांनी हे पाणथळ प्रदेश अगदी ग्रासून गेलेत.

भारतात खरे म्हणजे या पाणथळ प्रदेशांना खूपच महत्त्व आहे. घरगुती पाण्याच्या सुविधेपासून, मत्स्य उद्योग, पर्यटनापर्यंत अनेक गोष्टींसाठी त्यांचा वापर केला जातो. भूजल संवर्धन, पूर नियंत्रण यात त्यांची महत्त्वाची भूमिका आहेच. किनाऱ्यावरील खारफुटी पाणथळ प्रदेश हे मोठे कार्बन सिंक आहेत. खारफुटीतील अवसादांच्या वरच्या थरातही जास्त कार्बन असतोच. या सगळ्याच गोष्टींचा भारतातील पाणथळीतून संहार होतोय.

सर्वच पाणथळींना त्यांचे पूर्व वैभव मिळवून देण्यासाठी आणि त्यांच्या पुनर्निर्माणासाठी, ती आरक्षित करणे हाच एकमेव पर्याय खूप सकारात्मक आहे. मात्र, त्या दृष्टीने अजिबात प्रयत्न होत नसल्याचे आजचे चित्र आहे. नाहीतर, 'बॉम्बे नॅचरल हिस्टरी सोसायटी' आणि 'बर्ड लाइफ इंटरनॅशनल'चा अहवाल इतका नकारात्मक आला नसता.

सप्टेंबर २००२मध्ये ओडिशामधील चिल्का सरोवराच्या पर्यावरण पुनर्निर्मितीचा

झालेला यशस्वी प्रयोग अनेकांना माहीत असेलच. चिल्का सरोवर व समुद्र यांना जोडणाऱ्या प्रवाह मार्गात वाळू व गाळ साठून तो खूपच उथळ झाला होता. नद्यांनी आणलेल्या गोड्या पाण्यात जलपर्णींचा विस्तार वाढला होता, पाणी तुंबून आजूबाजूचा प्रदेश जलमय होत होता. चिल्का सरोवराच्या समुद्रवर्ती बाजूकडे नवीन प्रवाह मार्ग काढून सरोवरातील भरतीच्या पाण्याचे संचलन सुधारण्यात आले. त्यानंतर सरोवराचे झपाट्याने पुनरुज्जीवन झाले. अशा तऱ्हेचे प्रयोग परिणामकारकपणे करून आरक्षित पाणथळ प्रदेशांना नवचैतन्य मिळवून देता येईल, असे नक्कीच वाटते.

६२ | वेगाने वितळणाऱ्या हिमनद्यांचे संकट

एकविसाव्या शतकात जगभरातील हिमनद्या वितळण्याचा वेग मागच्या शतकातील वेगाच्या तिप्पट झाल्याचे निरीक्षण झुरीच विद्यापीठ आणि जागतिक नियंत्रण सेवा (World Glacial Monitoring Services) यांनी नोंदविले आहे. एकूण १६५ वर्षांतील हिमनद्या विलयनाची आकडेवारी लक्षात घेऊन हा निष्कर्ष काढण्यात आलाय. यासाठी १८५० पासून घेतलेल्या ५००० नोंदींचा उपयोग करून घेण्यात आला आहे. उपग्रह प्रतिमांच्या अभ्यासातून असेही लक्षात आलेय की, जगातील दहा हजारांपेक्षा जास्त हिमनद्यांचा वितळण्याचा वेग लक्षणीय दृष्ट्या वाढला आहे. १८०० ते १८५० या काळात बर्फ वितळण्याचा जो वेग होता त्याच्यापेक्षा चौपट वेगाने तर १८५१ ते १९०० या कालखंडातील वेगाच्या तिप्पट वेगाने आणि १९०१ नंतर दुपटीने वेगात वाढ झाल्याचे लक्षात आलेय. जागतिक तापमान वाढीचा हा परिपाक असून, आता तापमान वाढ झाली नाही किंवा तापमान स्थिर राहिले तरी हिम वितळण्याची ही प्रक्रिया अशीच चालू राहील, असा अंदाजही वर्तविण्यात आलाय.

युरोपियन आल्पस मधल्या हिमनद्यातील बर्फ नजीकच्या भविष्यात ५० टक्क्यांपेक्षाही जास्त प्रमाणात वितळेल. अंटार्क्टिक वरील बर्फ वेगाने आणि मोठ्या प्रदेशातून वितळू लागले आहे. पूर्वी असा समज होता की, अंटार्क्टिकच्या दक्षिण अमेरिकेच्या दिशेने असलेल्या अरुंद द्वीपकल्पिय भागातील बर्फच वितळते आहे पण उपग्रह प्रतिमांच्या अभ्यासातून हा समज चुकीचा असल्याचे दिसून आले आहे. पश्चिम अंटार्क्टिकच्या विस्तृत प्रदेशातील हिम आणि हिमनद्या झपाट्याने वितळताहेत, अंटार्क्टिक खंडावर जागतिक तापमान वृद्धीचा अगदी नगण्य असा परिणाम आहे, या

सिद्धान्तालाही नवीन संशोधनातून जबरदस्त धक्का बसलाय. या खंडावरील पायीन आयलंड ग्लेसिअर १९७०च्या तुलनेत ४० टक्के जास्त वितळून समुद्राकडे सरकला आहे, तर स्मिथ ग्लेसिअर १९९२च्या तुलनेत ८३ टक्के वितळला आहे.

पृथ्वीवरील अंटार्क्टिक व आर्क्टिक वगळता हिमनद्यांनी व्याप्त असे सगळ्यात जास्त क्षेत्र हिमालयात आहे. हिमालयातील हिमनद्यांची लांबीसुद्धा जगातील इतर हिमनद्यांच्या लांबीपेक्षा जास्त आहे. हिमालयात सुमारे चाळीस हजार चौरस किमी क्षेत्र हिम व हिमनद्यांनी व्यापलेले आहे. हिमालयातील नद्याही पूर्वीपेक्षा तिप्पट वेगाने वितळत असल्याचे निरीक्षण उपर्निर्दिष्ट संस्थांनी नोंदविले आहे. जगातील छोट्यामोठ्या सर्वच हिमानद्यांत ही प्रवृत्ती आढळून आली आहे.

हिमनद्या वेगाने वितळण्याची ही घटना पृथ्वीच्या सतत वाढणाऱ्या तापमानामुळे अपरिवर्तनीय असून, तिचे ध्रुवीय हवामानावर व पर्यायाने संपूर्ण पृथ्वीवर दूरगामी परिणाम होण्याची शक्यता नाकारता येत नाही. दोन्ही ध्रुव प्रदेशांकडून इतरत्र पसरणारे हिमनग आणि वितळलेल्या हिमनद्या खूप दूरवरच्या समुद्रापर्यंत पसरतात. समुद्रपृष्ठावरील हिमस्तरावरून सूर्याच्या ऊर्जेचे मोठ्या प्रमाणावर परावर्तन होत असते. त्याचा जगाच्या सगळ्याच हवामान प्रक्रियेवर परिणाम होतो. हिमविलयनानंतर परावर्तित ऊर्जेचे प्रमाण कमी होऊन जागतिक हवामानात मोठे फेरबदल होतील, त्यामुळे वेगाने वितळणाऱ्या हिमनद्या ही जागतिक हवामान बदलाची नांदीच ठरणार आहे. जगभरात दरवर्षी होणाऱ्या हिमवृष्टीच्या प्रमाणापेक्षा हिमनद्या वितळण्याचा वेग वाढल्यामुळे आणि अंटार्क्टिकवरील हिम आणि हिमनद्यांच्या विलयनाचा वेग अपेक्षेपेक्षा खूपच जास्त झाल्यामुळे जागतिक समुद्र पातळी २ मीटरने वाढेल आणि खंडांच्या किनाऱ्यावरील फार मोठा भूभाग आणि वस्त्या पाण्याखाली जातील, यात शंका नाही. आजच्या संशोधनानुसार सागर पातळीतील वाढीचा वेग दरवर्षी १.७ मिमी एवढाच आहे.

अंटार्क्टिकवरील बर्फाचा थर खूप जाड, दुर्गम आणि सध्याच्या उपग्रहांच्या कक्षेत पूर्णपणे येऊ शकत नसल्यामुळे इथे बर्फाचे विलयन होत नसावे असे वरकरणी वाटत होते. मात्र, आता 'इन्सार' या रडार यंत्रणेमुळे व 'मोदिस' या उपग्रहामुळे अशा कल्पना सोडून देण्याची वेळ आलीय. हिमालयातील हिमनद्या धोकादायक गतीने क्षय पावत असल्याचे अशा दूरसंवेदन तंत्रांमुळेच लक्षात आले आहे. हिमालयातील हिमनद्यांच्या पृष्ठभागावर वारंवार तयार होऊ लागलेली हिमसरोवरे (ग्लेसिअल लेक्स) हा विलयन क्रियेचाच परिपाक आहे, असा हिमनद्या तज्ज्ञांचा दावा आहे. अंटार्क्टिकवरच्या हिममंचावरदेखील अशी अनेक विलयन जलाशये तयार झालीत. हिमनद्या तज्ज्ञांच्या म्हणण्यानुसार सूर्यकिरणांमुळे मिळणारी उष्णता हिमसरोवरात

शोषली जाते व सरोवराच्या तळ भागावरील बर्फापर्यंत पोहोचविली जाते. त्यामुळे बर्फ वितळण्याची क्रिया जास्त गतीने होते. अंटार्क्टिक या शतकाच्या अखेरीस हिमालयातील तापमान आत्तापेक्षा १.५ ते ५.८ अंश सेल्सिअसने वाढेल आणि हिमालयातील हिमनद्या अधिकच आकुंचन पावतील. सध्या हिमालयातील पिंडोरी ही हिमनदी दरवर्षी १३ मीटर तर गंगोत्री तीस मीटर वेगाने मागे हटते आहे.

हिमालयातील हिमनद्या या वेगाने मागे हटत गेल्या तर कालांतराने त्या संपूर्णपणे नष्ट होतील. हिमनद्या वेगाने वितळण्याचा परिणाम नेहमीच 'नकारात्मक' होईल असे नाही. ज्या भागातून त्या नाहीशा होतील तेथील जमिनी अन्य वापरांसाठी उपलब्ध होतील. हिमप्रदेशातील हिमोढ (मोरेन) बंदिस्त सरोवरे अतिशय अस्थिर असतात. हिम विलयनामुळे ती वारंवार फुटतात व महापुरांना आमंत्रण देतात. हिमनद्यांच्या अशा वेगाने वितळण्यामुळे आजपर्यंत अपरिचित अशी एक नवीन सृष्टी अवतीर्ण होऊ लागली आहे. पुरातत्त्व आणि भूशास्त्र वैज्ञानिकांच्या दृष्टीने तर माहितीचे एक विलक्षण भांडारच उघडे पडू लागले आहे. हिमनद्यांखाली दडलेल्या नजीकच्या भूतकाळातील व हजारो दशके आधीच्या कालखंडातील अनेक गोष्टी समोर येऊ लागल्या आहेत. मानव उत्क्रांतीचा इतिहास समजण्याच्या दृष्टीने अनेक अनुत्तरीत प्रश्नांची उत्तरे मिळण्याची शक्यता यातून शास्त्रज्ञांना दिसते आहे. भू-शास्त्रज्ञांच्या दृष्टीनेही हिमनद्यांनी तयार केलेली भूरूपे, त्यांनी वाहून आणलेल्या गाळाचे ढीग, तयार केलेल्या घळ्या ही सगळी भूरूपे व त्यांचे पुराजीव आणि भूशास्त्रीय काळातील नेमके स्वरूप समजून घ्यायला या विलयन प्रक्रियेची मदत होते आहे. हिमनद्या वितळल्यामुळे होणाऱ्या फायद्या-तोट्याचे नेमके गणित आज करता येत नसले तरी, त्यामुळे पर्यावरण आणि हवामान यांच्या ऱ्हासासारखे तोटे जास्त संभवतात, असे संशोधकांना वाटते आहे.

वस्तुतः हिमनद्यांचा अभ्यास अनेक दृष्टींनी कठीण व क्लिष्ट असतो. हिमनद्यांवर हिमगाळाचे जाड आवरण असते. त्यामुळे केवळ उपग्रह प्रतिमांवर अवलंबून न राहता प्रत्यक्ष हिमक्षेत्रात फिरून सत्यता पडताळून घ्यावी लागते. हिमालयातील हिमनद्या तर हवामान बदलाच्या उत्तम निर्देशक मानण्यात येतात. त्यांचे आकुंचन-प्रसरण हे तापमान व हिमवृष्टी यातील बदलांशी अत्युच्च दर्जाचे साधूनच होत असते.

हिमनद्यांच्या जास्त वेगाने वितळण्याच्या या जागतिक प्रवृत्तीमुळे भविष्यात शेती, पाणीपुरवठा, जलविद्युतशक्ती यांवर निश्चितपणे दूरगामी परिणाम होतील, हे स्पष्टच आहे. समुद्राच्या पातळीत वाढ आणि किनाऱ्यावर समुद्राचे आक्रमण होऊन किनाऱ्यासमीप मोठा प्रदेश त्यावरील मनुष्य वस्त्यांसह पाण्याखाली जाण्याचा धोका

तर सगळ्यात मोठा धोका असेल. पृथ्वीच्या तापमानात होणारी वाढ थांबविण्याचे माणसाचे सध्याचे प्रयत्न फारच तोकडे पडताहेत. त्यामुळे हिमनद्यांच्या वितळण्याचं हे संकट अधिकच मोठं होत जाणार, हे नक्कीच!

६३ | खारफुटीच्या वनांचा अस्तित्वासाठी झगडा

वन आणि पर्यावरण मंत्रालयाने नुकत्याच प्रसिद्ध केलेल्या द्वैवार्षिक अहवालात, महाराष्ट्रातील सर्व प्रकारच्या वन क्षेत्रांप्रमाणेच किनारपट्टीच्या प्रदेशातील खारफुटी वनांच्या(Mangrove Forests)प्रमाणातही मोठी घट झाल्याचे निरीक्षण नोंदविण्यात आले आहे.

वास्तविक पाहता, हा निष्कर्ष धक्कादायक वगैरे मुळीच नाही. महाराष्ट्राच्या कोकण किनाऱ्यावर आढळणाऱ्या खारफुटी वनांच्या सध्याच्या परीस्थितीकडे पाहीले तर या संपदेचे लवकरच इथून समूळ उच्चाटन करण्याचे जाणीवपूर्वक प्रयत्न चालू आहेत की काय, अशीच शंका येते.

भारताच्या संपूर्ण किनाऱ्यावर ही वनस्पती आढळते. कोकण किनाराही याला अपवाद नाही. किनाऱ्यावरील खाड्या, नदीमुखे आणि लहानमोठ्या आखातात इतकी वर्षे अतिशय दिमाखात वाढणारी ही वने आज स्वतःच्या अस्तित्वासाठी अक्षरशः झगडत आहेत. किनारी प्रदेशात पर्यटन आणि विकासाच्या नावाखाली जो अनिर्बंध आणि बेलगाम हस्तक्षेप वाढतो आहे, त्याला तोंड देणे या वनस्पतीला दिवसेंदिवस फारच कठीण होत आहे.

या वनांच्या संधारणाच्या आणि रक्षणाच्या अनेक योजना सरकार दरबारी कागदांच्या ढिगाऱ्यात बंदिस्त आहेत. प्रत्यक्षात खारफुटींची अवस्था अगदी दयनीय झाली आहे. स्थानिक लोकांनाही बहुधा या निसर्गदत्त संपत्तीचे आता फारसे महत्त्व वाटत नाहीसे झाले आहे. सगळ्या कोकण किनाऱ्यावर, विशेषतः मुंबईच्या जवळपास, 'लाकूडफाटा देणारी झाडे' यापलीकडे स्थानिकांच्या लेखी या वनस्पतींचे काहीही महत्त्व उरलेले नाही. या वनांच्या ऱ्हासाला आपणच जबाबदार आहोत, हे मान्य करण्याच्या मन:स्थितीत कोणीही नाही, अशी आजची अवस्था आहे.

कोकण किनाऱ्यावर वैतरणा, उल्हास, काळ, कुंडलिका, सावित्री, वशिष्ठी,

शास्त्री, काजळी, मुचकुंदी, गड आणि कार्ली या सर्व मोठ्या नद्यांच्या खाडीमुखात कमीअधिक प्रमाणात खारफुटीची झाडे आणि जंगले आढळतात याशिवाय केळशी जवळील भारजा किंवा आंजर्ले येथील जोग अशा अनेक लहान नद्यांच्या मुखाच्या प्रदेशात आणि श्रीवर्धन, म्हसाळा, जैतापूर यांसारख्या खाड्यातील बेटांवर भरपूर खारफुटी वने दिसून येतात.

भारतात दिसून येणारी खारफुटी, त्रिभुज प्रदेश, खाड्या, उपसागरांचे किनारे अशा विविध प्रदेशात आढळते. पूर्व किनाऱ्यावर गंगा, ब्रम्हपुत्रा, महानदी, गोदावरी, कृष्णा या नद्यांच्या मुखात ही वने आढळतात. पश्चिम किनाऱ्यावर नर्मदा तापीची मुखे, कच्छ सौराष्ट्राचा किनारा, डहाणू, पालघर, रेवस इथल्या खाडी प्रदेशात या वनांची चांगली वाढ दिसून येते.

खारफुटीची ही सर्व वने लाटांना विरोध करून, त्यांचा जोर कमी करून, किनाऱ्याची झीज होऊ न देण्याचे काम अगदी समर्थपणे करीत असतात. अनेक जलचरांसाठी आणि मत्स्य प्रकारांसाठी ही वने अन्नसाठ्याची व पोषणाची ठिकाणे म्हणून काम करतात. स्थलांतर करून येणाऱ्या अनेक पक्षांचे ही वने म्हणजे 'माहेरघरच' असते. खाडीत जमिनीकडून येणारे प्रवाह, त्यातील गाळ आणि त्यातून वाहत येणारी पोषकद्रव्ये यांचा अतिशय उत्तम समतोल ही झाडे राखतात. किनाऱ्यावरील पारंपरिक घरबांधणी, होड्या व जहाजांची बांधणी यांसारख्या उद्योगात या झाडांच्या खोडाचा उपयोग करता येतो. उत्तम जळाऊ लाकूड म्हणूनही त्यांचा उपयोग होतो.

इतर ठिकाणांप्रमाणेच कोकणातही खारफुटीच्या बऱ्याच जातींचा वापर अनेकविध प्रकारे केला जातो. त्यांची फळे, पाने व पाला खाण्याजोगी असली तरी ती केवळ अन्नतुटवड्यासारख्या परिस्थितीतच खाल्ली जातात. काहीतून तेल तर काही फळातून मध घेतला जातो. गुरांसाठी चारा म्हणूनही काही ठिकाणी खारफुटी वनस्पती वापरली जाते.

किनाऱ्यावरील भरती-ओहोटी प्रदेशात असलेल्या चिखलयुक्त मातीत ही वने वाढतात. चिखलयुक्त ओलसर जमीन, लाटांच्या माऱ्यापासून दूर सुरक्षित खाडीमुखांचा भाग, निमखारट पाणी अशी परिस्थिती यांच्या वाढीस आदर्श असते. चार मीटरपेक्षा जास्त भरती-ओहोटी तफावत असलेल्या किनारी भागात ती अधिक सहजतेने व घनदाट वाढतात.

खारफुटी झाडांची मुळे खूप खोलवर नसतात. जमिनीच्या खारटपणामुळे ती निमुळतीही असतात. ही मुळे खोडाच्या खालच्या भागापासून बाहेर पडून जमिनीत

घुसणारी (Stilt roots) किंवा खोडाच्या वरच्या भागापासून अथवा फांद्यातून खाली येणारी (Drop roots) या प्रकारची असतात. काही वेळा जमिनीत आडव्या पसरलेल्या शाखांतून मुळे वर येताना दिसतात. त्यांना श्वसन मुळे (Breathing roots) म्हटले जाते. नवीन झाडांचे अंकुरण झाडावरच होते. इथेच नवीन बीजके वाढतात व खाली पडल्यावर वाढीस योग्य जमिनीत वाढू लागतात.

ही वने परिसर संवेदनशील असल्यामुळे व विशिष्ट परिस्थितीतच वाढत असल्यामुळे सर्वोच्च न्यायालयाने १९८५च्या सुमारास या वनांचा समावेश CRZ (कोस्टल रेग्युलेशन झोन)मध्ये करून खारफुटीच्या वापरावर निर्बंध घातले. त्यांच्या विनाश व ऱ्हासास आळा बसावा, हा यामागचा मुख्य हेतू होता; पण महाराष्ट्रात या निर्बंधाचा फारसा उपयोग झालेला दिसत नाही. अनिर्बंध वापर, संधारण व रक्षणाचे अपुरे व काही अंशी चुकीचे व्यवस्थापन, राजकीय हस्तक्षेप, CRZचे नियम धाब्यावर बसवून खारफुटी तोडून केलेली बांधकामे यामुळे या वनांचे प्रमाण सतत कमीच होते आहे.

किनाऱ्यावरील अनेक शहरांसाठी 'खारफुटीचे प्रदेश' म्हणजे सांडपाणी सोडण्याच्या सोईस्कर जागा झाल्या आहेत. खारभूमी विकास योजनांमुळेही रेक्लमेशन करण्याच्या प्रयोगात ही वने मोठ्या प्रमाणावर नाहीशी झाली आहेत.

महाराष्ट्र सरकारने ५ जानेवारी २०१२ रोजी स्थापन केलेल्या Mangrove cell ने मार्च २०१४मध्ये वाशी ते ऐरोली या किनारपट्टीवरील खारफुटी वनांना संरक्षित वनांचा (Protected forest) दर्जा देऊन तिथल्या खारफुटीचे रक्षण करण्याचे प्रयत्न सुरू केले आहेत; कारण हा भाग २५ हजारपेक्षा जास्त फ्लेमिंगो पक्षांचे निवास स्थान आणि अनेक मत्स्य जीवांचे 'प्रजनन स्थान' आहे.

संथ गतीने होणाऱ्या समुद्र पातळीतील वाढीमुळे नैसर्गिकपणे ही वने अस्तित्वासाठी जमिनीच्या दिशेने सरकत असतात. यासाठी सध्याच्या खारफुटी वनांच्यामागचा म्हणजे जमिनीकडील भाग पूर्णपणे मोकळा ठेवणे आवश्यक आहे, मात्र, कोकणात अशा जागा आता उरलेल्याच नाहीत. जिथे खारफुटी वने तोडून तथाकथित विकास कामे बिनबोभाट चालू आहेत तिथे वनांच्या मागे मोकळ्या जागा ठेवाव्यात ही अपेक्षा करणेच व्यर्थ आहे.

कोकणातील ही संपन्न नैसर्गिक संपदा वाचविण्यासाठी कठोर नियमांचे पालन होणे गरजेचे आहे. अनेक खाडीमुखात जी खारफुटीची वने आहेत त्यांच्या रक्षणासाठी व माणसांसाठी मर्यादित उपयोगासाठी त्यांना बायोस्फिअर रिझर्व्हचा दर्जा मिळण्यासाठी

प्रयत्न करणेही आवश्यक आहे. असा दर्जा त्यांना मिळूही शकेल असे आमचे संशोधन सांगते. मात्र, त्यासाठी खारफुटी प्रदेशातून खारफुटी वनांची जी हकालपट्टी चालू आहे ती तातडीने थांबविणे गरजेचे आहे. असे केले तरच या अमूल्य वनांचे किनाऱ्यावरील अस्तित्व टिकून राहील, यात शंका नाही.

जगभरात समुद्रपातळी वाढत असल्याचे संकेत मिळू लागले आहेत. या वाढणाऱ्या समुद्रपातळीपासून किनाऱ्यांचे संरक्षण करण्यासाठी एक अतिशय परिणामकारक व प्राथमिक उपाय म्हणजे किनारी प्रदेशात खारफुटीची वाढ.

२००४च्या त्सुनामीनंतर आशियातील अनेक देशांत किनारी संरक्षणाच्या या जैविक प्रकारचे महत्त्व प्रकर्षाने लक्षात आले व अनेक ठिकाणी खारफुटीची झाडे लावण्याचे प्रयत्नही झाले. मात्र, यातील बरेच प्रयोग आज फसले आहेत, असे लक्षात येते. याचे मुख्य कारण म्हणजे चुकीच्या ठिकाणी खारफुटीच्या चुकीच्या प्रजाती लावण्यात आल्या. पुनर्निर्माण स्थानाचे नेमके भूरूपशास्त्र न कळल्यामुळे किंवा केवळ उपचार म्हणून घाईघाईने खारफुटीची झाडे लावण्याचे प्रयोग झाल्यामुळे त्यात यश आले नाही.

खारफुटीची जंगले किनाऱ्यांचे उत्तम प्रकारे संरक्षण करतात. विशेषकरून मोठी वादळे आणि उसळत्या लाटांपासून किनाऱ्यावरील वस्त्यांचे रक्षण यामुळेच होते. माणसाच्या निसर्ग ओरबाडून काढण्याच्या वृत्तीमुळे आज अनेक ठिकाणी खारफुटीची जंगले नष्ट झाली आहेत. भारताच्या पूर्व व पश्चिम किनाऱ्यावरही हे प्रमाण फार मोठे आहे. ही जंगले पुन्हा किनाऱ्यावर त्यांच्या नैसर्गिक पद्धतीने वाढणे अत्यावश्यक आहे. त्यासाठी शाश्वत स्वरूपाचे काही उपाय योजणेही गरजेचे आहे.

जगभरातल्या वाढणाऱ्या समुद्रपातळीच्या वेगासंबंधी वैज्ञानिकात थोडेफार मतभेद जरूर आहेत आणि त्याची कारणेही सयुक्तिक आहेत. मात्र, दरवर्षी २.६ मिलिमीटर या वेगाने ही वाढ होत असल्याची सर्वांनाच खात्री आहे. या वाढीचा दूरगामी परिणाम खूपच भयावह असेल. किनाऱ्यावरील सखल प्रदेशांवर समुद्राचे आक्रमण हा सर्वाधिक व सार्वत्रिक परिणाम दिसेल. ही घटना एकाएकी घडणारी नाही व त्याचे संकेत आत्तापासूनच मिळू लागले आहेत. जगभरात किनाऱ्यावरील शेतजमिनीत क्षारयुक्त पाण्याचे प्रमाण वाढते आहे, शेतीयोग्य जमीन कमी होत आहे. खारभूमींचा विस्तार वाढतो आहे. भूजल खारट होऊ लागले आहे. भूगर्भातून वाहणारे शुद्ध पाणी व समुद्रातून वर सरकणारे खारट पाणी यांच्या संमिश्र प्रदेशांची व्याप्ती किनारी प्रदेशात वाढू लागली आहे. काही ठिकाणी, खारफुटीची जंगले समुद्राच्या

या वाढत्या आक्रमणामुळे नष्ट होऊ लागली आहेत.

खारफुटी केवळ खारट पाण्यातच वाढते, हा एक गैरसमज आहे. तिच्या वाढीसाठी थोडे गोड पाणीही आवश्यक असते. खाडीच्या किनारी किंवा किनाऱ्यावरील थोड्याशा सुरक्षित ठिकाणी वाढणारी ही वनस्पती खरे म्हणजे फक्त तीस टक्के वेळच भरतीच्या पाण्याखाली बुडालेली असते. कोकण किनाऱ्यावर खारफुटी निमज्जनाचा (गढण्याचा) म्हणजेच एका भरतीच्या वेळेचा सरासरी कालावधी हा केवळ दोन ते अडीच तासच आहे.

वाढत्या समुद्रपातळीपासून केवळ खारफुटीच किनाऱ्यावरील वस्त्यांचे रक्षण करू शकेल व येत्या ५० वर्षांत किनाऱ्यावरील लोकांचे किनाऱ्यावरून होणारे स्थलांतर थांबवू शकेल. खारफुटीची जंगले नैसर्गिकरीत्या वाढून त्यांना विस्तारासाठी खूप भूमी उपलब्ध व्हावी यासाठी किनाऱ्यावरील भरपूर मोठे सपाट प्रदेश मोकळे ठेवणे गरजेचे आहे. मनुष्य वस्ती व खारफुटीची जंगले यांच्या दरम्यान अशा संक्रमण प्रदेशांचे नियोजन आत्तापासून करण्यामुळे खारफुटीचा भविष्यातील विस्तार वाढत्या समुद्रपातळीनुसार सहजगत्या वाढत जाऊन किनाऱ्याचे रक्षण करता येईल.

आज जगात अनेक ठिकाणी आणि आपल्याकडे कोकणात खारफुटीच्या शिल्लक असलेल्या जंगलाच्या भागात झपाट्याने बांधकामे होत आहेत. सुधारणेच्या नावाखाली रस्ते, मत्स्यशेतीची तळी, खारभूमी बंधारे, हॉटेल्स, पर्यटन गृहे, विश्राम गृहे, अनेक इमारती यामुळे खारफुटीच्या मागचे, जमिनीकडचे मोकळे सपाट प्रदेश बांधकामांनी व्यापून जात आहेत. याचा परिणाम होऊन खारफुटीची झाडेही कमी होऊ लागली आहेत. स्थानिक माणसांना विश्वासात घेऊन त्यांना भविष्यातील समुद्रपातळीच्या वाढीच्या संकटाची नेमकी व वैज्ञानिकदृष्ट्या अचूक माहिती देऊन खारफुटीच्या संरक्षणाचे व तिच्या विस्तारीकरणाचे महत्त्व समजावून देणे गरजेचे आहे. यासाठी त्या त्या ठिकाणच्या भूरूपशास्त्रीय अभ्यासाची गरज आहे. किनाऱ्याजवळच्या समुद्राची खोली, भरती-ओहोटीचे चक्र, गाळाचे स्वरूप, तिथे वाढणाऱ्या खारफुटीच्या प्रजातींचा नेमका अभ्यास यात समाविष्ट केला जावा. त्या प्रदेशातील खारफुटीच्या झाडांची उंची, घनता, क्षेत्र, विस्तार, वाढणाऱ्या विविध जाती यांच्याबद्दलच्या माहितीचाही यात समावेश हवा. त्या प्रदेशात शुद्ध गोड्या पाण्याचा पुरवठा किती आहे, लाटांची उंची व त्यापासून होणारी झीज किती आहे, याबरोबरच तिथल्या खारफुटी जंगलासंबंधीची पारंपरिक माहितीही अशा प्रयोगात उपयुक्त ठरेल. वाढत्या समुद्रपातळीशी सामना करण्यासाठी खारफुटीची ही जंगले माणसाला वरदानच ठरणार आहेत, यात शंका

नाही. मात्र, त्यांच्या वाढीसाठी व विस्तारासाठी माणसाने आपला किनाऱ्याजवळच्या जमिनी बळकावण्याचा हव्यास कमी करून, किनाऱ्यावरील खारफुटीच्या मागे असलेल्या सपाट प्रदेशावरून माघार घेणे व खारफुटीसाठी तो प्रदेश मोकळा करून देणे गरजेचे आहे. कोकणच्या किनारी प्रदेशातही वाढत्या समुद्रपातळीपासून संरक्षण करण्याचा हाच पर्याय अधिक योग्य ठरेल, असे आमच्या किनारी संशोधनातून लक्षात येते आहे.

गेली काही वर्षे आम्ही वेगवेगळ्या संशोधन प्रकल्पांतर्गत अशा वनांचा, विशेषतः, खाडीमुखात असलेल्या खारफुटी वनांच्या बेटांचा अभ्यास करीत आहोत. त्यांच्या रक्षणासाठी आणि वाढीसाठी इथे 'बायोस्फिअर रिझर्व्ह' हे प्रारूप वापरण्याच्या दृष्टीने केलेल्या अनेक प्रयोगातून व निरीक्षणातून असे लक्षात आले आहे की, खाडीमुखातील अशा वनांच्या द्वीपसदृश्य समूह प्रदेशात हे प्रारूप अतिशय परिणामकारकपणे वापरता येणे शक्य आहे.

या प्रारूपानुसार खारफुटीच्या उंच व दाट वाढीचा, भरपूर जैवविविधता असलेला, मध्यवर्ती गाभा विभाग (Core Area) निव्वळ संवर्धन व संधारणाकरिता आरक्षित करणे शक्य आहे. गाभा प्रदेशाच्या आजूबाजूचा, झाडांची थोडी कमी घनता असलेला भाग, संक्रमण विभाग (Buffer Zone) असेल. इथल्या झाडांचा बांधकामासाठी, जळाऊ लाकूड म्हणून आणि औषधी वनस्पती म्हणून स्थानिकांना वापर करता येईल. खारफुटीच्या नवीन जातींच्या रोपणाचे प्रयोगही याच विभागात करता येतील. कोकणातील खारफुटीसंबंधी संशोधन केंद्रही याच विभागात उभारता येईल. संक्रमण विभागाच्या बाहेरचे क्षेत्र बहुउद्देशीय उपयोगाचे असेल. हे क्षेत्र वस्त्यांच्या जवळ असेल. खारफुटीवर आधारित काही उद्योगांना इथे चालना देत येईल.

गाभा विभाग आजही अनेक ठिकाणी अस्पर्शित व माणसाच्या हस्तक्षेपांपासून दूर आहे. भविष्यातही तो तसाच ठेवणे गरजेचे आहे. गाभ्यातील व संक्रमण प्रदेशातील खारफुटीचा संरक्षित वने (Protected Forest) दर्जा वाढवून आरक्षित वनांचा (Reserved Forest) दर्जा त्यांना देणे इष्ट ठरेल. डहाणू, धरमतर, श्रीवर्धन, म्हसाळा आणि जैतापूर खाडीत असलेल्या खारफुटी वनांच्या अभ्यासातून अशा तऱ्हेचे प्रारूप प्रभावीपणे वापरून या व अशा अनेक खारफुटी बेटांचे रक्षण करणे शक्य होईल.

केवळ 'बायोस्फिअर रिझर्व्ह' या प्रारूपाचा वापर न करता भविष्यात तिथल्या

भूरूपिकीवर आधारित 'बायोजिओस्फिअर रिझर्व्ह'असे नवीन प्रारूप तयार करता येईल व ते कोकण किनाऱ्यावर अधिक सक्षमपणे वापरता येईल, असे आत्ताच्या आमच्या संशोधनातून लक्षात आले आहे.

६४ | किनाऱ्यावरील खारफुटी जंगलांवर तेल गळतीचा संभाव्य परिणाम

१४ जून २०११ रोजी इंडोनेशियातील लुबुक टुटुंग इथून ६0000 टन कोळसा घेऊन गुजरातमधील दहेजच्या दिशेने निघालेले एक मालवाहू जहाज, ४ ऑगस्ट २०११ रोजी मुंबईजवळ समुद्रात बुडाले. २७ वर्षे जुने असलेले, पनामाचा झेंडा असलेले 'एम. व्ही. रक' नावाचे हे जहाज मुंबई जवळच्या प्रोंग्स रिफ दीप गृहापासून २० सागरी मैल अंतरावर जहाजावर छिद्र पडून पाणी आत गेल्यामुळे बुडाले. ६0000 टन कोळश्याबरोबरच या जहाजावर २९० टन इंधन तेल आणि ५० टन डीझेल होते.

मागच्या वर्षी मुंबईजवळ 'चित्रा' आणि 'खलीजा' या जहाजांच्या टकरीनंतर मुंबईसह उत्तर महाराष्ट्राच्या किनाऱ्याला तेल गळतीचा मोठा फटका बसला होता. जानेवारी २०११मध्ये मुंबईच्या BNHS (Bombay Natural History Society) ने या तेल गळतीच्या परिणामांसंबंधी जो अहवाल प्रसिद्ध केला आहे, त्यात असे म्हटले आहे की, या टकरीनंतर झालेल्या तेल गळतीमुळे मुंबई व रायगड किनाऱ्यावरची १२७३ हेक्टर प्रदेशातील खारफुटी वनस्पती बाधित झाली आहे. या टकरीच्या वेळी ४०० ते ५०० टन तेलगळती झाली होती. समुद्र प्रवाह, भरती-ओहोटी प्रवाह यामुळे या तेलाचा तवंग रेवस, कारंजा, एलिफंटा, उरण आणि वाशी किनाऱ्यावर पसरून इथल्या खारफुटी वनस्पतींचा ऱ्हास सुरू झाला आहे. खारफुटीची नवीन वाढ आता इथे पूर्णपणे थांबली आहे.

अशा तऱ्हेचे तेल गळतीचे प्रसंग ही कोकण किनाऱ्यावरील खारफुटी जंगलांच्या नाशाची नांदीच आहे, असे म्हणावयास हरकत नाही.

नुकतेच जे जहाज या महिन्यात मुंबईजवळ बुडाले, त्यातही मोठ्या प्रमाणावर इंधन तेल होते. या तेल गळतीचा मोठा फटका आपल्या किनाऱ्यावरील खारफुटी जंगलांना बसेल व ही महत्त्वाची जंगले नष्ट होतील, अशी शंका व्यक्त होत आहे.

अशा तऱ्हेच्या तेल गळतीचा किनाऱ्यावरील खारफुटी जंगलांवर जो परिणाम होतो, त्याचा जगभरात अनेक ठिकाणी सविस्तर अभ्यास झालेला आहे. त्यामुळे खारफुटीवर होणारे संभाव्य परिणाम लक्षात घेऊन त्यानुसार अशा प्रसंगानंतर खारफुटी रक्षणाच्या योजना राबविल्या जातात. भारतातील किनारे, हा अर्थातच याला अपवाद आहे. अशा तऱ्हेच्या कुठल्याही अभ्यासाचा आपण उपयोग करून घेतल्याचा एकही अहवाल उपलब्ध नाही.

अशा तऱ्हेच्या अहवालानुसार तेल गळतीनंतर पसरणारे तेल समुद्रातील वाऱ्याच्या वेगानुसार साधारणपणे ४ ते ५ दिवसांत किनाऱ्यावरील खारफुटी प्रदेशात पोहोचते. गुजरातकडे जाणारे जहाज बुडाल्यावर रविवारी म्हणजे ३ दिवसांतच जुहूच्या किनाऱ्यावर तेल दिसू लागले. ताशी २ टन वेगाने हे तेल किनाऱ्यावर येत होते. सुरुवातीच्या दिवसात या तेलाचा एक पातळ थर भरतीच्या पाण्याबरोबर खारफुटी ज्या चिखलयुक्त भागात वाढलेली आहे, त्यावर पसरतो. पुढच्या प्रत्येक भरतीबरोबर व वाऱ्याबरोबर चिखलयुक्त भागातील पालापाचोळा, दगडमाती व शंख शिंपले यात तेल तवंग अडकतो व तेलाचे लहान लहान गोळे सर्वत्र पसरतात.

हळूहळू हे सर्व तेल चिखलयुक्त गाळ प्रदेशात झिरपते. भरतीच्या वेळी जे पाणी खारफुटी प्रदेशात काही काळ साचून राहते त्याचा मोठा हातभार या प्रक्रियेला लागतो आणि आत झिरपलेले हे तेल अनेक दशके चिखलयुक्त गाळात, खालच्या थरात साचून राहते.

पृष्ठीय गाळात अडकलेले तेल, वेळोवेळी गाळातून सुटत राहते व त्याचे मोठे पर्यावरणीय परिणाम तिथल्या मत्स्य जीवनावर व इतर सागरी वनस्पतींवर होतात. अर्थात, ही परिस्थिती अशीच ठेवणे म्हणजे हे अडकलेले तेल बाहेर न काढणे हेच अनेक वेळा हितावह असते; कारण या गाळातून तेल काढणे पर्यावरणीय दृष्ट्या धोकादायक असते. तेल तवंगाचा खारफुटी वनस्पतींवर लगेच जाणवणारा परिणाम म्हणजे नुकतीच वाढू लागलेली व पूर्ण वाढ झालेली खारफुटीची झाडे वेगाने मृत पावू लागतात किंवा रोगट बनतात.

खुरटलेल्या रोगट खारफुटीची पुढे अनेक वर्षे होत राहणारी वाढ हा ही तेल गळतीतूनच निर्माण झालेला अटळ परिणाम असतो व एखाद्या किनारी प्रदेशातील खारफुटीची सशक्त व विस्तृत वाढ तो कायमस्वरूपी संपवून टाकू शकतो. त्यामुळे तेल तवंगाने ग्रस्त आणि बाधित झालेल्या खारफुटी प्रदेशातील खारफुटी झाडावरील तवंग निपटून काढणे आणि त्याच प्रदेशात पुन्हा एकदा मोठ्या प्रमाणावर खारफुटीची वाढ करणे, असे उपाय तेल गळतीनंतर किनाऱ्यावर लगेच सुरू करणे फायद्याचे ठरते.

किनाऱ्यावरील पुळणी अथवा दगड यावरून तेल नाहीसे करण्यापेक्षा ही प्रक्रिया कठीण असली तरी, खारफुटीच्या रक्षणाच्या दृष्टीने ती आवश्यक असल्याचे दिसून येते.

समुद्रातील तेल गळती व तेल तवंगाचा महाराष्ट्राच्या किनारी पर्यावरणावर नेमका किती व कसा परिणाम झाला आहे ते अजूनही स्पष्ट झालेले नाही. सरकारी पातळीवर त्या संबंधीचे कोणतेही स्पष्टीकरण अजूनही उपलब्ध नाही. मात्र, किनाऱ्यावर दिसू लागलेल्या दुष्परिणामांचा स्थानिक लोकांशी बोलून अंदाज येऊ लागला आहे. स्थानिकांच्या निरीक्षणावर व वर्णनावर विसंबून राहता येत नसले तरी अशा तऱ्हेच्या घटना यापूर्वी जगात अन्यत्र जेव्हा घडल्या तेव्हाचे परिणाम अभ्यासून स्थानिकांच्या निरीक्षणातील सत्यता तपासून घेता येते.

७ ऑगस्ट २०१० रोजी मुंबईजवळ जहाजांच्या झालेल्या टकरीनंतरच हे संकट ओढवले. त्यानंतर सुरू झालेल्या तेल गळतीमुळे समुद्रपृष्ठ आणि किनारी प्रदेशातील पर्यावरण धोक्यात आले. लगेचच मुंबईच्या दक्षिणेला अलिबागपर्यंतचा प्रदेश तेल गळतीमुळे बाधित झाला. मुंबईपासून अलिबाग, मारवा, घारापुरीपर्यंत तवंग लगेचच पसरला. जहाजातील तेल ताशी तीन टन या वेगाने समुद्रात पसरले व आजूबाजूचा १० ते १२ किमी अंतराच्या परिसरात तेल तवंग दिसू लागला. जहाजावरील ३०० कंटेनर समुद्रात बुडाले. पाचशे टनांपेक्षा जास्त इंधन तेल समुद्रात सांडले. ३० कंटेनरमधली विषारी जंतूनाशके समुद्रात पसरली.

जगातल्या अनेक राष्ट्रांनी समुद्रातील तेल गळती संदर्भात आज अनेक कडक नियम केले आहेत. अमेरिकेत १९८९ नंतर यामुळेच तेल गळतीचे प्रकार झपाट्याने कमी झाले आहेत. तेलवाहू जहाजावरच्या कडक निर्बंधामुळेच हे शक्य झाले. १९८९मध्ये अलास्काच्या १७७० किमी लांबीच्या किनाऱ्यावरील पर्यावरणाचे तेलवाहू जहाजावरील तेल गळतीमुळे अतोनात नुकसान झाले. हजारो समुद्रीऑटर्स (पाणमांजरे) आणि पक्षी नष्ट झाले. किनाऱ्यावरील खडकाळ प्रदेशात खडकांवर जमलेल्या तेलाचा थर हजारो कामगार लावून स्वच्छ करण्यात आला. १९९०मध्ये लावण्यात आलेल्या Oil Pollution Actच्या कडक अंमलबजावणीचा आज खूपच चांगला परिणाम दिसतो आहे.

समुद्रातील जहाजातून गळती सुरू झाल्यापासून त्याचे परिणाम किनारी प्रदेशात दिसू लागेपर्यंत २० ते २४ तासांचा कालावधी लागतो. त्यानंतरच किनारा स्वच्छता मोहीम हाती घेतली जाऊ शकते. यासाठी किनाऱ्यापासून ७० किमी अंतराच्या आतील सर्व तेलवाहक जहाजांवर कडक नजर ठेवणे गरजेचे असते.

किनारी परिसर, तेल गळती व तेल तवंगापासून मुक्त ठेवण्यासाठी जगभरात जी यंत्रणा राबवली जाते त्यात मुख्यतः गळतीच्या ठिकाणीच उपलब्ध यंत्रणांचा वापर केला जातो. यात, तेल तवंग पसरण्यास अटकाव करणारे जाळीसदृश्य बूम, पाण्यापासून तेल वेगळे करणारे स्किमर्स (जाळ्या), तेल शोषक पदार्थांचा वापर, लेसर किरणांच्या साहाय्याने तेलवाहू जहाजाजवळ पसरलेले तेल जाळून टाकणे, रासायनिक डिस्पर्सल वापरणे, विशिष्ट Bacterial स्ट्रेन वापरणे या व अशा अनेक पद्धतींचा वापर केला जातो. मात्र, खवळलेला समुद्र, बर्फाच्छादित समुद्रपृष्ठ अशा परिस्थितीत या सर्वच पद्धतींचा परिणामकारक उपयोग होतोच असे नाही. किनाऱ्यावरील पुळणींवर शोषक कागद पसरून किंवा मोठमोठ्या चाळण्या वापरून वाळूतील तेल तवंग व डांबराचा थर दूर करून पुळणी स्वच्छ केल्या जातात.

तेल तवंग किनाऱ्याच्या दिशेने पसरून किनारी पर्यावरणावर होणारे दुष्परिणाम दूरगामी स्वरूपाचे असतात. अनेक वर्षे किनारा स्वच्छता मोहिमा राबवूनही तेल गळतीने बाधित किनारे स्वच्छ होत नाहीत असा जागतिक अनुभव आहे. किनाऱ्यावरील खडकांच्या खूप खाली हजारो गॅलन तेल व डांबर पाझरत जाते. खडकांवर किंवा पृष्ठभागावर राहिलेल्या तेलाचे अस्फाल्ट बनते.

तेल कंपन्या तेल गळतीच्या पर्यावरणीय परिणामांचा कधीही विचार करत नाहीत. त्यासंबंधीचा अभ्यास व संशोधन ही तर खूपच लांबची गोष्ट. काही देशांनी तेल कंपन्यांना या गोष्टी सक्तीच्या केल्या आहेत. त्यासाठी 'ऑईल स्पील रिस्पॉन्स प्रोग्राम्स' तयार केले आहेत. या कंपन्यांकडून तेल गळतीनंतर भरमसाठ कर वसूल करण्याच्या योजनाही आहेत. शिवाय, पर्यावरण पुनर्निर्माण करण्यासाठी कडक अटी व बंधने आहेत. कॅलिफोर्निया प्रोग्राम, चॅनल आयलंड प्रोग्राम, फ्लोरिडा कीज प्रोग्राम हे यातील काही महत्त्वाचे प्रोग्राम्स आहेत.

भरती-ओहोटीचे प्रवाह व वारे यामुळे तेल तवंग पसरण्याचा वेग नेहमीच वाढतो. मान्सूनमधल्या प्रचंड मोठ्या लाटा, अनुतट प्रवाह, मोठी भरती व महाकाय लाटा (SURGE) यामुळेही ही घटना वेगवान होते. किनाऱ्याला समांतर दिशेने जाणारे प्रवाह किनारपट्टीवरील खारफुटीची जंगले, खाड्या व पुळणी यांच्या दिशेने सतत तेल व डांबर नेत राहतात. हा प्रकार शेकडो किलोमीटर पर्यंतच्या किनाऱ्यावरील अनेक दिवस होत राहतो.

किनाऱ्यावरील वन्य जीव, सागरी जीव, जंगले यामुळे बाधित होतात. पक्ष्यांच्या पंखावरही तेल तवंग पसरतो. मासे, स्थलांतरित पक्षी, उभयचर, सरपटणारे प्राणी, चिखल प्रदेशातील जीव यावर अनेक वर्षांपर्यंत यांचा परिणाम जाणवत राहतो.

कोकण किनाऱ्यावर काही ठिकाणी फुटणाऱ्या लाटात चिकटपणा जाणवू लागला आहे. नागावपर्यंतच्या किनाऱ्यावर खारफुटीच्या जंगलातील चिखलात काळे डांबरयुक्त गोळे आढळून येत आहेत.

समुद्रातील व खाडीतील मासेमारीवर निर्बंध, पुळण पर्यटनावर बंदी, खारफुटी झाडांच्या तोडणीवर व वापरावर निर्बंध याचबरोबर जनजागृती या गोष्टींमुळे तेल गळतीच्या संकटाचा व संबंधित पर्यावरण प्रदूषणाचा सामना करणे आवश्यक आहे. जुलै–ऑगस्टमध्ये कोकण किनाऱ्यावर सागरतट प्रवाह दर सेकंदास तीस ते चाळीस सेंमी या वेगाने आग्नेयेकडे वाहतात. त्यामुळे या गळतीचा व तवंगाचा परिणाम रायगड किनाऱ्यावर व काही अंशी रत्नागिरीच्या किनाऱ्यावर दिसण्याची जास्त शक्यता आहे. मान्सूनच्या वेगवान लाटांमुळे त्याची तीव्रता व प्रमाण यात घट होणेही संभवते. काही असले तरी या दोन्ही जिल्ह्यातील पुळणी व खडकाळ प्रदेशात येती काही वर्षे या तेल गळतीचे परिणाम जाणवत राहण्याची शक्यता नाकारता येत नाही. तेल गळतीचे खाडीतील जैव वैविध्यावर होणारे परिणाम दहा वर्षेपर्यंत जाणवत राहतात. कोकणात खाड्यांची संख्या जास्त असल्यामुळे इथले पर्यावरण बराच काळपर्यंत बाधित होण्याचीही शक्यता आहे.

६५ | समुद्र किनाऱ्यांचे समृद्ध पर्यावरण

समुद्रकिनारे हा पृथ्वीवरच्या निसर्ग सुंदर प्रदेशांपैकी एक अतिशय सुंदर प्रदेश! जगातल्या सगळ्याच समुद्र किनाऱ्यांचे विलक्षण आर्जवी सौंदर्य आणि विविधता यामुळे माणसाला पहिल्यापासूनच मोठे आकर्षण वाटत आले आहे. कधीही न थांबता अव्याहतपणे चालू असलेले लाटांचे फुटणे, त्यांची गाज, भरती-ओहोटी यामुळे किनाऱ्यांचा जिवंतपणा नेहमीच जाणवत राहतो.

'अव्याहत बदल' हा इथला स्थायीभावच आहे. लागोपाठच्या दोन दिवसातला किनारा कधीही सारखा नसतो. प्रत्येक भरती-ओहोटी दरम्यान आणि ऋतूनुसार इथे बदल होत असतात. जागतिक पातळीवर घडणाऱ्या हवामान बदल आणि तापमान वाढ यासारख्या घटनांचा इथे लगेच परिणाम दिसतो. खोल समुद्र तळावर होणाऱ्या हालचालीही किनाऱ्यावर विध्वंसक रूप धरण करतात.

समुद्र किनाऱ्यांचे पर्यावरण हे तिथल्या वाळूच्या लखलखत्या पुळणी, ताशीव

उंचच उंच समुद्रकडे, खोल आणि विस्तृत सागरी गुहा, लांबच लांब खाड्या, अरुंद नदी मुखे, खोल नदीपात्रे, डोंगर दऱ्या, खारफुटीची दाट जंगले, दलदलींचे प्रदेश आणि या सगळ्यांच्या आधाराने राहणारे सागरी जीव यामुळे अगदी समृद्ध झालेले असते.

पर्यावरणाची ही समृद्धी आणि विविधता हेच समुद्र किनाऱ्यांचे शक्तिस्थान आहे. इथले खडक, वाळू, वनस्पती आणि खारे व निमखारे पाणी लक्षावधी सागरी जीवांच्या अस्तित्वासाठी आणि प्रजननासाठी मदत करतात. किनाऱ्याच्या अरुंद, चिंचोळ्या प्रदेशातील प्राणी आणि वनस्पतीतील समृद्धी पाहता त्या प्रदेशाच्या पर्यावरण रक्षणाची निकड आपल्या लक्षात येते. वाळूच्या टेकड्या आणि पुळणी किनाऱ्यावरच्या वस्त्यांचे अतिशय परिणामकारकपणे रक्षण करतात. वादळी लाटा आणि वारे यांपासून संरक्षण करण्यासाठी याच्या इतकी दुसरी भक्कम यंत्रणा नाही.

माणसाला समुद्र व समुद्र किनारे नेहमीच जीवनदाई ठरलेले आहेत. त्यामुळेच जगातली २/३ लोकसंख्या किनारी प्रदेशात आहे. वाढती समुद्र पातळी, वादळे, भूकंप, त्सुनामी अशा आपत्तींची जाणीव असूनही समुद्र किनारी राहणाऱ्यांना किनारा सोडून इतरत्र जावे, असे वाटत नाही.

किनाऱ्यांवरची वाढती लोकसंख्या व तिथे जमीनजुमला व इतर मालमत्ता करण्याच्या माणसाच्या हव्यासापोटी जगभराच्या किनारी पर्यावरणाचा गेल्या काही वर्षांत वेगाने ऱ्हास होऊ लागला आहे. त्यामुळे सगळे किनारे असंख्य समस्यांना सामोरे जात आहेत. वाढती समुद्र पातळी, किनाऱ्यांची वाढती झीज, किनारी जमिनींची वाढती क्षारता, वादळांची वाढती संख्या या नैसर्गिक समस्यांबरोबरच मानवनिर्मित समस्यांची यादीही दिवसेंदिवस वाढतेच आहे. आज जगातल्या अनेक मोठ्या किनारी वस्त्यांच्या भागात बंदरांची खोली वाढविणे, धरणे बांधणे, जलसिंचन योजना राबविणे यामुळे तसेच त्याज्य पदार्थांच्या उत्सर्जनामुळे प्रदूषणाची पातळी वाढली आहे. अनेक शहरे समुद्राचा उपयोग, कचरा टाकण्याच्या जागा म्हणूनच करीत आहेत.

उथळ समुद्रात केलेल्या अशा उत्सर्जनामुळे समुद्राच्या पाण्याची प्रदूषण पातळी झपाट्याने वाढते आहे आणि त्याचा परिणाम इथल्या वनस्पती व प्राणी जीवनावर होतो आहे. किनारा समीप सागरतळ प्रदेशातल्या, तेल व वायूंच्या संशोधन व विकसनामुळे तेल गळती सारख्या घटनाही घडत आहेत. किनारी वस्त्यांचे वेगाने शहरीकरण होत असून, किनाऱ्यावरील शेत जमिनी, शेती योग्य जमिनी, खारफुटींचे प्रदेश मनुष्य त्याच्या विविध उद्योगांसाठी वापरू लागला आहे.

किनाऱ्यावरच्या वाळूच्या टेकड्या हा किनारी पर्यावरणाचा एक महत्त्वाचा घटक. मात्र, गेल्या काही वर्षांत याचाच सगळ्यात मोठ्या प्रमाणावर ऱ्हास झाला आहे. पुळणीवरच्या वाळूच्या संचयनात होणारी घट, टेकड्यांवरील वनस्पतींचा नाश इत्यादी कारणांमुळे टेकड्यांना होणारा वाळूचा पुरवठाच कमी होतो आहे. पर्यटन व्यवसायाच्या वाढीसाठी जे रस्ते काढण्यात आले तेही या टेकड्यातूनच. काही ठिकाणी तर टेकड्यांवरच पर्यटकांसाठी निवासस्थाने बांधण्यात आली. आपल्याकडे सिंधुदुर्ग जिल्ह्यातील वाळूच्या टेकड्यांचा याच कारणांनी नाश झाला आहे.

प्रवाळ व जलपर्णींचा ऱ्हास, तसेच पुळणीवरून वाळू काढण्याचे प्रकारही वाढीस लागले आहेत. किनाऱ्यावरील खारभूमींचे पुनर्निर्माण, आर्द्र भूमीचा विकास, पर्यटन विकास यामुळेही किनाऱ्याची मोठ्या प्रमाणावर नासधूस होते आहे.

समुद्र किनाऱ्यांचे हे समृद्ध पर्यावरण जतन करण्यासाठी अनेक देश जाणीवपूर्वक प्रयत्न करीत असल्याचे आपल्याला दिसते. भारताला लाभलेल्या पूर्व आणि पश्चिम किनाऱ्यांची आपण मात्र खूपच हेळसांड करीत आहोत. CRZ सारख्या पर्यावरणहितैषी योजनांची आपण फारशी काळजी करीत नाही. किनाऱ्यावरील रस्त्यांचे प्रकल्प व तत्सम अनेक विकास कामांच्या नावाखाली खारफुटींचे विस्तीर्ण प्रदेश नष्ट होत आहेत. किनाऱ्यासमीप पाण्याचे प्रदूषण वाढते आहे. किनारी भूजल खालावले आहे आणि ते खारटही होते आहे.

वर्षातून एखाद्या दिवशी किनारा स्वच्छता मोहीम राबवून किनारी पर्यावरणाचे रक्षण होणे कठीण. त्यासाठी आपण आपली मानसिकता बदलण्याची आत्यंतिक गरज आहे. तरच हे दैवदुर्लभ पर्यावरण टिकू शकेल.

६६ | सी.आर.झेड. अधिनियमांचे उल्लंघन आणि किनारी निवासांची हानी

६ जानेवारी २०११ रोजी किनारी प्रदेशांच्या रक्षणासंबधीचा सुधारित सी.आर.झेड. अधिनियम पर्यावरण व वनखात्याने घोषित केला. १९ फेब्रुवारी १९९१ पासून लागू असलेल्या सी.आर.झेड. अधिनियमात त्या वेळी काही महत्त्वाचे बदल करण्यात आले. या बदलांमागचे उद्देशही अगदी स्पष्ट होते. पारंपरिक पद्धतीने मत्स्य व्यवसाय करणाऱ्या लोकांच्या उदरनिर्वाह साधनांचे रक्षण करणे, सागरी

परिसंस्थांचे आणि निवसांचे (Habitats)चे रक्षण करणे आणि केवळ समुद्र किनारी प्रदेशातच चालू शकणाऱ्या आर्थिक व्यवसायांचा विकास करणे अशी त्या मागची त्रिसूत्री होती. किनारी प्रदेशातील वस्त्यांचे नैसर्गिक आपत्तींपासून रक्षण करण्यासाठी आपत्ती रेषेची (Hazardline)निश्चिती करण्याचा प्रस्तावही त्यात मांडण्यात आला होता.

पर्यावरण दृष्ट्या संवेदनशील अशा अनेक निवासांचा समावेश CRZIमध्ये करण्यात आला आहे. यात खारफुटीची जंगले, दलदलींचे प्रदेश, प्रवाळ प्रदेश, वाळूच्या टेकड्या, चिखल प्रदेश (Mudflats), सागरी संरक्षित प्रदेश, कासव प्रजनन क्षेत्र, सागरी वनस्पतींचे प्रदेश अशा अनेकविध निसर्ग निवासांची गणना होते. अशा पर्यावरण दृष्ट्या संवेदनशील विभागात नवीन बांधकामे, उद्योग यास बंदी आहे. नेमक्या याच विभागाची फारमोठ्या प्रमाणावर सध्या हानी होत असल्याचे विदारक दृश्य कोकणच्या समुद्र किनाऱ्यावर दिसू लागले आहे. सी.आर.झेड. अधिनियम हा केवळ कागदावर आहे. प्रत्यक्षात त्याच्याशी कोणाचे काहीही घेणेदेणे नाही अशी सर्वत्र स्थिती आहे.

निवास क्षति (Habitat Loss), निवास बदल, किनारी प्रदूषण, अतिरिक्त वापर, परप्रदेशी जीवांचे (एलियन) निवासावर होणारे आक्रमण, या काही महत्त्वाच्या घटना वर सांगितलेल्या निवासांच्या हानीस जबाबदार असल्याचे अभ्यासांती लक्षात येते. या सर्व किनारी निवासात दिसू लागलेले भू आणि जैवविविधतेतील बदल हे मुख्यतः माणसाच्या अनिर्बंध हस्तक्षेपाचाच परिणाम आहे, हे ही आता नक्की जाणवू लागले आहे.

प्रक्रिया न केलेले, विविध उद्योगातून निर्माण झालेले पदार्थ, त्याज्य उत्सर्जन यांचे मोठ्या शहरांच्या किनाऱ्यावरचे प्रमाण इतके वाढले आहे की, येथील खारफुटीची जंगले, दलदलींचे प्रदेश यांचा विस्तारच कमी होतोय. ठाण्याच्या खाडीत प्रदूषणाचे हे प्रमाण तर वाढलेच आहे शिवाय परप्रदेशी जीवांचे(एलियन)खारफुटी निवासावर होणारे आक्रमण कोकणातील रेवस, कुंडलिका, सावित्री, वशिष्ठी नद्यांतही दिसते आहे. भरती-ओहोटी प्रदेशातील खारफुटी, दलदल, या भागात अनेक ठिकाणी वाढते, मत्स्यशेतीचे प्रकल्प CRZचे नियम डावलून होतच आहेत. तीच दुर्दशा वाळूच्या टेकड्यांची! या टेकड्या तोडून देवबाग, तारकर्ली, तांबळडेग, वेळणेश्वर अशा असंख्य ठिकाणी जी बांधकामे चालू आहेत त्याचा सी.आर.झेड. अधिनियमाशी काही संबंध नाही का?

कोकणातील किनाऱ्यावर कमी होत चाललेले मत्स्य उत्पादन, जमिनींची

वाढती क्षारता, खारफुटी आणि वाळूच्या टेकड्या या नैसर्गिक तटरक्षक निवासांची होत असलेली हानी, याला निसर्गापेक्षा माणसाचा हव्यास जास्त कारणीभूत आहे. आपणच केलेले सी.आर.झेड. सारखे निसर्ग रक्षणाचे नियम पायदळी तुडविण्याची वृत्तीही तितकीच हानिकारक ठरते आहे. यासाठी स्थानिक लोकांना सी.आर.झेड. अधिनियमांचे महत्त्व समजावून देणे गरजेचे आहे.

सी.आर.झेड.चे आज कोकणात चालू असलेले उल्लंघन पाहता आपण निसर्ग नियमांविषयी किती बेफिकीर आहोत याची जाणीव होते; हे कळूनही आपण दुर्लक्ष केले तर त्यामुळे आपल्या आजूबाजूचा सुंदर किनारा लवकरच, मोठ्या प्रमाणावर उद्ध्वस्त होईल. सी.आर.झेड. विषयीच्या अनास्थेतच त्याची बीजे रोवलेली आहेत.

६७ | कोकणातील खारभूमींचा विकास

प्रमाणापेक्षा जास्त विद्राव्य क्षार असलेल्या जमिनींना 'खारभूमी' असे म्हटले जाते. शेतीच्या दृष्टीने या जमिनी समस्याग्रस्त असून, त्यांची प्रत सुधारण्यासाठी व त्यातून पुरेसे उत्पन्न येण्यासाठी शास्त्रीय पद्धतींचा अवलंब करून त्यांची क्षारता कमी करणे गरजेचे असते.

कोकण किनाऱ्यावर बहुतांशी खाडी काठावर काही एकरांपासून शेकडो चौरस किलोमीटर विस्ताराच्या 'खारभूमी' आढळतात. या जमिनींचा क्षारता दर्जा ऋतूनुसार बदलत असतो. मान्सूनपूर्व काळात या जमिनींचा वरचा थर क्षारांनी संपृक्त असतो तर मान्सूननंतर या जमिनींच्या वरच्या थरात कमी क्षार आणि खोलवर जास्त क्षार अशी स्थिती असते. मान्सूनमध्ये वरच्या थरातील क्षार खाली झिरपतात किंवा जमिनीच्या उताराला अनुसरून वाहत जातात. यामुळे जमिनीच्या वरच्या थरातील क्षारता कमी होऊन, जमिनी भातासारखे पीक घेण्यासाठी अनुकूल बनतात.

कोकण किनाऱ्यावरील अर्धदैनिक भरती-ओहोटी हे या जमिनींच्या वाढलेल्या क्षारतेचे मुख्य कारण. याशिवाय निर्बंधित जल निस्सारण, केवळ पावसाळ्यात मिळणारे गोडे पाणी, बाष्पीभवनाचा जास्त दर आणि विशिष्ट भूरूपरचना यामुळे या जमिनी वर्षानुवर्षे अधिकच खारट बनल्या आहेत.

खारभूमी विकास खात्यातर्फे या जमिनींचे पुनर्प्रापण (Reclamation) करण्याचे प्रयत्न सतत चालू आहेत. मात्र, त्यात अजूनही म्हणावे तसे यश आल्याचे दिसत

नाही. निरक्षारीकरणाच्या (Desalinization) पारंपरिक पद्धती बदलून आधुनिक तंत्राचा वापर केला तर ही स्थिती नक्कीच बदलू शकेल, असे वाटते. क्षारयुक्त जमिनींचा पोत, त्यांची घटना, त्यातील क्षारांचे प्रमाण, पी.एच. व त्यांची अन्न द्रव्य क्षमता या सर्व गोष्टी, खारभूमीच्या उंचीच्या पातळ्यांचा (Elevation levels) परिपाक आहेत असा विचार करून, त्यानुसार पुनर्प्रापण पद्धती वापरल्या गेल्या तर पुनर्प्रापण अधिक चांगले होते, असे लक्षात आले आहे.

सध्या कोकणात अस्तित्वात असलेल्या सर्वच खारभूमी विकास योजनांचे गुगल प्रतिमा किंवा उपग्रह प्रतिमा आणि जी.आय.एस. तंत्रज्ञान यांचा वापर करून पुनर्मूल्यमापन करणे व उंचीनुसार त्यांचे नकाशे तयार करणे गरजेचे आहे. आता ते शक्यही होते आहे. कोकणातील खारभूमींच्या उंचीच्या पातळ्या (Elevation levels) दाखविणारा नकाशा जी.पी.एस. यंत्रणा व उपग्रह प्रतिमा वापरून चांगल्या प्रकारे करता येतो. पारंपरिक पद्धतीने लेव्हल वापरून केलेले नकाशेही वापरता येतात. मात्र, उंचीनुसारच पुनर्प्रापणाच्या योजना राबवाव्यात तरच खारभूमींचा उत्तम प्रकारे उपयोग करता येईल. मत्स्य शेती व मत्स्यतळी यांना खारभूमीत सरसकट परवानगी न देता खारभूमीच्या उंचीच्या पातळ्यांचा विचार करून केवळ तीन मीटरपेक्षा कमी उंचीच्या प्रदेशातच मर्यादित स्वरूपात हे प्रयोग करावेत.

ऊर्ध्व निरक्षारीकरण (Verticle desalinization), समकक्ष निरक्षारीकरण (Horizontal desalinization), जल निस्सारण विहिरी (Drainage wells) अशा योजना खारभूमीच्या उंचीच्या पातळ्यांचा विचार करून वापरणे फायदेशीर ठरते. खारभूमी बंधाऱ्यांची कोकणातील सध्याची परिस्थिती खूपच दयनीय असून, त्यांची डागडुजी करून, ते बंधारे भक्कम केले तरच उंचीच्या पातळ्यांचा विचार करून पुनर्प्रापण करणे शक्य होईल. ऊर्ध्व आणि समकक्ष दिशेने करावे लागणारे निरक्षारीकरण, खारभूमीतील खारवट पाण्याचा निचरा करण्यासाठी काढावे लागणारे कालवे, याबरोबरच शेत जमिनींच्या तुकड्यांचे आकार बदलणे यासारख्या योजना देखील या प्रतिमानानुसार अधिक प्रभावीपणे वापरता येतील.

या सर्व योजनेत खारफुटी (Mangrove) झाडांचा विचारही होणे तितकेच महत्त्वाचे आहे. आज कोकणात, विशेषतः ठाणे व रत्नागिरी जिल्ह्यात खारभूमी विकास योजनांमुळे खारफुटीचा मोठ्या प्रमाणावर ऱ्हास झाल्याचे दिसते. वाढणाऱ्या समुद्र पातळीचा खारभूमी बंधाऱ्यावर व खारफुटीवर होऊ लागलेला परिणामही आता अनेक ठिकाणी दिसू लागला आहे. मुळातच निरुपयोगी झालेल्या बंधाऱ्यातून आता वाढणाऱ्या समुद्राचे पाणी तथाकथित पुनर्प्रापित शेत जमिनीत सहजपणे घुसू लागले

आहे. त्यामुळे या सर्व प्रयोगाचा पुनर्विचार ही निकडीची बाब ठरू पाहते आहे, हे नक्कीच!

दिनांक ७ ते ९ जानेवारी २०१० या काळात पिंपरीच्या महात्मा फुले महाविद्यालयात भूगोल विभागातर्फे शेतीच्या समस्या व भवितव्य याबद्दल एक राष्ट्रीय पातळीवर चर्चासत्र आयोजित करण्यात आले होते. या महाविद्यालयाचे प्राचार्य डॉ. अरुण आंधळे हे या चर्चासत्राचे मुख्य निमंत्रक होते.

या चर्चासत्रात अनेक मान्यवरांनी त्यांची मते मांडली. प्रस्तुत लेखकाने कोकणातील समुद्र किनाऱ्यावरील खारभूमीच्या पुनर्प्रापणासाठी (Reclamation) त्यांच्या संशोधनातून तयार झालेल्या प्रतिमानासंबंधीचे (Model) निष्कर्ष मांडले. त्यांच्या संशोधनानुसार खारभूमीचा जास्तीत जास्त चांगला विकास होण्यासाठी पुनर्प्रापणाची (Reclamation) सध्याची पद्धत बदलणे आवश्यक आहे.

कोकणातील खारभूमींचा उंचीच्या पातळ्या (Elevation levels) दाखविणारा नकाशा गुगल किंवा भुवन प्रतिमांच्या साहाय्याने तयार करावा व उंचीनुसारच पुनर्प्रापणाच्या योजना राबवाव्यात तरच खारभूमींचा उत्तम प्रकारे उपयोग करता येईल, असे त्यांनी सांगितले. मत्स्य शेती व मत्स्यतळी यांना खारभूमीत सरसकट परवानगी न देता खारभूमीच्या उंचीच्या पातळ्यांचा विचार करून केवळ तीन मीटरपेक्षा कमी उंचीच्या प्रदेशातच हे प्रयोग करावेत, तेही मर्यादित स्वरूपातच, असेही त्यांनी सांगितले.

निरक्षारीकरणाच्या (डिसंलिनायझेशन) विविध योजना खारभूमीच्या उंचीनुसार वापरणे कसे फायदेशीर ठरेल, हेही त्यांनी त्यांच्या निरीक्षणांच्याआधारे दाखवून दिले. ठाणे, रायगड, रत्नागिरी व सिंधुदुर्ग जिल्ह्यांसाठी गुगल प्रतिमा व जी.आय.एस.चा वापर अधिक परिणामकारकपणे करून खारभूमी विकासाच्या योजनांना चांगली दिशा देता येईल.

खारभूमी बंधाऱ्यांची कोकणातील सध्याची परिस्थिती खूपच दयनीय असून, त्यांची डागडुजी करून ते बंधारे भक्कम केले तरच हे प्रतिमान (Model) चांगल्या प्रकारे वापरता येईल, असे त्यांनी सांगितले. ऊर्ध्व आणि समकक्ष दिशेने करावे लागणारे निरक्षारीकरण, खारभूमीतील खारवट पाण्याचा निचरा करण्यासाठी काढावे लागणारे कालवे, याबरोबरच शेत जमिनींच्या तुकड्यांचे आकार बदलणे यासारख्या योजना या प्रतिमानानुसार अधिक प्रभावीपणे वापरता येतील.

सध्या अस्तित्वात असलेल्या सर्वच खारभूमी विकास योजनांचे गुगल प्रतिमा आणि जी.आय.एस. तंत्रज्ञान यांचा वापर करून पुनर्मूल्यमापन करणे व उंचीनुसार त्यांचे नकाशे तयार करणे आता शक्य होते आहे.

६८ | जलजीवसंवर्धन आणि मत्स्यशेती

जलजीवसंवर्धन किंवा अक्वा कल्चर म्हणजे अनेक प्रकारच्या जलचर जीवांचे मोठ्या प्रमाणावर उत्पादन करणे. यात मासे आणि सागरी वनस्पतींचाही समावेश होतो. त्यांची साठवण करून, प्रजनन करून, पोषण करून आणि संरक्षण करून त्यांचा संख्येत वाढ करणे हा या उद्योगातला मुख्य उद्देश असतो. जलजीवसंवर्धन हे नद्या, तळी, पाणथळ जागा आणि समुद्र किनाऱ्यावरील पुळणी, खाड्या अशा सर्व ठिकाणी करता येते. जगात अनेक ठिकाणी अक्वा कल्चरमध्ये प्रामुख्याने मत्स्य शेती केली जाते. सागरी मत्स्य शेती (Coastalfish farming) हा जलजीवसंवर्धनाचा सर्वांत जास्त फायदेशीर प्रकार म्हणून ओळखण्यात येतो.

किनाऱ्यावरील भरती-ओहोटीच्या प्रदेशात ज्या जमिनी येतात, त्या क्षार संचयनामुळे कमी उपयुक्त होतात. अशा खाजण जमिनीत लहानमोठ्या आकाराचे बंधारे बांधून पाण्याची तळी तयार केली जातात. समुद्राचे खारट पाणी भरतीच्या वेळी या तळ्यात साठवले जाणे आवश्यक असते. खाडीतील पाण्याची पातळी वाढल्यावर हे पाणी तळ्यात साठू शकते. थोड्या दूरवर असलेल्या भागात कालव्याच्या साहाय्याने भरतीचे पाणी आत आणता येते. अनेक ठिकाणी पंप लावून समुद्रातील पाणी खेचून घेतले जाते व तळी भरली जातात. पाणी तळ्यात घेण्याच्या या प्रकारामुळे तिथल्या जलजीवांवर दूरगामी परिणाम होतात, असे आढळून आले आहे.

पाणी असलेल्या तळ्यात मत्स्य बीजे साठवली जातात. कोळंबी, झिंगे अशा नैसर्गिकपणे मिळणाऱ्या बीजांबरोबरच अनेक वेळा भक्षक माशांची बीजेही येतात. ती ओळखून बाजूला करणेही गरजेचे असते. खाजण जमिनीत तयार केलेल्या तळ्यांचे वर्गीकरण करून एका तळ्यात शुद्ध बीजे साठवली जातात. त्यानंतर त्यांना विशिष्ट प्रकारचे खाद्य देऊन त्यांचे पोषण केले जाते. साधारणपणे चार महिन्यांनंतर, वाढलेली कोळंबी किवा झिंगे पकडता येतात. पकडताना तळ्यातील पाणी हळूहळू कमी करून जाळ्याचा वापर करतात. पकडलेली कोळंबी लगेचच बर्फात टिकवावी लागते.

हे सर्व करण्यासाठी पहिल्यापासूनच यंत्रणा सुसज्ज ठेवणे आवश्यक असते. संगोपन वा संवर्धन करावयाच्या मत्स्य बीजांची संख्या हा या सर्व यंत्रणेतला महत्त्वाचा वा नाजूक भाग. मत्स्य बीजांची संख्या प्रमाणापेक्षा जास्त झाल्यास खारट वा गोड्या पाण्याची अदलाबदल मोठ्या प्रमाणावर व वारंवार करावी लागते. नाहीतर रोगांचा प्रादुर्भाव होतो. खेकड्यांसारख्या जलचरांमुळे सगळे संवर्धन फुकटही जाऊ शकते.

जलजीवसंवर्धन आणि मत्स्यशेती हे जसे शास्त्र आहे तशी ती एक कलाही आहे. त्याहीपेक्षा जास्त तो एक उत्तम स्वयंरोजगार व्यवसाय आहे. एक उद्योग म्हणून या व्यवसायात उतरण्यापूर्वी ॲक्वा कल्चर मधले पदवीपर्यंतचे शिक्षण असणे नेहमीच फायद्याचे ठरते. सागरी किंवा गोड्या पाण्यातील मत्स्य शेती करता भरपूर कष्ट करण्याची तयारी व उद्योगाची आवड असावी लागते. तसेच व्यवसायात धोका पत्करण्याची व नुकसान सोसण्याची तयारीही असावी लागते.

या व्यवसायात इतर अनेक जोड व्यवसायही होऊ शकतात. मत्स्य शेतीचे व्यवस्थापन करण्यासाठी, सुपरवायझर, प्रत नियंत्रण अधिकारी, पोस्ट हार्वेस्ट व्यवस्थापक, मत्स्य संवर्धन अधिकारी, बाजारपेठांपर्यंत वाहतूक करणारे, विक्री करणारे या सर्वांची यात गरज भासते.

फिशरी आणि अक्वा कल्चर यात करिअर करण्यासाठी, पदवी मिळविण्यासाठी पदार्थ विज्ञान, रसायनशास्त्र, जीवशास्त्र व भूशास्त्र हे विषय असणे गरजेचे असते. या विषयात एम. एस्सी. करण्याकरिता प्राणीशास्त्र विषयात बी.एस्सी. पदवी हवी. काही ठिकाणी फिशरी आणि ॲक्वा कल्चर यात प्रशिक्षण देऊन नोकरी दिली जाते. फिशरी फार्म्स, मत्स्य प्रक्रिया केंद्रे, कृषी विज्ञान केंद्रे, मत्स्य संवर्धन विभाग यात नोकरी व विविध संशोधन संस्थांमधून संशोधनाच्या संधी उपलब्ध करून दिल्या जातात.

आजकाल हवाई छायाचित्रे व उपग्रह प्रतिमा यांचा वापर करून फिशरी आणि अक्वा कल्चरसाठी योग्य ठिकाणे निवडली जातात. GIS सारख्या आधुनिक तंत्राचा यात खूपच फायदा होतो. त्यामुळे अर्थातच भूशास्त्र म्हणजेच भूगोल विषयातील पदवीधारकांची या क्षेत्रात खूपच गरज भासते.

६९ | डॉल्फिन आणि देवमासे : ध्वनिप्रदूषणाचे बळी

महाराष्ट्राच्या किनाऱ्यावर प्रामुख्याने मुंबईच्या उत्तरेकडे डहाणूपर्यंतच्या किनारी भागात गेल्या काही दिवसांत अनेक डॉल्फिन आणि देवमासे मरून पडल्याचे दिसून आले आहे. किनारी प्रदेशांचा अभ्यास करणाऱ्या आणि किनारी पर्यावरणाच्या संरक्षणासाठी आग्रही असणाऱ्या पर्यावरण प्रेमींसाठी ही खरोखरच एक दुःखद घटना ठरली.

लक्षावधी वर्षांपासून समुद्राचे अंतरंग अनेक प्रकारच्या कमी आणि मध्यम कंपनांच्या नैसर्गिक ध्वनिलहरींनी भरून राहिलेले आहे. यात विविध जलचर करीत असलेले आवाज, उथळ भागात जाणवणारे वाऱ्याचे आणि लाटांचे आवाज, कधीकधी उत्पन्न होणारे भूकंप सदृश हालचालींचे आवाज या सगळ्या ध्वनींचा समावेश होता; आजही तो आहे; पण हे ध्वनिप्रदूषण नव्हते. उलट, अनेक जलचरांसाठी या ध्वनिलहरी म्हणजे संपर्क साधण्याचे, भक्ष्याचा मागोवा घेण्याचे, संकटापासून स्वसंरक्षण करण्याचे अतिशय प्रभावी माध्यम होते. त्यामुळे खरे तर हे शांत असेच जग होते.

आज ही परिस्थिती पूर्णपणे बदलली आहे. समुद्राच्या पाण्यातले हे शांत जग आज प्रचंड कोलाहलाने भरून गेलेले आणि जलचरांच्या अस्तित्वासाठी धोकादायक बनले आहे. जगातल्या सर्वच समुद्रात ध्वनिप्रदूषणाची पातळी दरवर्षी अनेक पटींनी वाढतेच आहे. समुद्र पृष्ठावरून जाणाऱ्या मोटरबोटी, व्यापारी जहाजे, समुद्रतळावर चालू असलेले तेल व खनिजांचे शोधन आणि उत्खनन, समुद्र पृष्ठावरून उड्डाण करणारी विमाने यामुळे या कोलाहलात रोजच भर पडते आहे.

हवेमध्ये ध्वनिलहरी सेकंदाला ३४० मीटर या वेगाने वाहतात तर पाण्यात त्यांचा वेग सेकंदाला १२३० मीटर म्हणजे जवळ जवळ चार पट जास्त असतो. त्यामुळे त्या खूप दूरवर आणि खोलवर जाणवतात. या ध्वनिलहरींमुळे होणारे दुष्परिणाम, तेल गळतीमुळे होणारे परिणाम जसे दिसतात तसे लगेच व सहजपणे दिसत नाहीत. समुद्रातील काही जलचरांच्या प्रजाती तर इतक्या जुन्या आहेत की, त्यांच्यावर सध्याच्या महा ध्वनिप्रदूषणाचा नेमका काय परिणाम होतो आहे, ते आपल्याला पूर्णपणे उमगलेलेच नाही. दूरगामी दुष्परिणाम काय असेल याचा आज आपण केवळ अंदाजच करू शकतो.

डॉल्फिन आणि देवमासे हे ध्वनींच्या साहाय्याने खूप दूरपर्यंत एकमेकांशी संपर्क साधू शकतात. इतर मासे व जलचर इतरांना धोक्याची सूचना देण्यासाठी, खाद्य शोधण्यासाठी आणि आपले जोडीदार शोधण्यासाठी समुद्रातील ध्वनींचा वापर करतात. देवमासे संपर्कासाठी अतिशय कमी कंप्रतेच्या ध्वनिलहरींचा वापर करतात.

ध्वनिप्रदूषणाच्या संकटाबरोबरच रासायनिक प्रदूषके, तेल गळती, घरगुती सांडपाणी व मैलापाणी आणि इतर अनेक प्रकारच्या त्याज्य पदार्थांचे तरंगणारे गोळे, सिगारेटची थोटके, प्लास्टिकच्या पिशव्या व वस्तू यांचे प्रमाण सगळीकडेच वाढताना दिसते आहे. दवाखाने व इस्पितळे यातून समुद्रात सोडली जाणारी त्याज्य औषधे आणि इतर वैद्यकीय वस्तूंचा कचराही मोठ्या प्रमाणावर शहरानजीकच्या किनाऱ्याचे

प्रदूषण वाढवीत असतो. याचाही सामना सगळे जलचर प्राणी करत आहेतच.

मानवनिर्मित ध्वनिलहरी डॉल्फिन, देवमासे आणि इतर जलचरांनी निर्माण केलेल्या ध्वनिलहरीत बाधा आणतात, अडथळे आणतात. त्यामुळे त्यांना जोडीदार शोधणे कठीण जाते. त्यांचे समुद्रातील मार्ग विचलित होतात. विविध कंप्रतेच्या अनेक प्रकारच्या मनुष्यनिर्मित ध्वनींमुळे सगळे जलचर, विशेषतः ध्वनिलहरींना संवेदनशील असणारे डॉल्फिन आणि देवमासे किनारे, खाड्या यांच्या दिशेने भरकटतात व जीव गमावून बसतात. डॉल्फिन आणि देवमासे यांच्यावर ध्वनिप्रदूषणाचा फार मोठा परिणाम होत असल्याचे आता लक्षात येऊ लागले आहे.

तेल शोधनासाठी करण्यात येणारे समुद्र तळावरील स्फोट, गाळ काढण्यासाठी वापरली जाणारी यंत्रे, मोटरबोटी, व्यापारी जहाजे या सर्वातून निर्माण होणारे ध्वनिप्रदूषण नियंत्रणात ठेवले नाही तर डॉल्फिन आणि देवमासे यांचे जीवनचक्र संपुष्टात येण्याचा धोका नाकारता येणार नाही, हे नक्की.

७० | सागरी प्रदूषणाचा विळखा

महाराष्ट्राच्या किनाऱ्यावर बोर्डी, एलिफंटा, रेवदंडा, मुरूड, देवबाग अशा अनेक ठिकाणी सागरी प्रदूषणाचे दुष्परिणाम प्रकर्षाने दिसू लागले आहेत. महाराष्ट्राचा समुद्रकिनारा देशात सर्वाधिक प्रदूषित आहे. असा निष्कर्ष गोव्याच्या राष्ट्रीय समुद्रविज्ञान संस्थेने आणि महाराष्ट्र प्रदूषण नियंत्रण मंडळाने, त्यांच्या संयुक्त अहवालात नुक्ताच मांडला आहे. या दोन्ही संस्थांनी भारताच्या पश्चिम किनारपट्टीवर सागर जलाचे अकराशे नमुने घेऊन त्याच्या अभ्यासानंतर हे अनुमान काढल्याचे म्हटले आहे. यासाठी भौतिक, रासायनिक आणि जैविक स्वरूपाच्या २५ घटकांची तपासणी करण्यात आली असल्याचेही त्यात म्हटले आहे.

या अहवालानुसार संपूर्ण पश्चिम किनाऱ्यापैकी महाराष्ट्राची ७२० किमी लांबीची किनारपट्टी सर्वांत जास्त प्रदूषित आहे. त्यातही मुंबई आणि गुजरातच्या किनाऱ्यावर हे प्रमाण लक्षणीय आहे. नदीमुखे आणि खाड्या हे किनाऱ्यावरील प्रदेश प्रदूषणामुळे जास्त बाधित आहेत.

प्रस्तुत लेखकाने यासंदर्भात अलीकडेच केलेल्या संशोधनातून या किनारी प्रदूषणाची समस्या खूपच अधिक असल्याचे लक्षात आले. रत्नागिरी, सिंधुदुर्गचा

कोकण किनारा तुलनेने कमी प्रदूषित असल्याचे या संस्थांनी म्हटले असले तरी, प्रत्यक्षात तशी परिस्थिती नाही.

केवळ लहान मासेच नाहीत तर डॉल्फिनसारखे मोठे मासे मरून पडल्याच्या घटना समोर येत आहेत. दूषित व दुर्गंधीयुक्त पाणी, तरंगणारे प्लास्टिक पदार्थ यामुळे कोकणातील खाड्या मोठ्या प्रमाणावर प्रदूषित होत आहेत. या समस्येची वेळीच दखल घेतली नाही तर भविष्यात परिस्थिती आपल्या हाताबाहेर जाईल, यात शंका नाही.

सागरी प्रदूषण ही जगातील समुद्र किनारी प्रदेशांना भेडसावणारी एक फार मोठी समस्या आहे. निवासी सांडपाणी, शेत जमिनीतून होणारे पाण्याचे निर्गमन, निरनिराळ्या औद्योगिक संकुलातून रसायनांचे व दूषित पदार्थांचे समुद्रात होणारे उत्सर्जन यामुळे 'सागरी प्रदूषण' होते. किनारी प्रदूषकांचे सर्वांत जास्त प्रमाण हे नागरी वस्त्यांच्या जवळून वाहणाऱ्या नदी मुखातून म्हणजे खाड्यांतून होते. जगातील अनेक मोठ्या किनारी शहरांच्या जवळ असलेल्या वाळूच्या पुळणीवर प्रदूषण इतके प्रमाणाबाहेर वाढले आहे की, या पुळणी (Beaches) पर्यटकांसाठी व स्थानिकांसाठी पूर्णपणे बंद करण्यात आल्या आहेत. लाटांबरोबर व प्रवाहांबरोबर पुळण प्रदेशात खाड्यांतून वाहत येणारे दूषित आणि धोकादायक पाणी व पदार्थ आणि त्यामुळे वाढणारी रोग निर्माणकारी अतिसूक्ष्म जीवजंतूंची पातळी यामुळे अशी बंदी घालावी लागली आहे. रासायनिक प्रदूषके, तेल गळती, घरगुती सांडपाणी व मैलापाणी आणि इतर अनेक प्रकारच्या त्याज्य पदार्थांचे तरंगणारे गोळे, सिगारेटची थोटके, प्लास्टिकच्या पिशव्या व वस्तू यांचे प्रमाण सगळीकडेच वाढताना दिसते आहे. दवाखाने व इस्पितळे यातून समुद्रात सोडली जाणारी त्याज्य औषधे आणि इतर वैद्यकीय वस्तूंचा कचराही मोठ्या प्रमाणावर शहरानजीकच्या किनाऱ्याचे प्रदूषण वाढवीत असतो. या प्रकारे खाड्या व पुळणी तर यामुळे रोजच दूषित होत आहेत.

या किनारी प्रदूषकांचे मुख्यतः दोन प्रकार पडतात. तरंगणारी प्रदूषके आणि विषारी पदार्थ (Toxic Matter). या दोन्हींमुळे पाण्याची प्रत झपाट्याने बिघडते. किनारी प्रदूषकांचे स्रोत अनेक ठिकाणी आढळून येतात. त्यांचे स्थानीय (point) व अस्थानीय (Nonpoint) स्रोत असे प्रकार केले जातात. समुद्र किनाऱ्याच्या प्रदेशात, बोगदे, कालवे, पाईप यातून सांडपाण्याचे व कचऱ्याचे विसर्जन जेथून केले जाते त्यास 'स्थानीय स्रोत' असे म्हटले जाते. मोठमोठ्या जहाजातून जिथे तेल गळती होते त्यासही स्थानीय स्रोतच म्हटले जाते. याउलट, किनाऱ्या नजीकच्या शेत जमिनी, जवळच्या शहरातील रस्ते, वाहन तळ, खार जमिनी यांस अस्थानीय स्रोत असे

म्हटले जाते. या प्रकारात प्रदूषकांचा पुरवठा विस्तृत क्षेत्रातून होत असल्यामुळे स्रोताचा हा प्रकार जास्त धोकादायक मानला जातो.

शहराजवळचे स्थानीय स्रोत जुने झाले असतील किंवा त्यावर खूप ताण असेल तर किनाऱ्यावरील प्रदूषण वेगाने वाढत रहाते. पाण्यातील Bacteriaची पातळी धोकादायक बनते. किनारी प्रदेशात शहरांचे सांडपाणी व कचरा टाकल्यामुळे पाणी तर दूषित होतेच पण त्याचबरोबर पाण्यातील प्राणवायू कमी होतो, विषारी द्रव्ये वाढतात. किनारी प्रदेशात सर्वत्र दुर्गंधी पसरते. ही सगळी प्रदूषके किनारी प्रदेशात दूरवर पसरल्यामुळे जवळपासची खेडी प्रदूषित होतात.

अशा दूषित पाण्यात मासेमारी करणे, पोहणे, शक्य होत नाही. जलजीवावर मोठेच दुष्परिणाम होतात, रोगराई पसरते. जिथे पाणी साचून राहते अशा भागात प्राणवायू न मिळाल्यामुळे मासे तडफडून मरतात. समुद्रात सोडलेल्या त्याज्य पदार्थांत मोठ्या प्रमाणावर Phosphates व Nitrates असतात; यामुळे शैवाल व जलपर्णींची मोठ्या प्रमाणावर वाढ होते. यांस अतिजैविकीकरण म्हटले जाते.

सांडपाणी व मैला यात असणारी विषारी रसायने समुद्रातील सूक्ष्म जलचर व मासे यांच्या अन्नात जातात. माशातून ही विषारी द्रव्ये शेवटी मनुष्याच्या शरीरात प्रवेश करतात. तेल गळती हा सागरी प्रदूषणाचा आणखी एक धोकादायक प्रकार आहे.

२०१०च्या समुद्रातील तेल गळतीचा व तेल तवंगाचा महाराष्ट्राच्या किनारी पर्यावरणावर दूरगामी परिणाम झाला आहे. अजूनही हे तेल कुठे ना कुठे किनाऱ्यावर दिसतेच आहे. किनारी व सागरी प्रदूषणाचे प्रमाण कमी करण्यासाठी सांडपाण्याचे योग्य व्यवस्थापन, औद्योगिक, रासायनिक, दूषित पदार्थांवर व तेल गळतीवर नियंत्रण अशा अनेक उपायांची गरज आज सगळ्या जगातल्या किनारी प्रदेशांना जाणवते आहे. आपणही त्याचा गांभीर्याने विचार करण्याची आता गरज निर्माण होते आहे.

अनिर्बंध औद्योगिकीरण रासायनिक आणि तेल कंपन्यांकडून दामूदरात जाणारे दूषित पाणी, गटारे व नाल्यातून जाणारे सांडपाणी या सगळ्याचा परिणाम जैववैविध्यावर होतो आहे. मुंबईपासून ३० ते ५० किमी दूर समुद्रात प्राणवायूच नसल्यामुळे तिथे मासेही आढळून येत नाहीत. मुंबईपासून दीवपर्यंतच्या समुद्रात अति घातक विषाणू असल्यामुळे तिथे जीवसृष्टी शिल्लक राहणेच अशक्य असल्याचे निरीक्षण संयुक्त अहवालातही मांडण्यात आले आहे.

किनाऱ्यावरील माहीम, वर्सोवा, कळंब, माहूल गावातील खाड्यांचे अस्तित्व तिथे टाकण्यात येणाऱ्या भरावांमुळे आणि प्रदूषणामुळे संपुष्टात येण्याची शक्यताही

निर्माण झाली आहे.

मुंबई आणि उपनगरे, तारापूर, वसई, मनोरी, वर्सोवा, वांद्रे, माहीम, वरळी, ठाणे, पाताळगंगा आणि अलिबाग या सर्व ठिकाणी प्रामुख्याने घरगुती सांडपाणी, औद्योगिकीरण, ऊर्जा प्रकल्प यामुळेच प्रदूषणात वाढ झाल्याचे लक्षात आले आहे. उर्वरित किनाऱ्यावर मात्र पर्यटनामुळे, सांडपाण्यामुळे आणि सरकारी व स्थानिक पातळीवर असलेल्या असंवेदनशीलपणामुळे ही समस्या उग्र रूप धारण करीत असल्याचे दृश्य सर्वत्र दिसून येते आहे.

स्वच्छ भारत अभियानाचे फलक कोकण किनाऱ्यावर आज हमखास दिसत आहेत. मात्र, किनाऱ्यांची स्वच्छता आणि प्रदूषणापासून त्यांची मुक्ती कोणी आणि कशी करायची आणि कदाचित का करायची, या प्रश्नांची उत्तरे मिळेपर्यंत अस्वच्छ किनाऱ्यांचे हे वास्तव बदलेल, असे वाटत नाही.

७१ | भराव टाकून सागरी रस्ते करण्याच्या प्रयत्नांचे फलित

पर्यावरण मंत्रालयाच्या परवानगीसाठी अडकून पडलेला, कोट्यवधी रुपये खर्च करून तयार करण्यात येणार असलेल्या, मुंबईच्या किनाऱ्यावरील प्रस्तावित सागरी रस्त्याच्या (Coastal road) प्रकल्पाला मंजुरी मिळाल्यामुळे आता तो लवकरच सुरू होईल, यात शंका नाही.

मुंबईच्या वाहतूक समस्येवरचा हमखास उपाय म्हणून नरिमनपासून कांदिवलीपर्यंत ३४ किमी लांबीचा हा प्रस्तावित रस्ता आहे. या प्रकल्पातील मुख्य अडचण म्हणजे किनाऱ्यावरच्या शंभर हेक्टर जमिनीचे करावे लागणारे पुनर्प्रापण म्हणजे रेक्लमेशन. सध्याच्या किनारी नियमन क्षेत्र (CRZ) धोरणामुळे अशा प्रस्तावास परवानगी मिळणे अवघड बनले होते आणि म्हणूनच विशेष परवानगी देऊन हा प्रकल्प राबवण्याला हिरवा झेंडा दाखविण्यात आला आहे.

या रस्त्यासाठी जवळजवळ ५५००० टन मातीच्या भरावाची गरज भासणार आहे. भराव टाकून किनाऱ्यांचा पुनर्वापर करण्याचे प्रयोग जगात आजपर्यंत अनेक ठिकाणी झाले आहेत. मात्र, भराव टाकून किनारी जमिनी माणसांच्या विविध उद्योगांसाठी उपयोगात आणणे पर्यावरणाच्या दृष्टीने हानिकारक ठरले आहे. जगभरातले अशा प्रकारचे प्रयोग हेच दाखवितात. यासाठी संधारण, संरक्षण व पुनर्निर्माण अशा

त्रिसूत्रीचा आजकाल पाठपुरावा करण्यात येत असला, तरीही 'भराव टाकून पुनर्वापर' ही कल्पना फार पूर्वीपासून सागरी किनाऱ्यावर वापरली जात आहे. नैसर्गिकरीत्या तयार झालेल्या पाणथळ प्रदेशांचा(Wetlands) पुनर्वापर करता यावा, व्यापारी उपयोगासाठी तो वापरता यावा म्हणून हा सगळा खटाटोप असतो.

१८०० सालापासूनच चिनी लोकांनी भराव टाकून, बंधारे बांधून, खोदून, जलोत्सारण मार्ग काढून किनारी प्रदेशातील अनेक जमिनींचा, शेतीसाठी वापर करायला सुरुवात केली. याचा मुख्य परिणाम इथल्या संपन्न पशुपक्षी जीवनावर झाला. जगात विविध ठिकाणी झालेल्या समुद्रात भराव टाकण्याच्या अशा प्रयोगात भरती-ओहोटीचे प्रवाह मार्ग बंद करणे, बदलणे, त्यावर झडपा बसविणे आणि पाणथळ प्रदेशांचे रूपांतर विकासक्षम जमिनीत करणे यावर भर देण्यात आला. या प्रयोगानंतर त्याचे अनेक परिणाम दिसून येऊ लागले. अनेक जमिनी खारवट झाल्या. भूजलाचा उपसा वाढला आणि भूजल पातळी खालावली. सिंगापूरमध्ये अशा प्रयोगामुळे सगळा किनाराच उद्ध्वस्त झाल्याचे अनेकांना माहीत असेल.

अशा प्रयोगात प्रवाळांची मोठ्या प्रमाणावर हानी, मत्स्य उत्पादनात घट आणि समुद्राच्या पाण्यात वाढलेले तरंगणाऱ्या गाळाचे प्रमाण हे परिणाम सर्वत्र दिसून येऊ लागले. भराव घालण्याच्या या प्रयोगात अनेकदा आजूबाजूच्या प्रदेशातील डोंगर व टेकड्या खोदून मिळालेले दगडधोंडेयुक्त पदार्थ वापरले जातात. किनाऱ्यावरील खारफुटीची जंगले, खाड्या, नदीमुखे, सपाट प्रदेश व उथळ समुद्रात हे पदार्थ टाकल्यामुळे तिथली सगळी जैवविविधता तर नष्ट झालीच पण किनाऱ्याचे नैसर्गिक रक्षणही संपुष्टात आल्याची अनेक उदाहरणे बांगलादेश, चीन, जपान आणि सिंगापूर अशा अनेक ठिकाणी आजही सांगता येतील.

किनारी शहरांचा वाहतुकीचा प्रश्न सोडविण्यासाठी अशा तऱ्हेने समुद्रात भराव टाकून लांबच लांब रस्ते करण्यासाठी खूप खर्च येतो. तेवढ्याच किंवा त्याहीपेक्षा कमी खर्चात सार्वजनिक वाहतूक व्यवस्था अधिक चांगली करून परिणामकारकपणे राबविण्याच्या दृष्टीनेही अनेक देशांनी प्रयत्न चालू केले आहेत. आपल्यासमोरही खरे म्हणजे हा पर्याय असू शकतो. तो तसा ठेवला तर भविष्यात, भराव टाकून किनारी रस्ते करण्याचे जे पर्यावरणावर विपरीत परिणाम होतील ते तरी टाळता येतील.

अशा प्रकल्पांमुळे असे दिसून आले आहे की, पाण्याचा वाढलेला गढूळपणा जलचरांचे जीवन नष्ट करतो. भरतीच्या लाटांमुळे होणारी भराव प्रदेशांची झीजही एक मोठी समस्या बनते. त्याची झीज करून दिवसातून दोन वेळा आत घुसणारे पाणी नदी मार्ग खोल व पात्रे रुंद करतात. आजूबाजूच्या खारफुटी व दलदल प्रदेशांचा झपाट्याने

ऱ्हास होऊ लागतो. भूजल पातळी बदलते. किनाऱ्यावरचे प्रवाह बदलतात. किनाऱ्याचे सगळे पर्यावरण आमूलाग्र बदलून जाण्याचा धोका भराव घालून रस्ते करण्याच्या या योजनेत नेहमीच असतो.

जगातल्या अनेक सागरी शहरांची उदाहरणे पाहीली तर या प्रकल्पामुळे मुंबईच्या सुंदर समुद्र किनाऱ्याच्या ऱ्हासाची नक्कीच सुरुवात होईल, अशी भीती पर्यावरण अभ्यासकांना नक्कीच वाटते आहे. त्यामुळे पुरेशी काळजी घेऊन आणि पर्यावरण रक्षणाचा विचार ठाम ठेवूनच हा प्रकल्प हाती घेणे इष्ट ठरेल.

वांद्रे आणि अंधेरी जवळचे खारफुटीचे (Mangroves) जंगल हा या प्रकल्पाचा पहिला बळी असेल. हा रस्ता प्रस्तावाप्रमाणे चाळीस मीटर रुंद असेल. मुंबईच्या मुख्य भूमीपासून चोवीस जोड रस्त्यांनी या किनारी रस्त्याकडे जाता येईल. ताशी ८० किमी इतका वेग या रस्त्यावर वाहनांना ठेवता येईल.

या रस्त्यामुळे वाहतूक खूप सुकर होईल आणि शहरातून जाणाऱ्या वाहनांची संख्याही खूप कमी होईल, असे या प्रकल्पाच्या बाजूने मत मांडणारे ठासून सांगत आहेत. मात्र, त्यासाठी किनाऱ्याचा खूप मोठा प्रदेश स्वच्छ करून मोकळा करावा लागेल. खारफुटीच्या जंगलाला धक्का न लावता हे करणे केवळ अशक्य आहे.

एखाद्या खाडीवरून 'सी लिंक' बनवताना जे पर्यावरणाचे नुकसान होते त्यापेक्षा किनारी रस्ता करण्याने ते मोठ्या प्रमाणावर होते. वर्सोवा ते गोराई दरम्यान खारफुटीची अनेक ठिकाणे आहेत. अनेक स्थलांतरित पक्षांची ती अधिवासाची ठिकाणे आहेत. शिवाय, या मार्गावर अनेक सुंदर पुळणी (Beaches) आहेत. त्यांचे प्रदूषण वाढेल आणि झपाट्याने ऱ्हास सुरू होईल तो वेगळाच.

या भरावाचा किनाऱ्यावर असलेल्या वनस्पती आणि सागरी जीवांवर प्रतिकूल परिणाम संभवतो. याचबरोबर विरार-वसई भागात समुद्र पातळीत स्थानिक वाढ होईल. जुहू-वर्सोवा हे पर्यटकांना भरपूर आनंद देणारे किनारे नक्कीच दूषित होतील. ३४ किमी लांबीचा हा रस्ता पाणथळ प्रदेशांत तयार करण्यात येणाऱ्या अनेक लाकडी खांबांवरचे मंच (Stilt) आणि बोगदे (Tunnels) यातून जाईल. जमिनीचे पुनर्प्रापण हा मुख्य भाग असला तरी ते सर्वत्र नसेल. मरीन ड्राईव्ह, मलबार हिल आणि जुहूजवळ तीन बोगदे या मार्गावर प्रस्तावित आहेत.

मुंबईतील वाहतूक प्रश्नाला उत्तर म्हणून ही योजना राबविणे आवश्यक असल्याचा दावा केला जात असला तरी, सार्वजनिक वाहतूक व्यवस्था अधिक सक्षम करण्यावर भर देण्याचा पर्याय हा त्यासाठी जास्त व्यवहार्य असू शकतो. मुंबईच्या किनाऱ्यावरील खारफुटी जंगलांची तोड करून अनेक ठिकाणी यापूर्वीच मिठागरे निर्माण करण्यात

आली आहेत. यामुळे एका परीने किनाऱ्याच्या संरक्षणाचा नैसर्गिक पर्याय आपण केव्हाच नष्ट केला आहे.

आता किनाऱ्यावर भराव टाकून रस्ता करण्याची ही नवीन योजना आहे. प्रस्तावित रस्ता, सध्याची मिठागरे व उर्वरित खारफुटी यावरूनच जाणार आहे. त्यामुळे पर्यावरण रक्षण कसे व किती होणार ते समजायला मार्ग नाही, हे खरंच आहे.

७२ | 'सागर माला' प्रकल्प आणि किनाऱ्यांची बंदर क्षमता

भारताच्या पूर्व आणि पश्चिम किनाऱ्यावरील सर्व लहानमोठी बंदरे जोडून, समुद्रमार्गे होणारी वाहतूक आणि व्यापार यांना आणि मोठ्या नद्या व खाड्यातील जलमार्गांना उर्जितावस्था आणण्यासाठी मोदी सरकारतर्फे 'सागर माला' प्रकल्प राबविण्यात येणार आहे. १५ ऑगस्ट २०१३ रोजी त्यावेळचे पंतप्रधान माननीय श्री. अटल बिहारी वाजपेयी यांनी अशा तऱ्हेच्या योजनेची घोषणा केली होती. मात्र, त्यानंतर आलेल्या यू.पी.ए. सरकारने तो प्रकल्प बासनात गुंडाळून ठेवला.

सागरी जल वाहतूक, व्यापार आणि बंदरे यांचा विकास करून भारताचे या क्षेत्रातील गतवैभव पुन्हा मिळविणे व जागतिक बाजारपेठेत महत्त्व प्राप्त करून घेणे हा या प्रकल्पाचा मुख्य उद्देश आहे.

भारताच्या सर्वच लहानमोठ्या आणि बारमाही बंदरांच्या सुधारणेच्या आणि विकासाच्या दृष्टीने खरे म्हणजे ही एक सुवर्णसंधीच आहे. या निमित्ताने सगळ्या किनारी राज्यांनी आपल्या किनाऱ्यावरील योग्य आणि प्रभावी बंदरे ओळखून तेथील व्यापारी, आर्थिक आणि प्रवासी क्षमतेत कशी चांगल्या प्रकारे वाढ करता येईल याच्या योजना आत्तापासूनच करणे गरजेचे आहे.

आज भारताच्या अनेक राज्यातील, विशेषतः महाराष्ट्रातील बंदरांची सर्वच स्तरांवर दुर्दशा झालेली दिसून येते. बंदर विकास, अंतर्गत जल वाहतूक, प्रवासी वाहतूक या बरोबरच सागरतळ सर्वेक्षण आणि नकाशे यातील एकही काम धडपणे चालल्याचे दिसून येत नाही.

महाराष्ट्रातील बंदरे बांद्रा, मोरा, राजपुरी, रत्नागिरी आणि वेंगुर्ला अशा बंदर गटात विभागून कामे केली जातात. सरकारी पातळीवर आळेवाडी, दाभोळ, जयगड, विजयदुर्ग आणि रेडी या ठिकाणी बारमाही बंदर प्रकल्पांच्या योजना आहेत. महाराष्ट्रात

आजपर्यंतच्या बारमाही बंदरांच्या योजनांची विविध कारणांमुळे या आधी जी परवड झाली आहे, ती सगळ्यांना ज्ञात आहेच.

१९९७मध्ये डहाणूजवळ वाढवण किनाऱ्यावर बारमाही बंदर प्रकल्प उभारण्यासाठी ऑस्ट्रेलियाच्या एका कंपनीला परवानगी देण्यात आली होती. डहाणू हा 'पर्यावरण संवेदनशील प्रदेश' म्हणून जाहीर झाल्यामुळे व स्थानिकांच्या जोरदार विरोधामुळे हा प्रकल्प स्थगित करावा लागला. रत्नागिरीजवळ गणेशगुळे येथेही अशाच प्रकारची योजना कार्यान्वित होणार होती. स्थानिक जनतेला विश्वासात न घेता गणेशगुळे येथे ९०० कोटी रुपयांचा प्रकल्प सरकारने जाहीर केल्याने या गावात त्या विरोधात आंदोलन उभे राहिले होते. इतक्या मोठ्या बारमाही बंदर प्रकल्पाची गरज इथे होती का, याचे आजही समाधानकारक उत्तर सरकारी यंत्रणेपाशी नाही. या गावातली दोन अडीचशे राहती घरे, दहा हजारांवर नारळाची झाडे, काजू-आंब्याची असंख्य झाडे, विहिरी आणि सत्तर हेक्टरच्या जवळपास भातशेती इतक्या गोष्टींना या प्रकल्पामुळे धक्का लागत होता. 'सागर माला' प्रकल्पात समाविष्ट होऊ शकणाऱ्या ठिकाणांचा बंदर म्हणून विचार करताना अशा संवेदनशील गोष्टी लक्षात घ्याव्याच लागतील.

रत्नागिरीच्या मिऱ्या भागातील भगवती बंदराची सध्याची अवस्था बघून महाराष्ट्रातल्या बंदर विकास योजनांची नेमकी कल्पना येते. बारमाही बंदर बांधण्याच्या महत्त्वाकांक्षी पण चुकीच्या योजनेपायी इथला समुद्र किनारा हा वाळूचा प्रचंड ढिगारा बनला आहे. मिरकरवाडा परिसरात बांधलेल्या लहानमोठ्या धक्क्यांमुळे समुद्रातील प्रवाहांच्या दिशा बदलून या परिसरात गाळाचे प्रचंड संचयन झाले आहे. मिरकर वाड्याच्या उत्तरेला लाटांची तीव्रता वाढून, जाकी मिऱ्या ते भाटी मिऱ्या भागात किनाऱ्याची झीज होऊन पाणी आत घुसले आहे. यानिमित्ताने अशा तऱ्हेच्या प्रकल्पामुळे पर्यावरणाची किती व कशी हानी होऊ शकते, याचा अंदाज येऊ शकतो.

बंदर झाल्यामुळे प्रदूषण होत नाही आणि किनाऱ्याचे नैसर्गिक संतुलन बिघडत नाही, असा बंदर विकास अधिकाऱ्यांचा दावा असतो. चुकीच्या ठिकाणी व चुकीच्या पद्धतीने बंदर विकास करण्याचा प्रयत्न झाल्यास नैसर्गिक संतुलन बिघडू शकते आणि स्थानिकांचे जीवनही पूर्णपणे बदलून जाऊ शकते.

बंदर प्रकल्पामुळे पायाभूत सुविधांमध्ये बदल होतात, रस्ते आणि पूरक उद्योगांचे जाळे तयार होते. मात्र, याचा पर्यावरणावर वाईट परिणाम होणार नाही याची काळजी घेणे आवश्यक असते. हे परिणाम मुख्यतः जमिनीची क्षारता, भूजलाची उपलब्धता, जमिनीचा कस यासारख्या मूलभूत गोष्टीतच आढळून येतात आणि हे

परिणाम अनेकदा अपरिवर्तनीय असतात. शेती, बागायती, वने व मत्स्योत्पादन यातून मिळणारे उत्पन्न घटू शकते. आजूबाजूच्या मोठ्या प्रदेशांची उत्पादकता कमी होते व स्थलांतर करण्याशिवाय लोकांना पर्याय उरत नाही.

विचारपूर्वक योजना आखून, सर्वेक्षण करून, बंदरांच्या जागा निवडणे आवश्यक असते. 'सागर माला' या प्रकल्पांतर्गत जिथे पुरेशी खोली आहे अशा ठिकाणी नवीन बंदरे बांधण्याची योजना आहे. राज्य सरकारांच्या मदतीने अशा बंदरांतून विकासासाठी मूलभूत सुविधा उपलब्ध करून देण्यावर यात भर दिलेला असेल. अती जलद वाहतूक असलेल्या सुवर्ण चतुष्कोण रस्त्यांच्या जाळ्याशी ही बंदरे जोडली जातील. आणि ही सर्व बंदरे एकमेकांशी जोडून 'सागर माला' तयार केली जाईल.

यामुळे अकार्यक्षम व खर्चीक अशी जमिनीवरील वाहतूक निश्चितच कमी करता येईल. जहाज बांधणी व दुरुस्ती, किनारी जहाज वाहतूक आणि या व्यवसायातील तंत्रशिक्षण व प्रशिक्षण यांचाही या प्रकल्पात समावेश असेल.

भारताच्या किनाऱ्यावरील असंख्य ठिकाणांची आदर्श बंदरे बनण्याची क्षमता या निमित्ताने आजमावली जाईल आणि भारताच्या सर्वांगीण आर्थिक विकासाला या प्रकल्पामुळे हातभार लागेल यात शंका नाही.

७३ | सागरी बेटांच्या रक्षणासाठी आश्वासक मोहीम

२०१४ या वर्षीचा पर्यावरण दिवस नित्याप्रमाणे ५ जूनला जगभरात साजरा करण्यात आला. त्यावर्षीचे घोषवाक्य 'Raise your voice, not the sea level' हे लहान सागरी बेटांच्या पर्यावरण रक्षणासाठी एकत्रितपणे आवाज उठविण्याच्या संदर्भात असून, या घोषवाक्याला अनुसरून पुढच्या वर्षीच्या पर्यावरण दिवसापर्यंत सर्वांनी सागरी बेटांच्या पर्यावरण रक्षणासाठी योजना राबवाव्यात आणि सागर पातळीच्या वाढीस हातभार लावू नये असा संदेश त्यातून देण्यात आला होता.

लहान आकाराच्या विकसनशील सागरी बेटांवर लक्ष केंद्रित करण्याची अशी काय मोठी निकड आता आलीय की ज्यामुळे पर्यावरण दिनाचे ते घोषवाक्यच ठरावे? आज अनेकांना बेटांचा आणि विशेषतः सागरी बेटांचा जो ऱ्हास चालू आहे आणि भविष्यात या बेटांना ज्या मोठ्या संकटाचा सामना करावा लागणार आहे त्याची फारच कमी माहिती आहे. समुद्र पातळीत एक मीटरनी होणारी वाढ कमी

उंचीच्या सागरी बेटांना गिळंकृत करणार असल्याचे भाकीत अनेक सागरशास्त्रज्ञांनी व हवामान तज्ज्ञांनी यापूर्वीच केले आहे.

सागर पातळी वाढण्याच्या नैसर्गिक प्रक्रियेवर आपले काही नियंत्रण नाही, हे खरे आहे पण आपण आपल्याच अविवेकी क्रिया-प्रक्रियांनी आणि निसर्गात जिथे तिथे ढवळाढवळ करण्याच्या वृत्तीमुळे या नैसर्गिक प्रक्रियेचा वेग वाढवीत आहोत ही त्या मागची खरी काळजी आहे.

भविष्यातील या संकटाची चाहूल तर या पूर्वीच लागली आहे. वाढणाऱ्या समुद्र पातळीमुळे सागरी बेटांना भविष्यात कोणत्या परिस्थितीला सामोरे जावे लागेल, हे कळण्यासाठी व ही बेटेच सर्वप्रथम या संकटाला कशी बळी पडणार आहेत, हे समजण्यासाठी, ही सागरी बेटे नेमकी कशी आहेत, ते समजून घेणे गरजेचे आहे.

जगभरातील लक्षद्वीप, हवाई, टोंगा, पलाऊ, किरिबाटी अशी असंख्य सागरी बेटे ही त्यांच्या विशिष्ट भूरूपिकीमुळे (Geomorphology), भूशास्त्रीय रचनेमुळे, जैवविविधतेमुळे आणि त्यांच्या विवक्षित भौगोलिक स्थानांमुळे अद्वितीय अशी निसर्ग लेणी बनली आहेत. प्रत्येक बेट हे दैवदुर्लभ अशा सौंदर्याने परिपूर्ण आहे. प्रत्येक बेटाचे निसर्गसौंदर्य हे शब्दांत वर्णनही करता येणार नाही इतके विलक्षण. काही बेटे पूर्णपणे खडकाळ, काही ज्वालामुखीय क्रियेने बनलेली सदैव अस्थिर आणि अस्वस्थ. काही प्रवाळ आणि केवळ प्रवाळ यांनीच बनलेली तर काही समुद्रातून वर आल्यामुळे गाळाच्यासंचयनाने तयार झालेली. काही पूर्णपणे ओसाड, काही बर्फाच्छादीत तर काही लक्षद्वीप समूहातील कल्पेनी बेटासारखी वीस वीस मीटर उंचीच्या माडांनी झाकून गेलेली.

पृथ्वीवरच्या सगळ्याच महासागरात व लहान समुद्रात अशी अनेक बेटे आहेत. एकट्या प्रशांत महासागरात बोरा बोरा, ताहीती, कुरे यासारखी तीस हजारपेक्षा जास्त बेटे मायक्रोनेशिया आणि पॉलीनेशिया द्वीप समूहात आहेत. हिंदी महासागरात अंदमान,क्रोकाटू, क्रिसमस, मनार, पंबन, पेनांग, कार्गाडोल आणि अंटार्क्टिकभोवती आर्चर रॉक, रॉस आयलंड, डेविसआयलंड अशी असंख्य बेटे आढळून येतात.

फिलिपिन्स व जपानची बेटे ही भूकंप प्रवण तर सेलेबसची विवर्तनि (Tectonic) बेटे आहेत. जावा, बोर्निओ, हवाई ही मोठी बेटे ज्वालामुखीय आहेत. लक्षद्वीप, ऑस्ट्रेलियातील ग्रेट रीफ, पूर्व इंडोनेशियातील टिमोर ही प्रवाळ बेटे आहेत. भरपूर जैवविविधता असलेली ही प्रवाळ बेटे सागरी पर्यावरणातील बदलांना खूपच संवेदनशील आहेत. सागर पातळीतील थोड्याशा बदलांनीही ती नष्ट होऊ शकतात.आइसलंड सारखी बेटे ज्वालामुखीय व हिमाच्छादित आहेत. मायक्रोनेशियातील पलाऊ, गुआम बेटे ज्वालामुखीय असली तरी ती घनदाट जंगलांनी आच्छादलेली

आहेत.

सागरी बेटात आढळून येणारी ही विविधता केवळ अचंबित करणारी अशीच आहे. प्रत्येक बेट हे त्यावरील वनस्पती, अवसाद किंवा गाळ, प्रवाळ, मत्स्यजीवन, लगुन्स या सर्वच बाबतीत वैशिष्ट्यपूर्ण आहे.

निसर्गाचं हे सौंदर्यलेणं कुणालाही भुरळ पडावी असं पण मानवी वस्तीसाठी तितकंच खडतर. जगातल्या, भर समुद्रात असलेल्या, किरिबाटी सारख्या बऱ्याचशा सागरी बेटांवर वस्ती असली किंवा अगदी अत्यल्प असली तरी ती तिथेही आहे हे फारच आश्चर्यकारक आहे. इतर जगाशी केवळ हवाई मार्गानेच संपर्क असणारी प्रशांत, अटलांटिक आणि हिंदी महासागरातील ही सागरी बेटे आज वाढत्या समुद्र पातळीच्या सावटाखाली आपलं अस्तित्व जपण्याचा प्रयत्न करीत आहेत.

यात गमतीचा भाग असा की, या बेटांना सगळ्यात मोठा धोका त्या बेटावरील परिस्थितीपासून नसून आजूबाजूच्या समुद्राच्या दूरवर असलेल्या देशांच्या किनाऱ्यावरून समुद्रमार्गे होणारे प्रदूषण हा आहे! प्रशांत महासागरात ऑस्ट्रेलिया व उत्तर अमेरिका यांच्या दरम्यान मिड-वे आयलंड आहे. अलबेट्रोस या पक्षांसाठी ते प्रसिद्ध आहे. प्रशांत महासागरातील या बेटापासून खूप दूर भूखंडांचे किनारे आहेत तिथून दरवर्षी जवळजवळ पाच टन प्लास्टीक कचरा या बेटाकडे वाहत येतो. या कचऱ्याने बेटाच्या पर्यावरणाची प्रत (Quality) पूर्णपणे बिघडवली आहे. हा कचरा पोटात गेल्यामुळे अलबेट्रोस पक्षांचा मोठ्या संख्येने विनाश झाला आहे. मेलेल्या अलबेट्रोस पक्षांच्या पोटात दिसणारा प्लास्टीक कचरा हे सागरी बेटांच्या पर्यावरण व जैविक ऱ्हासाचे अगदी बोलके उदाहरण आहे.

दक्षिण प्रशांत महासागरातील ओशानिया खंडातील किरिबाटी बेटाला समुद्राच्या आक्रमणाचा मोठाच फटका बसतो आहे. इथले भूजल बाधित झाले आहे आणि लगुन्समध्ये मोठ्या प्रमाणावर प्रदूषण होते आहे. इथली लाखभर लोकसंख्या बेटाच्या ठरावीक भागात केंद्रित झाल्यामुळे पर्यावरणाचे असे प्रश्न तीव्र बनले आहेत. तटरक्षक व धूप रोधक भिंती कोसळून पडत आहेत. गेल्या काही वर्षांत विध्वंसक वादळांची संख्याही वाढली असल्याचे आढळून येते आहे.

भारताच्या पश्चिम किनाऱ्यावरील दीव सारखी बेटे किनाऱ्याच्या अगदी जवळ असल्यामुळे तिथले पर्यावरण झपाट्याने ऱ्हास पावते आहे. किनाऱ्यापासून दूर असलेली बेटे आज दुहेरी संकटात सापडली आहेत. वाढणारी समुद्र पातळी तर त्यांना भेडसावतेच आहे पण त्याचबरोबर जवळच्या भूखंडावरून होणाऱ्या प्रदूषणामुळेही ती त्रस्त आहेत. आपल्या किनाऱ्यावर किनाऱ्यासमीप व खाडी मुखातील बेटांचे पर्यावरण आज खारभूमी बंधारे, मुख्य भूमीला जोडणारे रस्ते आणि मत्स्यारोपण प्रकल्प यामुळे

ऱ्हास पावू लागले आहे.

जगातील या सर्वच बेटांच्या अनेक समस्या आहेत. मर्यादित अन्न उपलब्धता आणि पुरवठा, हवामानाच्या लहरी तडाख्यापासून कमी सुरक्षितता, शुद्ध पाण्याची कमतरता किंवा दुर्भिक्ष आणि सतत वाढती पाण्याची व जमिनीची क्षारता या समस्या कमीअधिक प्रमाणात सगळ्याच बेटांवर आहेत. जिथे वस्ती आहे तिथे बेटाच्या क्षमतेपेक्षा जास्त होणारी लोकसंख्या, त्यामुळे निर्माण होणाऱ्या अडचणी, पर्यावरणाची बिघडती प्रत या अडचणी आहेतच. मालदीव द्वीप समूहात एकूण १३०० प्रवाळ बेटे आहेत मात्र त्यातील केवळ २०० बेटांवर वस्ती आहे. प्रश्न आहे तो अशा वस्ती असलेल्या बेटांच्या पर्यावरण ऱ्हासावर नियंत्रण ठेवण्याचा. त्यासाठी अथक प्रयत्न करण्याचा. सागरी बेटांच्या सुंदर भविष्यासाठी 'पर्यावरण दिन मोहीम' वर्षभर चालू ठेवण्यामागचा हाच तर हेतू आणि आग्रह आहे.

७४ | सागरी जैवविविधता

सगळ्या जगातील समुद्रात आढळणारी सागरी जैवविविधता (Marine Biodiversity) आज अनेक समस्यांचा सामना करीत आहे. खोल व उथळ समुद्रातील जीवन धोक्यात आले आहे. जगभरातील सागर व महासागरातील ६५ टक्के जलपर्णी (Sea weeds) आणि किनाऱ्यावरील आर्द्रभूमी (Wetlands) नष्ट झाल्या आहेत. सागर जलाची प्रत खालावली असून जागतिक समुद्रातील प्रवाळ व प्रवाळ खडकांचे (Corals and Coral Reefs) क्षेत्र १९ टक्क्यांनी कमी झाले आहे. पुढच्या काही दशकात हे प्रमाण ३५ टक्क्यांपर्यंत वाढण्याची भीती आहे.

गेल्या दोन दशकात जगातील एकूण खारफुटी (Mangroves) खाली असलेल्या क्षेत्रापैकी ३.५ हेक्टर म्हणजे २० टक्के क्षेत्र संपुष्टात आले आहे. सगळ्या जगातील समुद्र किनाऱ्याजवळ आढळणाऱ्या मत्स्य क्षेत्रापैकी ८० टक्के क्षेत्र पूर्णपणे वापरले गेले आहे.

या पार्श्वभूमीवर संयुक्त संस्थानाच्या जैवविविधता विभागाने २२ मे २०१२ रोजीच्या आंतरराष्ट्रीय जैवविविधता दिवसाचा विषय सागरी आणि सागर किनारी प्रदेशांची जैवविविधता (Marine and Coastal Biodiversity) असा होता. भारतात ऑक्टोबर २०१२मध्ये होणाऱ्या इंडिया बायोडायव्हर्सिटी समीटच्या दृष्टीनेही या

दिवसाला महत्त्व होते.

अजूनही आपल्याला जगभरातील समुद्रात असणारी जैवविविधता पूर्णपणे ज्ञात नाही. शास्त्रज्ञांनी समुद्रातील ज्ञात जैवविविधतेचे तीन प्रमुख प्रकार केले आहेत. पहिला प्रकार हा अतिशय संपन्न अशा जैवविविधतेचा असून, यात प्रवाळ, प्रवाळ खडक आणि खोल समुद्र तळ्यांचा समावेश होतो. समृद्ध अशा सागरी जीव वसाहतीमुळे, किनारा समीप प्रदेशांचा जैवविविधतेच्या दृष्टीने दुसरा क्रमांक लागतो. तिसरा क्रमांक आहे जास्त खोलीवरील पाण्यात आढळणाऱ्या जैवविविधतेचा.

सागर आणि महासागरातील या ज्ञात जैवविविधतेचे रक्षण करणे ही एक अतिशय कठीण गोष्ट आहे आणि याचे मुख्य कारण आहे किनाऱ्यावरून समुद्राच्या दिशेने वाहत जाणारा विविध प्रकारचा गाळ व त्याज्य पदार्थ. आज किनारी प्रदेशात सर्वत्र ज्या विकास योजना व बांधकामे चालू आहेत, त्याचा तो अपरिहार्य असा परिपाक आहे. खारफुटी, प्रवाळ, जलपर्णी अशा उत्पादनक्षम परिसंस्था या गाळामुळे लगेच बाधित होतात. किनारा समीप प्रदेशात असलेल्या असंख्य जलचर जाती–प्रजाती याचमुळे नष्ट होतात.

अनेक देशांच्या दृष्टीने महासागर हे शहरातील सगळे त्याज्य पदार्थ व औद्योगिक रसायने व प्रदूषके सोडून देण्याचे सहज उपलब्ध प्रदेश आहेत. आणखी एक समस्या अशीही आहे की, महासागरांचे किनाऱ्यापासून दूर असलेले विस्तृत प्रदेश देशांच्या कायदेशीर हद्दीपासून लांब असल्यामुळे 'सर्वांसाठी खुला प्रवेश' असलेले नैसर्गिक संपत्तीचे प्रदेश आहेत. या कारणामुळे अनेक जण त्याचा गैर वापर करीत आहेत. खुल्या समुद्रातील जैविक आणि खनिज संपत्तीचे रक्षण करणारा एकही परिणामकारक असा आंतरराष्ट्रीय करार नाही. असा करार करणे आणि त्याला अर्थसाहाय्य करून त्याची अंमलबजावणी करणे, ही तशी कठीण गोष्टच आहे.

असे असले तरी सागरी आणि सागर किनारी प्रदेशांची जैवविविधता जोपासणे, ही काळाची गरज आहे. यासाठी महासागरात संरक्षित विभागांची आखणी करणे, आंतरराष्ट्रीय पातळीवर किनारी व्यवस्थापनाचे संकलन (इंटिग्रेशन) करणे, सागर जलाचे प्रदूषण रोखणे, किनाऱ्यावरून समुद्रात जाणाऱ्या गाळावर नियंत्रण ठेवणे, संपुष्टात येऊ घातलेल्या सागरी प्रजातींच्या रक्षणासाठी प्रयत्न करणे या गोष्टी सागरी जैवविविधता दिनाच्या निमित्ताने अग्रक्रमाने करणे आता आवश्यक झाले आहे, हे नक्की.

७५ | 'वायंगणी-तोंडवली' समुद्र विश्व प्रकल्प

सिंधुदुर्ग जिल्ह्यातील 'वायंगणी-तोंडवली समुद्र विश्व प्रकल्पाकरिता' आता राज्य सरकारने मान्यता दिली असून, हा प्रकल्प मार्गी लागण्याची शक्यता वाढली आहे. २०११ सालच्या पर्यटन वर्षात या प्रकल्पाचा राज्य सरकारपुढे प्रस्ताव मांडण्यात आला होता.

५०९ कोटींचा हा महत्त्वाकांक्षी प्रकल्प, एस्सेल वर्ल्ड नंतरचा राज्यातला दुसरा व जगातला ९ वा प्रकल्प असेल. यामुळे कोकण किनाऱ्यावरचे दूरस्थ, दुर्गम आणि एकाकी असे तोंडवली गाव भारताच्या पर्यटन नकाशावर दिमाखात दिसू लागणार आहे.

मालवणपासून उत्तरेला केवळ ७ किलोमीटर अंतरावर तोंडवली हे नयनरम्य ठिकाण आहे. मालवणच्या आजूबाजूचा सर्वच किनारा हा निसर्गसौंदर्याने ओतप्रोत भरून गेलेला आहे. उत्तरेला असलेल्या वायंगणीपासून दक्षिणेला असलेल्या देवबागपर्यंत निसर्गाने लखलखणाऱ्या पुळणी, तीव्र समुद्रकडे आणि खोल खाड्या यांची अगदी मनसोक्त उधळण केली आहे. 'वायंगणी-तोंडवली-तळाशील' हा ९ किमी लांबीचा लांबच लांब असा वाळूचा दांडा असून, त्याच्यामागे गड नदीची दांड्याला समांतर अशी खाडी आहे. वायंगणीपासून तोंडवलीपर्यंत ३ किमी लांबीचे व तेवढ्याच रुंदीचे, ६० मीटर उंची असलेले पठार आहे. हे एक हजार एकर क्षेत्रफळाचे विस्तृत पठार आणि आजूबाजूची २५० एकर जमीन या प्रकल्पासाठी उपलब्ध आहे.

इथून जवळच चिपी येथे २०१५पर्यंत नवीन विमानतळाचे कामही पूर्ण होईल आणि मुंबईहून फक्त २५ मिनिटांत इथे पोचताही येईल. या प्रकल्पासाठी गावे आणि वस्त्या हलविण्याची गरज भासणार नाही, असे प्रकल्पाचा मसुदा सांगतो.

या प्रकल्पामुळे सागरी जैवविविधतेचे संधारण, संशोधन, पर्यटन यांना मोठीच चालना मिळेल आणि स्थानिक पातळीवर रोजगाराच्या अनेक संधी उपलब्ध होतील. किनारी भागात अंदाजे वीस हजार रोजगार निर्माण होतील. हा प्रकल्प खाजगी व सार्वजनिक सहभाग (Private and Public Partnership)या तत्त्वावर आधारित असेल. पहिल्याच वर्षी तेरा लक्ष पर्यटक इथे आकर्षित होतील असा अंदाज आहे. एका दशकानंतर ही संख्या ४५ लाखांवर जाण्याची शक्यताही वर्तविण्यात आली आहे. जवळच असलेल्या गोव्याकडून २५ ते ३० लाख पर्यटक यावेत असाही

अंदाज आहे.

वायंगणी-तोंडवली-तळाशील-मालवण या १२ किमी लांबीच्या किनाऱ्याचे दैवदुर्लभ असे निसर्गसौंदर्य, प्रदेशाची सुकरता, किनारी वनस्पती आणि सागरी जीवांनी समृद्ध प्रदेश यामुळे पूर्ण झाल्यावर जगातल्या पहिल्या १० समुद्र विश्व प्रकल्पात याचा समावेश होईल. मुंबई आणि रायगड मधल्या काशिद किनाऱ्याचाही या प्रकल्पासाठी विचार करण्यात आला होता पण तेथील अनेक प्रतिकूल घटकांमुळे त्यांना प्राधान्य देण्यात आले नव्हते.

डॉल्फिन स्टेडियम, वॉटर पार्क, त्रिमित प्रेक्षागृह, पाण्याखालचे स्टुडिओ याबरोबरच प्रती अंटार्क्टिका अशी अनेक आकर्षणे इथे असतील. पर्यटकांना जास्तीत जास्त सुविधाही असतील. काळजी अर्थातच घ्यावी लागेल ती, पर्यावरणाची! या प्रकल्पासाठी रोजची पाण्याची मागणी ११ दशलक्ष लीटर एवढी असेल असेही गणित मांडण्यात आलेले आहे.

७६ | कोकण किनाऱ्याचे भूराजनैतिक व भूसामरिक महत्त्व

भारताची प्रदीर्घ सागरी किनारपट्टी आणि तिला असलेला वाढता धोका लक्षात घेऊन आता सागरतटीय सुरक्षा विधेयक तयार करण्यात आल्याचे वृत्त वाचनात आले. आपल्या सागरी सीमा सुरक्षेला प्राधान्य देणे आणि या 'हाय रिस्क झोन'चे डोळ्यांत तेल घालून रक्षण करणे आता अगदी अनिवार्य बनले आहे.

भारताच्या समुद्र किनारपट्टीचा प्रदेश हा आजपर्यंत सामाजिक, आर्थिक, राजकीय आणि सामरिक दृष्ट्या नेहमीच महत्त्वाचा राहिलेला आहे. पश्चिम किनारपट्टीला तर आंतरराष्ट्रीय व्यापार मार्गावरील महत्त्वाच्या बंदरांची ठिकाणे असलेला किनारा म्हणून समृद्ध ऐतिहासिक वारसा आहे. प्राचीन वा मध्ययुगीन कालखंडात अरबी समुद्राच्या किनाऱ्यावरील सर्वच देशांशी कोकण किनाऱ्यावरील वस्त्यांचा संपर्क व संबंध होता.

टोलेमीने कोकण किनाऱ्यावरील अनेक बंदरांचा त्याच्या लेखनात उल्लेख केला आहे. त्याने कोकणाचे उत्तर व दक्षिण असे भाग पाडले. सोपारा व चौल या बंदरांचा यात प्रामुख्याने उल्लेख केलेला आढळतो. कोकण किनाऱ्याचे डोंगराळ व

दंतुर स्वरूप, त्याची दुर्गमता आणि पर्यावरणीय विविधता याविषयी अनेक उल्लेख प्राचीन ऐतिहासिक व भौगोलिक नोंदीत आणि वर्णनात आढळतात.

कोकण हा भारताच्या पश्चिम किनाऱ्यावरचा भौगोलिक व भूशास्त्रीय दृष्ट्या एक वैशिष्ट्यपूर्ण असा भूप्रदेश आहे. अनेक दृष्टींनी तो पश्चिम किनाऱ्याचे प्रतिनिधित्वच करतो. जैवविविधते बरोबरच या भागात आढळणारी भूरूप व भू-आकार विविधता हेच या प्रदेशाचे खरे शक्तिस्थान आहे. लहानमोठ्या आकाराच्या असंख्य पुळणी, कठीण, कणखर समुद्रकडे, लांबवर पसरलेल्या खाड्या आणि डोंगर रांगा, पठारे यांनी हा किनारा समृद्ध आहे. इथे आजही फार मोठा प्रदेश दुर्गम व एकाकी आहे आणि म्हणूनच तो अधिक संवेदनशील आहे.

उत्तरेला ठाणे जिल्ह्यातील डहाणूच्या किनाऱ्यापासून दक्षिणेला वेंगुर्ले-रेडीच्या किनाऱ्यापर्यंत आढळणारी भूरूपे व किनाऱ्याची जडणघडण यात आश्चर्यकारक अशी विविधता आढळते. या किनाऱ्यावरचा भौगोलिक दृष्ट्या उत्तरेकडचा धरमतर खाडीपर्यंतचा भाग उत्तर कोकण म्हणून, धरमतरपासून सावित्री किंवा बाणकोट खाडीपर्यंतचा भाग मध्य कोकण तर बाणकोटपासून तेरेखोलखाडीपर्यंतचा भाग 'दक्षिण कोकण' म्हणून ओळखला जातो.

कोकणच्या या तीनही विभागांची स्वतःची अशी एक स्वतंत्र भूशास्त्रीय व भूरूपिक ओळख आहे आणि या विभागांच्या वैशिष्ट्यपूर्ण भूरचनेत त्यांचे भूराजनैतिक (Geopolitical) व भूसामरिक (Geostrategic) महत्त्व सामावलेले आहे. जिल्ह्यांच्या किनारपट्ट्यांचा विचार केला तर ठाण्याची किनारपट्टीही पुनर्नवीत (Rejuvenative) स्वरूपाची आहे. ती अनेक नव नवीन बदलांमुळे तिचे मूळ स्वरूप गमावून बसली आहे. मुंबई महानगराशी असलेली समीपता हे त्याचे मुख्य कारण आहे. रायगडचा सगळा किनारा प्रामुख्याने सामरिक दृष्ट्या संवेदनशील आहे. या किल्ल्यांचा दंतुरपणा आणि मुंबई शहराशी याच्या उत्तर भागाची असलेली समीपता हे याचे मुख्य कारण असल्याचे आढळते. रत्नागिरी जिल्ह्याचा किनारा हाही तिथल्या भूरचनेमुळे सामरिक दृष्ट्या संवेदनशील असला तरी, मुंबईपासून थोडा दूर असल्यामुळे पारंपरिक वारसा जपणारा (Heritage) किनारा. सिंधुदुर्गचा किनारा या सर्वांपेक्षा वेगळा आणि नव्या सुधारणांना वाव देणारा (Prospective) किनारा. हा किनाराही दंतुर व दुर्गम असला तरी रत्नागिरी व रायगड जिल्ह्यांपेक्षा जास्त मोकळा, सरळ व रुंद आहे. या किनाऱ्यावर लपून राहण्यासारख्या किंवा देश विघातक कारवाया करता येण्यासारख्या नैसर्गिक जागा (Natural Hideouts) तुलनेने कमी आहेत.

ठाणे किनाऱ्यावरच्या मोठ्या खाड्या, त्यातले चिखलाचे मोठे प्रमाण, दाट खारफुटी जंगले आणि भरती-ओहोटीची मोठी कक्षा यामुळे कोकणातल्या इतर जिल्ह्यांच्या किनाऱ्यापेक्षा खूप वेगळा. इथल्या खाड्या मासेमारीसाठी उपयुक्त आहेत. मीठागरांसाठीही इथले पर्यावरण खूपच अनुकूल. मात्र, मुंबईच्या समीपतेमुळे या किनाऱ्यावर लोकसंख्येची दाट घनता आहे, पर्यावरणाचा प्रचंड ऱ्हास झाला आहे. खाड्या व नदीमुखात साठणारा गाळ, औद्योगिक प्रदूषण अशा समस्यांनी हा किनारा ग्रासला आहे. या सगळ्याचा परिणाम म्हणून भूराजनैतिक व भूसामारिक दृष्ट्या तो अधिक संवेदनशील झालाय.

रायगड व रत्नागिरी जिल्ह्यात किनाऱ्यावर असंख्य पुळणी, समुद्रकडे, टेकड्या आणि डोंगर आहेत. यांच्या आडोशाने लहानमोठ्या वस्त्यांची वाढ झाली आहे. प्रत्येक वस्तीच्या आजूबाजूस, मागेपुढे डोंगर दऱ्यांचे संरक्षण आहे. यामुळे इथल्या वस्त्या लपून राहण्यासाठी, बेकायदा व देशविघातक कृत्ये करणाऱ्यांसाठी अगदी आदर्श! याच किनाऱ्यांवर बहुतांशी खाडी मुखाशी असलेल्या डोंगर पठारावर किल्ले, गड, बुरुज आहेत जिथून खूप मोठ्या सागरी प्रदेशांवर सहजपणे नजर ठेवणे शक्य आहे. आज या किल्ल्यांचे हे महत्त्व कमी झाले आहे आणि अशी भूसामरिक दृष्ट्या अतिशय महत्त्वाची ठिकाणे, बंदरे, पुळणी, देशविघातक कारवायांसाठी योग्य ठिकाणे म्हणून वाढत आहेत.

कोकण किनाऱ्याचे हे भूसामरिक (Geostrategic) स्थानमहात्म्य छत्रपती शिवाजी महाराजांनी ओळखले होते. अतिशय संवेदनशील अशा भूसामरिक महत्त्व असलेल्या ठिकाणी त्यांनी किल्ले बांधले आणि जुन्या किल्ल्यांची पुनर्बांधणी केली. देशावर शत्रूने हल्ला केला तर तो किनाऱ्याकडूनच होईल, हे त्यांच्या प्रगल्भ भूराजनैतिक दृष्टीने तेव्हाच ओळखले असावे.

आपल्या किनारी प्रदेशांची दुर्गमता हेच शत्रूला रोखण्याचे आणि त्याच्या प्रत्येक हालचालींवर लक्ष ठेवण्याचे उत्तम हत्यार आहे याची त्यांना पूर्ण कल्पना होती. आज नेमके हेच हत्यार शत्रूच्या हाती पडल्यासारखी परिस्थिती आहे.

आज कोकण किनाऱ्याची दुर्गमता हे नैसर्गिककवच आपण पूर्णपणे नष्ट करणाच्या मागे आहोत. कोणत्याही प्रकारची सुरक्षा यंत्रणा या किनाऱ्यावर नाही. जी आहे, ती कालबाह्य आणि निरुपयोगी आहे. याची फार मोठी किंमत भविष्यात मोजावी लागण्याची शक्यता नाकारता येत नाही आणि म्हणूनच या सागरतटीय सुरक्षा विधेयकाचे सर्वांनीच मनापासून स्वागत करायला हवे.

७८ | आंग्रिया बँक : प्रवाळ खजिन्याचा शोध

विजयदुर्गच्या पश्चिमेला समुद्रात २० मीटर खोलीवर असलेल्या जगप्रसिद्ध आंग्रिया बँक या दुर्लक्षित प्रवाळ बेटाचे सविस्तर संशोधन १६ डिसेंबर २०१३ पासून राष्ट्रीय सागर विज्ञान संस्थेमार्फत सुरू झाले. सगळ्या सागर प्रेमींसाठी ही एक विलक्षण आनंदाची घटना होती, यात शंका नाही.

आंग्रिया बँक या प्रवाळ बेटाचे संपूर्ण व सविस्तर संशोधन करणे, हे एक महा कठीण काम आहे. समुद्राच्या तितक्याच कठीण भागात हे काम सागरी पर्यावरणात सक्षमतेने काम करू शकेल अशा संस्थेकडे देणे महत्त्वाचे असल्यामुळे ते गोव्याच्या राष्ट्रीय सागरविज्ञान संस्थेकडे (NIO) एप्रिल २०१३मध्येच देण्यात आले.

आंग्रिया बँक हे विजयदुर्गच्या पश्चिमेला १०५ किमी अंतरावर असलेले एक बुडालेले कंकणाकृती प्रवाळ बेट असून, जगातील सर्वांत मोठा प्रवाळ साठा तिथे असावा असा अंदाज केला गेला आहे. जैवविविधतेने समृद्ध असा हा ६०० चौरस किमी क्षेत्रफळाचा प्रवाळ प्रदेश भारताच्या समुद्र बुड मंचाच्या (Continental Shelf) सीमेजवळच आढळतो. प्रवाळांची भरपूर वाढ आणि अत्यंत दुर्मीळ अशा व्हेल शार्कचे अस्तित्व यामुळे या प्रदेशाला अनेक दृष्टींनी महत्त्व प्राप्त झाले आहे; असे असूनही अजूनपर्यंत हा प्रवाळ खजिना दुर्लक्षितच राहीलाय. अजूनही या भागाचे संपूर्ण परिसर संशोधन झालेले नाही. NIO (National Institute of Oceanography), CMFRI (Central Marine Fisheries Research Institute) आणि FSI (Forest Survey of India) यांनी प्राथमिक सर्वेक्षण करून या प्रदेशात विस्तृत प्रवाळ खडकांचे व प्रवाळांचे अस्तित्व लक्षात आणून दिले होतेच.

आंग्रिया बँकवर जिथे प्रवाळांची वाढ झाली आहे तिथे तळभागावर वाळू आणि शिंपल्यांचा थर आहे. प्रवाळ बेटाच्या ३५० चौरस किमी भागात विविध प्रकारचे प्रवाळीय वनस्पती व प्राणी (Reef Flora and Fauna) आढळतात, स्थलांतर करून येणाऱ्या१० ते १५ फूट लांबीच्या व्हेल्स आणि शार्क व्हेल्स जमा होण्याचे ते मुख्य ठिकाण आहे. होलोसीन या जीवशास्त्रीय कालखंडात म्हणजे गेल्या दहा हजार वर्षांत वाढलेल्या समुद्र पातळीमुळे इथल्या प्रवाळांच्या वाढीस पोषक परिस्थिती निर्माण झाली.

बेटाचा मूळ खडक बेसॉल्ट असून मालदीवच्या उत्तरेपर्यंत आणि लक्षद्वीपपर्यंत

हाच मूळ खडक सलग असावा असाही एक अंदाज वर्तविण्यात आला आहे. काहींच्या मते, हे प्रवाळ cenozoic कालखंडातील म्हणजे ६ ते साडेसहा कोटी वर्षं जुने असावेत.

सरासरी २० मीटर खोलीवर असलेल्या या बेटाच्या आजूबाजूच्या समुद्राची खोली एक हजार मीटर इतकी आहे.

प्रवाळ खडक (Coral Reef) तयार करणारे प्रवाळ (Corals) हे एकत्रितपणे चुन्याचे संचयन करून, विस्तृत वसाहती करणारे सागरी जीव आहेत. सध्याच्या युगातील प्रवाळ हे खंडीय मंच किवा समुद्रबुड जमिनीवर (Continental Shelf) आणि खोल समुद्रातील बेटांच्या आवतीभोवती वाढताना आढळतात. १६ अंश ते ३६ अंश सेल्सिअस इतके सागरजलाचे तापमान, दर हजारी २५ ते ४० इतकी क्षारता, घट्ट व गुळगुळीत तळ, पाण्याची सहज हालचाल आणि जोरदार भरती प्रवाह अशी परिस्थिती असणारे अपतट प्रदेश हे प्रवाळ वाढीला 'आदर्श प्रदेश' असतात. गाळयुक्त प्रवाह किंवा गाळाचे संचयन प्रवाळांच्या वाढीला प्रतिकूल असते.

समुद्रात २० मीटर खोलीपर्यंत सूर्यप्रकाश पुरेशा प्रमाणात पोहोचू शकतो. त्यामुळे या खोलीपर्यंत प्रवाळांची चांगली वाढ होऊ शकते. जगात अनेक ठिकाणी ६० ते ७० मीटर खोलीवरही प्रवाळ आढळतात; मात्र, त्यातील काही मृत असतात. मृत प्रवाळांच्या वसाहतीतच नवीन प्रवाळ जन्म घेतात आणि त्यामुळे प्रवाळ खडकांचा विस्तारही वाढतो.

उथळ सागरतळांवर आणि सागरी बेटांच्या किनाऱ्याजवळ तयार होणाऱ्या प्रवाळ खडकांना प्रवाळ भित्ती (Coral Reef) असे म्हटले जाते. सीमावर्ती किंवा Fringing Reef, रोधक किंवा Barrier Reef आणि कंकणाकृती किंवा Atoll असे त्यांचे मुख्य प्रकार आहेत.

प्रवाळांच्या वाढीस आणि प्रवाळ खडकांच्या निर्मितीसाठी अतिशय अनुकूल अशी उष्ण कटिबंधीय परिस्थिती असूनही भारताच्या पूर्व आणि पश्चिम किनाऱ्यावर प्रवाळ हे खूप कमी ठिकाणी आणि विखुरलेल्या भागातच आढळतात.

वायव्येकडील कच्छचे आखात, अति दक्षिणेकडील तटीय प्रदेश, लक्षद्वीपचा समुद्र, मंगलोरच्या पश्चिमेला समुद्रात शंभर किमी अंतरावर गावेशनी इथे, पूर्व किनाऱ्यावर कुडालोरपासून पॉण्डिचेरीपर्यंत मंडपम आणि रामेश्वरमच्या नैर्ऋत्येस, मानारच्या आखातात आणि तुतिकोरीनपर्यंत किनाऱ्याजवळ, लहानमोठी प्रवाळ खडकांची बेटे विखुरलेली

आढळतात.

भारताच्या किनाऱ्यावर प्रवाळांचे ३४० प्रकार आढळतात. प्राचीन काळात भारताचे अपतट (Offshore) प्रदेश प्रवाळांनी आणि प्रवाळ खडकांनी समृद्ध होते. गेल्या काही दशकात किनारी प्रदेशात होणारे तेलजन्य व त्याज्य उत्सर्जन आणि औद्योगिक प्रदूषण यामुळे व मासेमारीचे वाढते प्रमाण आणि खारफुटीचे पुनर्प्रापण (Reclamation) यामुळे हे प्रमाण खूपच घटले आहे. कच्छचे आखात, लक्षद्वीप समूहातील पिट्टी बेटे, मानारचे आखात, मालवण वेंगुर्ले किनारपट्टी व अंदमान ही आज प्रवाळ प्रदेशांच्या संरक्षणाची नितांत गरज असलेली ठिकाणे आहेत.

प्रवाळांच्या संधारण संबंधात कच्छचे आखातही फार महत्त्वाचे ठरते आहे. इथल्या प्रदूषणाचे प्रमाण इतके मोठे आहे की, त्यामुळे इथे प्रवाळांची नवनिर्मिती आता थांबू लागली आहे. भारताच्या किनाऱ्यावर नवीन प्रवाळ तयार होण्यासारखी परिस्थिती दिवसेंदिवस कठीणच होते आहे. किनाऱ्यावरील वाढते प्रदूषण आणि आपल्या सगळ्यांनाच समुद्राबद्दल वाटत असलेली अनास्था यामुळे जैवविविधतेने समृद्ध असे हे प्रदेश नष्ट होण्याच्या मार्गावर आहेत.

आंग्रिया बँक या प्रवाळ बेटांच्या सविस्तर संशोधनाला आणखी काही कारणामुळेही महत्त्व आहे. प्रवाळ आणि प्रवाळ बेटे ही पर्यावरण बदलांच्यादृष्टीने खूपच संवेदनशील असतात. प्रवाळ बेटांवरच्या पर्यावरणात अगदी थोडासाही बदल झाला तरी बेटांवरील प्रवाळांच्या संपूर्ण वसाहतीवर त्याचा दूरगामी व संहारक असा परिणाम होऊ शकतो. ऊर्जानिर्मिती केंद्रे जेव्हा किनाऱ्याजवळ निर्माण केली जातात तेव्हा उष्ण पाण्याचे समुद्रात उत्सर्जन केले जाते. उथळ सागरजलाच्या तापमानात जेव्हा अशी वाढ होते तेव्हा २० मीटर खोलीपर्यंतची प्रवाळ बेटे अक्षरशः नष्ट होतात. आंग्रिया बँक या प्रवाळ बेटाचे स्थानही असेच संवेदनशील आहे.

आंग्रिया बँक हे जगातले सर्वोत्तम सागरी पर्यटन केंद्र म्हणून नावारूपास येऊ शकते. तेवढी त्याची क्षमता नक्कीच आहे; पण त्याहीपेक्षा त्याचे महत्त्व आहे ते त्यावर असलेल्या जगातील सर्वांत मोठ्या प्रवाळ साठ्याचे! सागरी वनस्पती, सागरी जीव आणि सागर पातळीतील भूशास्त्रीय बदलांचा सगळा इतिहासच उलगडून दाखविण्याची विलक्षण कुवत या प्रवाळ बेटात आहे आणि म्हणूनच हे संशोधन इतके महत्त्वाचे आहे.

७८ | भरतीच्या समुद्रपातळीत अनपेक्षित वाढ

३१ जानेवारी व १ फेब्रुवारी २०१४च्या मध्यरात्री कोकण किनाऱ्यावर डहाणूपासून आरोंदा रेडीपर्यंत सर्वत्र भरतीच्या समुद्रपातळीत २० ते ३० सेंमीनी वाढ झाली. नेहमीच्या भरतीपेक्षा ही भरती सगळीकडे इतकी मोठी होती की, त्यामुळे किनाऱ्यावरील खाड्या पाण्याने भरून जाऊन, रत्नागिरीजवळ शिरगाव, सोमेश्वर सारख्या ठिकाणी खाडी किनारी असलेल्या शेतातून व वस्त्यातून पाणी घुसले. खाडी किनारी जिथे वस्त्या खाड्यांना लागून, सपाट प्रदेशालगत आहेत, तिथे हा परिणाम प्रकर्षाने दिसला. खाडीत, भरतीचे पाणी जिथे खूप आतपर्यंत जात नाही अशा ठिकाणीही हे पाणी पोहोचले. जयगड खाडीत कोळीसऱ्यापर्यंत हे पाणी आत घुसले.

ही घटना रात्री घडल्यामुळे फारच कमी ठिकाणी त्याची नोंद होऊ शकली. ३१ जानेवारीला चंद्र पृथ्वीच्या खूप जवळ असल्यामुळे ही घटना घडणे अपेक्षित होते. सर्व्हे ऑफ इंडियाने प्रसिद्ध केलेल्या भरती-ओहोटीच्या सारिणीत (Tide Table) ही वाढणारी पातळी यापूर्वीच नमूद केलेली आहे. असे असले तरी, या सारिणीत दर्शविलेल्या भरतीच्या पातळीपेक्षाही ५ ते १० सेंमीनी ही पातळी अनेक ठिकाणी वाढल्यामुळे खाडी किनारे ओलांडून पाणी शेतात घुसले.

सागर पातळीत जागतिक पातळीवर निश्चितपणे वाढ होत आहे असेच ही घटना सुचवीत आहे. सागर पातळीत होत असलेल्या बदलांची नोंद करण्याचे जे प्रयत्न चालू आहेत, त्यात या घटनेने महत्त्वाची भर पडली आहे, असे कोकण किनाऱ्यावर चालू असलेल्या संशोधनातून स्पष्ट होते.

चंद्राच्या उपभू स्थितीत (Perigee),पौर्णिमेस व अमावस्येस भरतीच्या वेळी समुद्र पातळीत नेहमीच वाढ होत असते. अशा वेळीच, समुद्र पातळीत अपेक्षेपेक्षा जास्त झालेली वाढ, लक्षात येण्याची शक्यता जास्त असते. ३१ जानेवारी व १ फेब्रुवारी हे दिवस यादृष्टीने फारच महत्त्वाचे होते. कोकण किनाऱ्यावरील विविध ठिकाणाहून मिळालेल्या माहितीनुसार या वर्षी ३१ जानेवारी व १ फेब्रुवारीला मध्यरात्री सर्वत्र भाकीत केलेल्या (Predicted) भरतीच्या उंचीपेक्षा ५ ते १० सेंमीने पातळीत वाढ झाली. याचे कारण समुद्र पातळीत होत असलेली वाढ हेच असावे, असे लक्षात येते.

इतक्या उंचीपर्यंत भरतीचे पाणी चढण्याची नोंद यापूर्वी झालेली नाही, असे बंदर विभागानेही स्पष्ट केले होते.

७९ | प्राग-ऐतिहासिक कालखंडातील कोकणचा किनारा

प्राग-ऐतिहासिक (Prehistoric) कालखंडात कोकणचा किनारा कसा होता, त्याची नेमकी कल्पना आता उपग्रह प्रतिमांच्या साहाय्याने येऊ लागली आहे. गेल्या २००० ते ३००० वर्षांच्या कालखंडात समुद्राची पातळी कोकणात नक्कीच आजच्यापेक्षा ४ ते ५ मीटरनी उंच होती. त्याचे जागोजागी विखुरलेले पुरावे, नित्य चालू असलेल्या संशोधनातून हळूहळू लक्षात येतच होते. आता उपग्रह प्रतिमांच्या अभ्यासातून पूर्वीच्या किनाऱ्याची नेमकी सीमा दाखविणे शक्य झाले आहे.

आजच्या प्रमाणेच पूर्वीच्या किनारपट्टीवर वाळूचे दांडे, खाड्या, पुळणी आणि वाळूच्या टेकड्या असल्या तरी त्यांचे स्थान आजच्या किनाऱ्याच्या पलीकडे, जमिनीच्या दिशेने सरासरी एक ते दीड किमी असे लक्षात येते. या प्राचीन किनारी भू-रूपांच्या विस्तारात, उंचीत आणि उतारात बदल झाल्याचेही दिसून येते.

इथली खारफुटी जंगले आणि खाड्या गेल्या १००० वर्षांत परिपक्व (Mature) झाल्याचे संकेतही मिळत आहेत. दिवे आगर, मोचेमाड, तांबळ डेग येथील जुन्या वाळूच्या टेकड्या, काळबादेवी, उभादांडा, रेवदंडा, हरेश्वर येथील वाळूचे अवशिष्ट दांडे, वाघोटण, आचरा, गड नदी मुखाच्या प्रदेशात झालेले स्थान बदल, खाडीत २ ते ३ किमी आत किंवा वाळूच्या टेकड्यांच्यामागे सापडणाऱ्या अश्मीभूत पुळणी अशा अनेक घटनांवरून पूर्वीच्या कोकण किनाऱ्याचा शोध घेणे व किनाऱ्याची रेषा काढणे शक्य झाले.

८० | किनाऱ्याच्या भूशास्त्रीय इतिहासाचे नष्ट होणारे नैसर्गिक दस्तऐवज

कोकण किनाऱ्यावरील बदलांची नोंद जतन करून ठेवणाऱ्या वाळूच्या टेकड्यांचा झपाट्याने ऱ्हास होत असल्याची अनेक उदाहरणे गेल्या काही दिवसांत केलेल्या संशोधनातून समोर आली आहेत.

कोकण किनाऱ्यावर असलेल्या वाळूच्या टेकड्या, कोकणाचा भूशास्त्रीय इतिहास, गेल्या हजार-बाराशे वर्षांत किनाऱ्यावर झालेले सागर पातळीतील बदल, सागरी लाटांचे व भरती-ओहोटीचे बदलते स्वरूप याचबरोबर किनाऱ्याचा सांस्कृतिक व अति प्राचीन भूरूपिक इतिहास या सर्व घटनांची सविस्तर नोंद ठेवणारे असे सक्षम भूरूप आहे.

प्रस्तुत लेखकाने १९९० साली शोधलेली केळशी येथील 'जगावेगळी वाळूची टेकडी' हे याचे उत्तम उदाहरण आहे. या टेकडीत सातशे वर्षांपूर्वी कोकण किनाऱ्यावर येऊन गेलेल्या प्रचंड मोठ्या, त्सुनामी सदृश लाटेचे अनेक पुरावे आढळले. हा वाळूच्या टेकडीचा प्रचंड ढीग आज, टेकडीस भेट देणाऱ्या अनेकांमुळे नष्ट होण्याच्या स्थितीत आहे. किनारी महामार्गाच्या प्रकल्पामुळे या टेकडीची खूप नासधूस झाली आहे.

कोकणात सापडलेल्या वाळूच्या टेकड्या किनाऱ्याचे भू-आकारीक स्थैर्य, पर्यावरणीय व परीसरिय विविधता, जैवविविधता टिकवून ठेवण्याचे फार मोठे काम करतात. गेल्या काही दिवसांत केलेल्या संशोधनात असेही लक्षात आले आहे की, जिथे या टेकड्या ६ मीटरपेक्षा जास्त उंच आहेत, ८० ते १०० मीटर अंतरावर आहेत आणि थोड्या जुन्या आहेत त्यांचा खालचा ४ मीटरचा पट्टा प्राचीन संस्कृती, सागर पातळी आणि सागरी जैवविविधता जतन करणारा विभाग आहे.

आज या सर्वच टेकड्यांची पर्यटन व्यवसायाच्या आणि विकास कामांच्या नावाखाली जी मोठ्या प्रमाणावर नासधूस चालू आहे त्यामुळे वर वर्णन केलेले सर्व महत्त्वाचे पुरावे व भूशास्त्रीय नोंदी नष्ट होत आहेत.

गेल्या १० हजार वर्षांपूर्वी कोकणात समुद्र पातळी आजच्यापेक्षा खूपच खाली होती. हवामानही कोरडे होते. त्यानंतर पातळीत झपाट्याने वाढ होऊन ती आज जिथे आहे तिथे ६ हजार वर्षांपूर्वी येऊन स्थिर झाली. २ हजार ते २५०० वर्षांपूर्वी ती पुन्हा १ ते दीडमीटर वर आली आणि पुन्हा खाली गेली. गेल्या काही वर्षांत त्यात अनेक आंदोलनेही झाली असावीत. तसे पुरावे या वाळूच्या टेकड्यातून आढळतात.

चिखले, नरपड, वाढवण, नागाव, तारकर्ली-देवबाग, पुरळ, कोलथरे, मोचेमाड, गुहागर, वेळणेश्वर, केळशी आणि वेळाघर इथे टेकड्यांचा ऱ्हास प्रकर्षाने लक्षात आला व आपण किनाऱ्याच्या भूशास्त्रीय इतिहासाचे नैसर्गिक दस्तऐवज कसे नष्ट करीत आहोत, त्याची बोचरी जाणीव झाली.

८१ | कोकण किनाऱ्यावरील खाड्या गाळाने मोठ्या प्रमाणात भरून जात आहेत

कोकण किनाऱ्यावरील नदीमुखे व खाड्या २०१० साली गाळाने मोठ्या प्रमाणात भरून गेल्या असल्याचे लक्षात आले. पावसाळा सुरू होऊन नद्यातून पाणी वाहायला लागेपर्यंत हीच स्थिती रहाणार होती. जास्त प्रमाणात गाळ भरल्यामुळे मासेमारी, जलवाहतूक यावरही परिणाम होण्याची शक्यताही वर्तविण्यात आली होती.

खाडी मुखापाशी पावसाळा वगळता इतर वेळी लांबच लांब वाळूचे पट्टे तसे दरवर्षीच तयार होतात. खाडी मुखे गाळाने भरून जातात. त्यात वाळूची बेटे तयार होतात. पावसाळ्यात खाडी प्रदेशातील ही वाळूची बेटे व वाळूचे दांडे, नदीतून प्रचंड वेगाने वाहत येणाऱ्या पाण्यामुळे नष्ट होतात व ही वाळू किनारा समीप प्रदेशात हजार दीड हजार मीटरपर्यंत वाहत जाते. पावसाळ्यात याच वाळूचे विस्तीर्ण दांडे पाण्याखाली तयार होतात. पावसाळ्यात खाडी मुखे खोल बनतात. पावसाळा संपला की, नदीतील पाण्याचे प्रवाह क्षीण होतात. यानंतर पुढचा पावसाळा येईपर्यंत ठरावीक उंचीच्या लाटा तयार होतात. सागर तट प्रवाहसुद्धा वायव्येकडून किनाऱ्याला समांतर वाहतात. पावसाळ्यात समुद्रात गेलेली वाळू पुन्हा खाड्यांच्या दिशेने प्रवास करू लागते व खाडी मुखापाशी ती साचली जाऊन त्याचे लांबच लांब पट्टे तयार होतात. त्यामुळे पावसाळ्याच्या सुरुवातीपर्यंत खाडी मुखे मोठ्या प्रमाणावर अर्धबंदिस्त होतात. अगदी अरुंद अशा मार्गातून भरती-ओहोटीचे पाणी खाडीत शिरते व बाहेर पडते.

गेल्या काही वर्षांपासून या खाड्या गाळाने भरून जाण्याचे प्रमाण वाढतेच आहे. खाडी प्रदेशातील वाळूची बेटे व वाळूचे दांडे यामुळे इथले सगळे पर्यावरणच बदलून जाते आहे. मासेमारी तर धोक्यात आलीच आहे शिवाय आजूबाजूच्या शेत जमिनींची क्षारतही वाढू लागली आहे.

दक्षिण रत्नागिरी व सिंधुदुर्ग येथील खाड्यात ही गोष्ट प्रामुख्याने दिसून येत आहे. गेले वर्षभर चालू असलेल्या संशोधनातून असेही लक्ष्यात येते आहे की, किनारा समीप प्रदेशातील अनुतट प्रवाहांपेक्षा खाडीत समोरून घुसणाऱ्या लाटांमुळे वाळू संचयनाची ही प्रक्रिया मोठ्या प्रमाणावर होते आहे. सध्या उपलब्ध असलेल्या उपग्रह प्रतिमांमध्येही गाळाचे हे संचयन सहजपणे दिसून येत आहे.

८२ | भूजल प्रदूषण

महाराष्ट्रातील अनेक गावांना दरवर्षी पिण्याच्या पाण्याची कमतरता जाणवत आहे. ही समस्या केवळ पाण्याच्या कमतरतेपुरतीच मर्यादित नसून, अनेक ठिकाणी भूजलाच्या प्रदूषणामुळे उपलब्ध पाण्याची प्रतही कमी होत आहे व ते पाणी पिण्यास अयोग्य बनते आहे.

प्रदूषित भूजल पिण्यामुळे आरोग्यावर होणारे दुष्परिणाम ही एक मोठीच समस्या आहे. भूजल प्रदूषित होण्याचे प्रमाणही गेल्या काही वर्षांत वाढल्याचे लक्षात येते आहे. भूजल प्रदूषित होते तेव्हा ते स्वच्छ होण्याची शक्यता खूप कमी असते. भूपृष्ठाखाली दर मीटरला ३० सेंमी इतक्या संथ गतीने भूजल पुढे सरकत असते. त्यामुळे त्यातील प्रदूषके सहजगत्या इतरत्र पसरत नाहीत व पाणी प्रदूषकांनी संपृक्त बनूनच पुढे जात राहते. शिवाय भूजलाचे तापमान भूपृष्ठावरील पाण्यापेक्षा कमी असल्यामुळे व मुळातच या पाण्यात जिवाणू कमी असल्यामुळे प्रदूषकांचे विघटन होण्याची क्रियाही या पाण्यात होत नाही, त्यामुळे भूजल एकदा प्रदूषित झाले की, हजारो वर्षे त्याच अवस्थेत राहते. लेड, आर्सेनिक, फ्लूरॉइड ही द्रव्ये त्यात कायमच आढळतात.

नेमक्या किती विस्तृत भागात भूजल प्रदूषित झाले आहे, त्याचा अंदाज करता येत नाही. अमेरिकेसारखे काही श्रीमंत देश यावर भरपूर पैसा खर्च करून प्रदूषित भूजल क्षेत्रांचे मापन करतात, प्रदूषणाचे प्रमाणही शोधतात; पण ही खर्चीक गोष्ट असल्यामुळे बऱ्याच देशांत हे होत नाही व त्यामुळे यासंबंधीची खूपच कमी आकडेवारी आज आपल्याला उपलब्ध आहे. जी आकडेवारी उपलब्ध आहे त्यावरून असे दिसते की, शहरातून केल्या जाणाऱ्या पाणीपुरवठ्यासाठी जे भूजल वापरले जाते, त्यात ४५ टक्के सेंद्रिय रासायनिक प्रदूषके आढळतात. शहरी भागात साठलेले पाणी भूमिगत होऊन भूजलाचे फार मोठे प्रदूषण होते. डिझेल, पेट्रोलची भूमिगत साठवण, विषारी द्रावकांची उद्योगांच्या परिसरातील भूमिगत साठवण यामुळेही हे प्रमाण वाढते.

किनारी प्रदेशात, भूजलाच्या वाढत्या उपशामुळे खाऱ्या पाण्याचे भूजलातील प्रमाण वाढते व भूजल खारट होते. विंधन विहिरींच्या वाढत्या संख्येमुळे नैसर्गिकरीत्याच अशा विहिरींच्या पाण्यात आर्सेनिकचे प्रमाण वाढते व पाणी प्रदूषित होते. जागतिक आरोग्य संघटनेच्या अभ्यासानुसार बांगलादेश, पश्चिम बंगाल इथे आर्सेनिकयुक्त भूजल पिणाऱ्यांचे प्रमाण जगात सर्वाधिक आहे.

प्रदूषित झालेले भूजलाचे साठे (ॲक्विफर) स्वच्छ करणे हे केवळ अशक्य असे काम आहे. त्याची मुख्य कारणे म्हणजे त्याची व्याप्ती, मोठे प्रमाण, दुर्गमता आणि अतिशय संथ गती. शिवाय प्रदूषित पाणी वर खेचणे, स्वच्छ करणे व पुन्हा भूजल साठ्यात परत पाठविणे, हे फार खर्चाचे; त्यामुळे भूजल प्रदूषित होऊ न देणे हाच त्यावर एकमेव उपाय आहे. भूमिगत साठवण प्रदेशातून (अंडरग्राऊंड स्टोरेज) कुठलीही रसायने, प्रदूषके, तेल इत्यादी झिरपून भूजल साठ्यापर्यंत जाऊ न देणे हा एक चांगला उपाय ठरू शकतो.

पावसाच्या पाण्याबरोबरच नद्या, तळी, सरोवरे, खाड्या आणि पाणथळ प्रदेशातील पाणी झिरपून भूजल साठे तयार होतात. पाणी झिरपण्याच्या वेगापेक्षा पाणी उपसण्याचा वेग वाढला आणि प्रमाण वाढले की, भूजल साठे कमी होत जातात. गेल्या शतकात भूजल उपसण्याच्या प्रमाणात पूर्वीपेक्षा सात पटीने जास्त वाढ झाली आहे.

भूजलाचे प्रदूषण आपल्याला दिसत नसल्यामुळे त्याबद्दल आपण बऱ्याच वेळा बेफिकीर असतो. त्यामुळे भूजल प्रदूषणाविषयी जनाजागृती होणे अतिशय गरजेचे असल्याचे अनेक भूजलशास्त्रज्ञांचे म्हणणे आहे. भूजल उपसा वाढल्यामुळे होणारे परिणामही हानिकारक आहेत. जमिनी खचणे, किनारी प्रदेशात पाणी खारट होणे, खोलवर गेलेल्या विहिरीतून फ्लोरिन, अर्सेनिकसारखी द्रव्ये पाण्यातून येणे, अशा अनेक समस्या यातून उद्भवतात. त्यामुळे भूजलाचा कमी उपसा व भूजल प्रदूषणावर नियंत्रण यांचा प्राधान्याने विचार होणे आता अपरिहार्य ठरणार आहे, यात शंका नाही.

८३ | कोकण किनाऱ्याचे आकर्षण व जोखीम मूल्य

खडकाळ व रौद्र सौंदर्यामुळे आणि शांत, स्वच्छ वातावरणामुळे कुणालाही आकर्षण वाटावं असा कोकण समुद्रकिनारा आहे. मात्र, केवळ किनाऱ्यावर जाऊन, लाटांशी मस्ती करून, आनंद लुटून यावं इतका हा किनारा सुरक्षित नाही. कमी-जास्त फरकाने हा सगळा किनारा नवख्या आणि किनाऱ्याला अपरिचित असलेल्यांसाठी धोकादायकच आहे! हा सगळाच किनारा विलक्षण सुंदर अशा सागरी भूरूपांनी नटलेला आहे. प्रत्येक भूरूपाचे जसे वेगळे आकर्षण मूल्य आहे तसे त्याचे जोखीम

मूल्यही आहेच. नेमकं तेच माहीत नसल्यामुळे किंवा ते समजून घेण्याची मानसिकता नसल्यामुळे किनाऱ्यावर दुर्घटना घडताना दिसतात.

लाटा : या किनाऱ्यावर उत्तर-दक्षिण दिशेनं लाटांची दिशा, उंची आणि वेग यात ऋतुनुसार खूप बदल होत असतात. मॉन्सूनपूर्व व मान्सूनोत्तर काळात म्हणजे फेब्रुवारी ते मे आणि ऑक्टोबर ते जानेवारी या काळात वायव्य व पश्चिम दिशेकडून साधारणपणे ३ ते ८ नॉट(ताशी ७ ते १८ किमी)वेगाने येणाऱ्या २ मीटर उंचीच्या लाटा, मॉन्सूनमध्ये नैर्ऋत्येकडून १४ नॉट (ताशी ३२किमी) वेगाने वाहतात. त्यांची उंची ५ ते ७ मीटर इतकी वाढते. या काळात सगळीकडेच समुद्र खवळलेला असला तरी श्रीवर्धनच्या दक्षिणेला वेंगुर्ल्यापर्यंत तो अधिक धोकादायक असतो; कारण या किनाऱ्यावर भूशिरे आणि समुद्र कडे संख्येने जास्त आहेत.

भरती-ओहोटी : दर सहा तासांनी येणाऱ्या भरती-ओहोटीतील तफावत (टायडल रेंज) तेरेखोलपासून रत्नागिरीपर्यंत दीड ते २ मीटर, त्यानंतर रेवसपर्यंत २ ते साडेतीन मीटर आणि त्यापुढे बोर्डीपर्यंत साधारणपणे ६ मीटर इतकी वाढत जाते. किनाऱ्याच्या रचनेनुसार (कॉनफिग्युरेशन) यात थोडाफार बदलही होतो. याचा अर्थ असा की, तेरेखोलपासून रत्नागिरीपर्यंतच्या किनाऱ्यावर भरती-ओहोटीचा परिणाम कमी व लाटांचा जास्त असतो. त्यापुढे बोर्डीपर्यंत लाटांचा परिणाम कमी होऊन भरती-ओहोटीचा परिणाम वाढत जातो. याच कारणामुळे पालघर, डहाणू बोर्डीचा किनारा भरती-ओहोटीच्या काळात जास्त धोकादायक असतो. याचा अर्थ असा नाही की, इतरत्र तो कमी असतो. प्रत्येक ठिकाणी या काळात पाण्याखाली असलेल्या पुळणीवर आणि खाडीत तयार झालेले भोवरे, प्रवाह, ओहोटीच्या वेळी समुद्राच्या दिशेने परत जाणारे वेगवान पाणी यामुळे कमी-अधिक फरकाने हा धोका सर्वत्र असतोच.

आजकाल हळूहळू वाढणाऱ्या सागर पातळीमुळे आत्तापर्यंत माहीत असलेल्या या प्रवाह चक्रातही बदल होऊ लागलेत. स्थानिकांना आपल्या परिसरातील समुद्र किनाऱ्यावरच्या लाटांचे, भरती-ओहोटीचे, प्रवाहांचे नेमके व अचूक ज्ञान असते; पण वाढणाऱ्या सागरपातळीमुळे त्यांचीही गणिते थोडी चुकू लागली आहेत. त्यांच्याशी, विशेषतः मासेमारी करणाऱ्या लोकांशी व ज्यांचे जीवन भरती-ओहोटीशी निगडित आहे त्यांच्यांशी बोलल्यावर या गोष्टी आमच्या लक्षात आल्या.

पुळणी : कोकण किनाऱ्यावर आढळणाऱ्या पुळणी (बीचेस) खूपच वैविध्यपूर्ण आहेत. बऱ्याचश्या पुळणी या वाळूच्या असल्या तरी रेवसच्या उत्तरेला बोर्डीपर्यंत वाळू बरोबर पुळणीवर चिखलाचे प्रमाणही वाढताना दिसते. बोर्डी इथे ओहोटीच्या

वेळी उघड्या पडणाऱ्या लांबलचक व रुंद पुळणीवरून चालताना, आपण चिकट, निसरड्या, चिखलयुक्त प्रदेशातून चालत असल्याचे स्पष्टपणे जाणवते. त्यामुळे असे किनारे अधिकच धोकादायक म्हणावे लागतात. अक्सा सारख्या ठिकाणी तर वाळू खचत असल्यामुळे फिरताना खूप काळजी घ्यावी लागते. रायगड, रत्नागिरी, सिंधुदुर्ग इथल्या पुळणीवर वेगवेगळ्या खडक आणि खनिजांपासून बनलेली काळ्या, लालसर व पांढऱ्या रंगाची पण लाटांबरोबर वेगाने समुद्राच्या दिशेने सरकत जाणारी वाळू आढळते. इथे आलेल्या नवख्या व्यक्ती यामुळे तोल जाऊन पाण्यात पडल्यामुळे वाहून गेल्याचे अनेक स्थानिकांचे निरीक्षण आहे.

सागरतट मंच : कोकण किनाऱ्यावर लांब-रुंद असे सागरतट मंच असून, त्यांच्या जमिनीकडच्या बाजूंवर मोठमोठ्या शीळा आणि दगडांचा खच पडलेला दिसतो. लाटांच्या सदैव चालू असलेल्या माऱ्यामुळे हे दगड फुटून, विदीर्ण होऊन सर्वत्र पसरलेले दिसतात. भरतीच्या वेळी हा सगळा प्रदेश रौद्र रूप धारण करतो. दगडा दगडांतून व खडकातील भेगातून प्रचंड वेगाने वर उसळणाऱ्या अशा लाटांत जाणे म्हणजे संकटाला निमंत्रणच असते! भरतीच्या वेळी वर आलेले पाणी या मंचावर ठीकठिकाणी साठून, मंचावरील खडक इतके निसरडे बनतात की, तिथून चालताना क्षणार्धात आपण घसरून खाली पडू शकतो. त्यामुळे ओहोटीच्या वेळीही मंचावर काळजी घेऊनच चालावे लागते. या मंचावर हजारो वर्षांच्या पाण्याच्या आघातामुळे अनेक खड्डे पडून डबकी तयार झालेली आहेत. त्यांचीही चालताना नेहमी जाणीव ठेवावी लागते. बोर्डी, डहाणू, पालघर भागात विस्तीर्ण खडकांवर वाळू आणि चिखलयुक्त मातीत खारफुटीची झाडे वाढलेली दिसतात.

समुद्रकडे व गुहा : रायगडपासून सिंधुदुर्ग पर्यंतच्या किनाऱ्यावर बेसॉल्ट - लॅटेराईट-ग्रॅनाइट खडकात उंचच उंच समुद्र कडे आणि अरुंद पण खोल गुहा दिसतात. धाडस म्हणून केलेल्या पर्यटनात ही ठिकाणे कितीही आव्हानात्मक वाटत असली तरी, खडकांचा निसरडेपणा, भरती-ओहोटीचं चक्र, ठिकठिकाणी वाढलेली झाडं यामुळे निश्चितच धोकादायक आहेत.

कोकण किनाऱ्याची ही सगळी वैशिष्ट्ये त्यांच्या आकर्षण व जोखीम मूल्यांसकट, किनाऱ्यावर, नकाशांच्या व माहितीच्या साहाय्याने जागोजागी, विशेषतः प्रसिद्ध पर्यटन स्थळांच्या ठिकाणी प्रदर्शित करणे आणि स्थानिकांच्या ज्ञानाचा त्यात सहभाग करून घेणे अत्यंत गरजेचे आहे. बेपर्वा, बेजबाबदार आणि निष्काळजीपणे चालणाऱ्या पर्यटनाला त्यामुळे थोडाफार तरी लगाम लागू शकेल, अशी अपेक्षा ठेवायला हरकत नाही.

८४ | समुद्रकिनाऱ्यांवरील संकटांचे वास्तव

आकर्षक पुळणी, सदैव साद घालणाऱ्या समुद्राची गाज, नारळी-पोफळीच्या बागा आणि शांत, सुंदर वाड्या यापेक्षा समुद्र किनाऱ्यांची फारशी माहिती आपल्यापैकी अनेकांना नसते आणि आता तर चार घटका करमणूक करण्यासाठी, लाटांमध्ये मनसोक्त डुंबण्यासाठी आणि शहराच्या घुसमटलेल्या वातावरणातून बाहेर पडून निसर्गाचा निर्भेळ आनंद घेण्यासाठी जाण्याचं एकमेव ठिकाण एवढीच या समुद्रकिनाऱ्यांची गरज उरल्याचं सार्वत्रिक चित्र आहे.

अभ्यास सहली, करमणूक सहली आणि पर्यटन यासाठी आज सर्वाधिक पसंती समुद्र किनाऱ्यालाच दिली जातेय. कुठल्याही प्रकारची नेमकी माहिती न घेता 'किनारा गाठणे' एवढा एककलमी कार्यक्रम राबविण्याचा विचारच यात दिसून येतो. राहण्याची आणि खाण्यापिण्याची चांगली सोय होईल की नाही याबद्दल एक वेळ खूप बारकाईने चौकशी केली जाईल पण जिथे जायचे आहे तो किनारा, तिथली भौगोलिक परिस्थिती, पुळणी, खाड्या, भरती-ओहोटीच्या वेळा, लाटांची उंची या गोष्टींची माहिती, अभ्यास सहलीपूर्वीही करून घेतली जात नाही. त्याची तशी गरजही कुणाला वाटत नाही.

समुद्र किनाऱ्यावर येणाऱ्या पर्यटकांची काळजी घेण्याची, त्यांना धोकादायक ठिकाणांची माहिती देण्याची गरज शासकीय पातळीवर जाणवते आहे, असे चित्रही कुठे दिसत नाही. सगळ्याच पातळ्यांवर केवळ अनास्था, बेपर्वा वृत्ती आणि बेजबाबदारपणा आहे. याची परिणती मग एखाद्या असह्य आणि भयंकर दुर्घटनेत होते. या वेळी आपण केवळ असाहाय्यपणे दुर्घटनेची कारणमीमांसा करीत राहतो; कारण आपण तेवढेच करू शकतो. निसर्ग नियम आणि निसर्गाची कार्यपद्धती पूर्णपणे दुर्लक्षून, क्षणिक सुखासाठी आणि आनंदासाठी, अविचारी साहसासाठी केलेल्या कृतीचे ते फलित असते.

या सगळ्यातून आपण काही शिकत नाही, ही यातली सगळ्यात मोठी शोकांतिका आहे. किनाऱ्यावर जाऊन लांबून लाटा बघून परत यावं असं कोणी म्हणणार नाही. लाटांचा आवेग, त्यांची गाज, पायाखाली हळूहळू सरकणारी वाळू याचा आनंद घ्यायलाच हवा; पण त्यासाठी मनावर ताबा हवा. अविचाराने टाकलेल्या कुठल्याही पावलाचा परिणाम इथे खूप वेदनादायी होऊ शकतो.

समुद्रकिनाऱ्याचे नेमके शास्त्रीय ज्ञान असेल तर आपल्याकडून कुठलंही चुकीचं पाऊल पडण्याची शक्यता कमी असते. त्यामुळे ज्ञान, निदान जुजबी माहिती तरी हवीच! शिवाय निसर्गाचा सन्मान राखण्याची वृत्ती जोपासली गेलीच पाहिजे. त्यामुळेही अविवेकी कृत्य घडण्याची शक्यता कमी होते.

तसं पाहिलं तर समुद्रकिनारे ही धाडस करण्याची जागा नव्हेच. महाराष्ट्रातील बोर्डीपासून तेरेखोलपर्यंत गेली अनेक वर्षं केलेल्या संशोधनातून एक गोष्ट चांगलीच लक्षात आलीय की, या किनाऱ्यावर 'या जागा सुरक्षित', 'या धोकादायक' असं सरधोपटपणे म्हणता येत नाही. एखादी खूप सुरक्षित वाटणारी जागा सदैव बदलणाऱ्या काही सागरी परिस्थितीमुळे एकाएकी धोकादायक ठरू शकते; त्यामुळे महाराष्ट्राच्या किनाऱ्यावर कुठेही फिरताना सदैव जागरूक असणं आणि काळजी घेणं गरजेचंच असतं. समुद्र लाटांची आणि किनाऱ्यावरच्या चिखल-वाळूची थोडी भीती असणंही फायद्याचं.

महाराष्ट्राचा साडे सातशे किमी लांब किनारा मुख्यतः खडकाळ किनारा (Rocky Shore) आहे. अनेक भूशिरे, समुद्रकडे, समुद्रगुहा, मोठमोठ्या खडकांच्या आणि दगडांच्या राशी, लाटांनी घासून बनविलेले तटीय मंच (Shore Platforms) आणि वाळूच्या छोट्या छोट्या पुळणी यांनी बनलेला हा विलक्षण सुंदर पण नवख्यांसाठी तितकाच धोकादायक किनारा आहे. दर सहा तासांनी येणाऱ्या भरती आणि ओहोटीमुळे इथल्या खाड्या आणि पुळणी आपलं जीवनचक्र सारखं बदलत असतात. भरतीच्या वेळी नदीमुखात घुसणारे पाणी, तीस तीस किमी अंतर कापून नदीत घुसते. त्याबरोबर अनेक सागरी जीवही प्रवास करतात. भरतीच्या वेळी पुळणी पाण्याखाली जाऊ लागतात. ओहोटीच्या वेळी पुढच्या सहा तासात पाणी पुन्हा वेगाने समुद्राच्या दिशेने उतरू लागतं. या पाण्याला इतकी प्रचंड ओढ असते की, अशा वेळी खाडी पार करणं किंवा पुळणीवर समुद्राच्या दिशेने पुढे जाणे धोकादायक ठरू शकते.

वेंगुर्ल्यापासून बोर्डीपर्यंत भरतीच्या वेळी पाण्याची पातळी दीड मीटर पासून सहा मीटर इतकी उंच होत जाते. किनाऱ्यावर असताना भरती-ओहोटीची ही कक्षा आणि भरती-ओहोटीच्या वेळा यांची माहिती असणे आवश्यक असते. भरतीचे प्रवाह ओहोटी प्रवाहाइतकेच वेगवान असू शकतात शिवाय ते पाण्यात भोवरेही निर्माण करतात. या भोवऱ्यांच्या जागाही बदलत राहतात. भरती प्रवाहांचा वेग सेकंदाला वीस ते ८० सेंमी इतका असू शकतो. या सर्व गोष्टींमुळे भरती-ओहोटीची

माहिती न घेताच पाण्यात उतरणे संकटाला आमंत्रण दिल्यासारखे होऊ शकते.

समुद्राच्या लाटांची उंची हा ही एक महत्त्वाचा घटक असतो. नेहमीच्या काळात दोन ते तीन मीटर उंची असलेल्या लाटा मॉन्सूनमध्ये पाच मीटर पेक्षाही जास्त उंचीच्या असतात. लाटांची उंची, त्यांची दिशा व वेग या गोष्टींचे ज्ञानही महत्त्वाचे असते. याबरोबरच किनाऱ्याला समांतर वाहणारे तटवर्ती प्रवाहही असतात. ते समुद्रात गेलेल्या नवख्या व्यक्तीला भरकटत नेऊ शकतात. या सगळ्या गोष्टींचा विचार करूनच पाण्यात किती खोल जायचे ते ठरवावे लागते.

समुद्रकडे, समुद्र गुहा, तटवर्ती मंच यावर वाढलेले शेवाळे व त्यामुळे आलेला बुळबुळीतपणा, निसरडेपणा हा अशा ठिकाणी जाणाऱ्यांचा विश्वास हलवून टाकू शकतो आणि एकदा तोल ढासळला तर समुद्र लाटांच्या आणि भरती-ओहोटीच्या चक्रात फसायला वेळ लागत नाही.

महाराष्ट्राच्या संपूर्ण किनाऱ्यावर ही सगळी माहिती, आकडेवारी व नकाशे या स्वरूपात प्रदर्शित केली जाणे आवश्यक आहे. याचबरोबर शासनाने नेमलेली माणसे, कुणालाही खोल पाण्यात जाण्यापासून मज्जाव करण्यासाठी सदैव नेमलेली असावीत. ऑस्ट्रेलियाच्या किनाऱ्यांवर, भरती सुरू झाल्यापासूनच्या तिच्या पुळणीवरील मार्गक्रमणानुसार, लाल बावटे लावत जाणारा तटरक्षक दलातील माणसांचा एक गट पुढे सरकत असतो. पाण्यात जाणाऱ्या उत्साही, धाडसी आणि बेपर्वा स्त्री-पुरुषांना सक्तीने किनाऱ्याच्या दिशेने ते परत पाठवीत असतात. काही किनाऱ्यांवर व्हिसल वाजवून धोक्याची सूचना देत हे लोक खोल पाण्यात गस्त घालीत असतात. आपल्याकडे असे प्रयोग राबविणे शक्य आहे पण पर्यटकांनीही तितक्याच जबाबदारीने त्याला प्रतिसाद द्यायला हवा.

समुद्रकिनारी फिरताना आपली सुरक्षा आपणच ठेवावी लागते. त्यासाठी शासनयंत्रणा कार्यक्षम हवीच पण त्याहीपेक्षा महत्त्वाचं म्हणजे, स्थानिकांकडून तिथल्या किनाऱ्यावरच्या लाटा, भरती-ओहोटी, पाण्यातील भोवरे, घसरणाऱ्या व खचणाऱ्या वाळूची ठिकाणे, निसरडे खडक यांची माहिती घ्यायला हवी. अभ्यास सहलींना जाण्यापूर्वी त्या ठिकाणाची माहिती आधीच घेणं हा तर सगळ्यात उत्तम उपाय.

'समुद्राच्या पाण्याशी खेळ हा जिवावरचा खेळ ठरू शकतो' हे वास्तव लक्षात ठेवूनच या निसर्ग लेण्यांचा आस्वाद घेता येणं जमलं पाहिजे, हे नक्की!

८५ | जी. आय. एस. तंत्रज्ञानाचे विस्तारणारे उपयोजन क्षेत्र

जी. आय. एस. (Geographic Information Systems) म्हणजे भौगोलिक माहितीप्रणाली. प्रचंड क्षमता आणि भरपूर उपयोजन यामुळे या तंत्राची पाळेमुळे आता सर्वत्र घट्ट रुजली आहेत. मोठ्या प्रमाणावरील सांख्यिकीचे व्यवस्थापन व विश्लेषण करणारे प्रगतशास्त्र म्हणून त्याची वैज्ञानिक जगतात गणना होऊ लागली आहे.

संगणकशास्त्रात झपाट्याने होणारी प्रगती, उपलब्ध होणाऱ्या अंकीय (Digital) सांख्यिकीतील वाढ, सांख्यिकी व्यवस्थापन तंत्रातील प्रगती या सारख्या कारणांमुळे जी. आय. एस. तंत्राची उपयुक्तताही दिवसेंदिवस वेगाने वाढते आहे. पृथ्वी पृष्ठावरील विविध पर्यावरणीय प्रक्रियांचे मापन करणे व त्यासंबंधी माहिती गोळा करणे, हे तसे मोठे जिकिरीचे काम! नैसर्गिक घडामोडीतील क्लिष्टपणा हे त्याचे मुख्य कारण. कोणत्याही प्रदेशाचा सर्वांगीण विकास करण्यासाठी या प्रक्रियांची माहिती व विस्तृत सांख्यिकी असणे गरजेचे असते. ही सांख्यिकी अभिक्षेत्रीय (Spatial) असावी, हा ही त्यातला महत्त्वाचा भाग. म्हणजेच ही माहिती भूसंदर्भीत (Georeferenced) असणे आवश्यक. यामुळेच या माहितीला 'भौगोलिकप्रणाली' असे म्हटले जाते.

अशा भूसंदर्भीत माहितीचे एकत्रीकरण करणे, तिचा संचय करणे, पृथक्करण करणे आणि त्यावरून प्रदेशातील परिस्थितीचे प्रारूप तयार करणे, या सर्व गोष्टींचा समावेश जी. आय. एस.मध्ये होतो. आज जी. आय. एस. संदर्भात अनेक संगणकप्रणाली, प्रतिमाने व संकलनप्रणाली उपलब्ध आहेत. त्यांचा वापरही विविध क्षेत्रात परिणामकारकपणे केला जात आहे. एकाच वेळी अनेक घटकांचे पृथक्करण ही या तंत्राची मोठी ताकद आहे. कोणत्याही विपत्ती व्यवस्थापनात जी. आय. एस. पद्धतीत वापरल्या जाणाऱ्या घटकांची नुसती यादी पाहीली तरी या तंत्राचा आवाका व उपयोजितता लक्षात येईल.

हे तंत्रज्ञान विविध विद्या शाखातील संकल्पना व विचार यांचा अभ्यास करून तयार केलेले तंत्र आहे. ते नकाशाशास्त्र, संगणकशास्त्र, अभियांत्रिकी, पर्यावरणशास्त्र, भूदृश्य स्थापत्य, दूरसंवेदन, संख्याशास्त्र व सर्वेक्षण अशा अनेकविध विद्याशाखांवर अवलंबून आहे. यामुळेच या तंत्राची नोकऱ्या उपलब्ध करून देण्याची क्षमता दांडगी आहे.

जी. आय. एस.चे उपयोजन क्षेत्र (Application Field) एवढे विस्तृत आहे

की, विज्ञान विषयातील पदवी असणाऱ्या कुणालाही या क्षेत्रात नोकरीची संधी आहे. या तंत्राचे उपयोजन, शहर नियोजन व शहरांची वाढ, वन्यजीव व्यवस्थापन, आरोग्य सेवा, व्यापार, आपत्ती विमोचन, पर्यावरण रक्षण, स्थानिक प्रदेशांचा विकास, पर्यटन, गव्हनर्न्स, भूमी आलेख, लष्करी व संरक्षण विषयक सेवा, कृषी, मृदा, जलव्यवस्थापन या क्षेत्रात परिणामकारकपणे काम करता येते.

भूगोल, भूशास्त्र, पदार्थ विज्ञान अशा विषयातील पदवी किवा पदव्युत्तर शिक्षणानंतर जी. आय. एस. प्रोग्रामर, ॲनलिस्ट, डेव्हलपर, टेक्निशियन, सर्व्हेयर आणि अभियंता असे अनेक प्रकारचे मोठ्या पगाराचे जॉब मुंबई, पुणे, बेंगळुरू, म्हैसूर, दिल्ली इथे मिळू शकतात. दूरसंवेदन तंत्राचा जास्तीत जास्त उपयोग होणे गरजेचे आहे.

उपग्रहीय दूरसंवेदन हे एक अतिशय प्रगत असे तंत्रज्ञान असून, भारताने या तंत्रज्ञानात खूपच मोठी मजल मारली आहे. आय. आर. एस. आणि इन्सॅट श्रेणीतील उपग्रह पृथ्वीविषयी मोठ्या प्रमाणावर माहिती उपलब्ध करून देत आहेत. आपल्या देशातील नैसर्गिक साधन संपत्तीबद्दल सविस्तर सांख्यिकी त्यामुळेच सातत्याने मिळते आहे. आज भूजलाचे संभाव्य साठे, शेतीचे उत्पादन, प्रवाळ प्रदेश, खारफुटी जंगले, शहरांचा विस्तार, जंगलांची घनता व त्यांच्या ऱ्हासाचे प्रमाण याबरोबरच मान्सूनसारख्या ढग, बाष्प, तापमान यांचे योगदान अशा विविध गोष्टीसंबंधी विस्तृत माहितीसाठा दूरसंवेदन तंत्रामुळे उपलब्ध होते आहे. मात्र, निराशा वाटावी असे चित्र म्हणजे भारतात ही माहिती खूप कमी ठिकाणी संशोधनात आणि सरकारी संस्थात वापरली जात आहे. विविध आपत्तींचे सूचन (वॉर्निंग), हवामान भाकीत (वेदर फोरकास्टिंग), शेती उत्पादनाचे भाकीत, अशा महत्त्वाच्या निर्णय प्रक्रियेत हवाई छायाचित्रे व उपग्रह प्रतिमांचा अगदीच कमी उपयोग केला जात असल्याचे दिसते.

वास्तविक पाहता पृथ्वीवरच्या निरनिराळ्या घटकांची जी माहिती या तंत्राने मिळते ती अगदी बिनचूक असते. एवढेच नाही तर, त्या माहितीची साठवण करून ठेवणेही तितकेच सोपे असते. तशी ती केलीही जाते. संगणकावर, टेपवर, व्हिडिओ वरही माहिती सहजपणे साठविता येते व केव्हाही मिळविताही येते. बहुमुखी प्रतिमांनी (मल्टीपल इमेजिंग) ही या तंत्रातील नावीन्यपूर्ण कल्पना आहे, यात एकापेक्षा अधिक वर्णपटात चित्रण, एकाच प्रदेशाचे अनेक ठिकाणांहून केलेले चित्रण, एकाच प्रदेशाचे अनेक दिवशी केलेले व अनेक कोनातून केलेले चित्रण समाविष्ट असते. त्यामुळेच पूर, त्सुनामी यासारख्या आपत्तींच्या व्यवस्थापनात, जिथे पटकन निर्णय घेणे आवश्यक असते अशा प्रसंगी या तंत्राचे महत्त्व केवळ विलक्षण असते.

१९७२मध्ये नासाकडून (NASA) सर्वप्रथम सांख्यिकी मिळू लागल्यानंतर आपण या क्षेत्रात मोठी प्रगती केली आहे. आज IRS व INSAT श्रेणीतील सूर्यानुगामी (Sun Synchronous) व भूस्थिर (Geostationary) उपग्रह हवामान आणि नैसर्गिक साधन संपत्तीची माहिती, सांख्यिकी स्वरूपात, प्रतिमांच्या स्वरूपात आणि आता त्रिमित स्वरूपातही उपलब्ध करून देत आहेत. Oceansat, Resourcesat, Cartosat, Metsat व Edusat असे विशिष्ट माहिती देणारे उपग्रहही आपल्याला फायद्याचे ठरत आहेत. त्यांनी दिलेल्या माहितीचा नागरी भूमिउपयोजन, खारभूमी व्यवस्थापन, भूस्खलन नियंत्रण, पूर नियंत्रण व व्यवस्थापन, जंगलांचे व मृदांचे सर्वेक्षण आणि संधारण यात चांगला उपयोग करून घेता येतो.

असे असले तरी, दूरसंवेदन तंत्रामार्फत मिळालेली माहिती न वापरण्यावर सरकारी यंत्रणेत आणि सरकारी संस्थातून काम करणाऱ्या अधिकाऱ्यांचा विशेष भर असल्याचेही दिसते; कारण या तंत्रातून मिळालेली माहिती, या अधिकाऱ्यांनी पारंपरिक पद्धतीने मिळविलेल्या माहितीपेक्षा अधिक नेमकी व बिनचूक असते. शिवाय त्यातून सरकारी माहितीतील त्रुटीही लगेच लक्षात येतात. संशोधन संस्थांमधूनही ज्या प्रमाणावर उपग्रह प्रतिमांचा व हवाई छायाचित्रांचा उपयोग करून घेतला जातो, ते अगदीच नगण्य आहे.

भारतात होत असलेल्या नागरी भूमिउपयोजन, खारभूमी व्यवस्थापन, भूस्खलन नियंत्रण, पूर नियंत्रण व व्यवस्थापन, जंगलांचे व मृदांचे सर्वेक्षण आणि संधारण या व अशा सर्व प्रक्रियात दूरसंवेदनतंत्राचा उपयोग जास्तीत जास्त होणे गरजेचे झाले आहे, यात शंका नाही.

८६ | आपत्ती व्यवस्थापन योजनांकडे गांभीर्याने पाहण्याची आवश्यकता

भविष्यात, विशेषतः पावसाळ्यात, येऊ शकणाऱ्या नैसर्गिक आपत्तींच्या निवारणासंबंधीची कोणतीही योजना आपल्या आपत्ती व्यवस्थापन विभागाकडे बरेच वेळा तयार नसते. वास्तविक पाहता, पुढच्या चार ते पाच महिन्यातील नैसर्गिक परिस्थितीचा अंदाज घेऊन, पूर्वानुभव व उपलब्ध आकडेवारी पाहून आपत्ती व्यवस्थापन व निवारण योजना पुरेशा आधी तयार करून ठेवण्याची नितांत गरज असते. अनेक

देशांमध्ये काटेकोरपणे ही प्रथा पाळली जाते.

भारतासारख्या मान्सून हवामानाच्या प्रदेशात तर अशा योजनांची नक्कीच निकड असते. आपत्ती व्यवस्थापनाच्या नेमक्या योजना तयार नसतील तर होणाऱ्या जीवित-वित्त हानीचे प्रमाण, आपल्या बेजबाबदारपणामुळे, खूप मोठे असू शकते. निसर्ग नेहमीच सर्व गोष्टींची पूर्वसूचना खूप आधी देत असतो. भूकंपासारखी आपत्ती वगळता इतर आपत्तींमध्ये भविष्यात घडणाऱ्या घटनांच्या पूर्वसूचना वेगवेगळ्या पद्धतींनी नेहमीच मिळत असतात. त्यावर सतत लक्ष ठेवून आपत्ती व्यवस्थापनाच्या योजना तयार करून ठेवणे नेहमीच फायद्याचे ठरते. आपल्याकडे सरकारी किंवा खाजगीयंत्रणा अशा प्रकारच्या व्यवस्थापन योजनांकडे फारसे गांभीर्याने कधीही पाहत नाहीत.

भारतात विविध नैसर्गिक आपत्तींची तीव्रता दिवसेंदिवस वाढत असल्याचे उपलब्ध आकडेवारीवरून लक्षात येते.

त्यामुळे पूर्व मान्सून, मान्सून आणि मान्सुनोत्तर काळात येऊ शकणाऱ्या नैसर्गिक आपत्तींवर आधीपासूनच लक्ष ठेवून असावे लागते. सामान्य व सरासरी पर्जन्य वृष्टीच्या काळातही, निसर्गातील माणसाच्या हस्तक्षेपामुळे, एकाएकी पूर येणे, जमिनी व दरडी कोसळणे अशा समस्या निर्माण होऊ शकतात.

अतिवृष्टी, पूर, वादळे, समुद्रावरील महाकाय लाटा (सर्ज), भूस्खलन याबद्दल भरपूर सांख्यिकी आज उपलब्ध असूनही त्यांची पूर्वसूचना किंवा निवारण अथवा व्यवस्थापन याबाबत आपण अजूनही बेफिकीरच आहोत. खरे म्हणजे आपत्तींचा सामना करण्यासाठी त्यांचा विचार करून उपाययोजना करण्याची गरज असते. पूर समस्येकरता, उपनद्यांवर पाणी संचय करणारी धरणे किंवा तलाव बांधणे, गाळ उपसून नदीपात्रे खोल करणे, येणाऱ्या गाळाच्या नियंत्रणाच्या योजना आखणे, वितरीकांचे प्रारूप ठरविणे, या बरोबरच पूरग्रस्तांसाठी विमा योजना, पूर उपशमन प्रशिक्षण यांचे नियोजन आत्तापासूनच करावे लागते.

भूस्खलन आपत्तींच्या व्यवस्थापनात, दरडी कोसळू शकतील अशा संवेदनशील ठिकाणांचा मागोवा घेणे, तेथील भूजल, वने, डोंगरांची झीज, यांचा अभ्यास करणे, कोसळलेल्या दरडींचा फैलाव किती असेल त्याचा अंदाज घेऊन संरक्षक भिंती बांधणे, असे अनेक आपत्ती पूर्व उपाय तयार ठेवणे आवश्यक असते. प्रत्येक नैसर्गिक आपत्तींच्या बाबतीत असे नियोजन करून ठेवल्यास आपत्तींमुळे होणारे नुकसान खूपच नियंत्रणात ठेवता येते, असा जागतिक अनुभव आहे.

नवीन बांधकामे, नवीन रस्ते, नवीन सुविधा यामुळे सर्वत्र भू-प्रदेशांवर मोठा

दबाव निर्माण होतो आहे. ढासळू लागलेल्या संतुलनामुळे नैसर्गिक पर्यावरण दुर्बळ व माणसापुढे हतबल होताना दिसते आहे. ढगफुटी, वादळे, तापमानाच्या अति उष्ण व शीत लहरी यामागेही पर्यावरणाचा ऱ्हास हेच मुख्य कारण असू शकते.

निसर्ग हा माणसापेक्षा खूपच ताकदवान आहे हे खरेच पण नैसर्गिक आपत्तींची तीव्रतासुद्धा आपल्याच बेजबाबदार वर्तनाचा परिणाम असते आणि ही तीव्रता कमी करण्यासाठीही आपल्याच प्रामाणिक प्रयत्नांची गरज असते, हे सूत्र आपत्ती व्यवस्थापनात सदैव लक्षात ठेवणे इष्ट असते, यात शंका नाही.

८७ | विश्वासार्ह आणि अचूक शहर विकास आराखडे

पुण्याच्या शहर विकास आराखड्यास नुक्तीच मंजुरी मिळाली आहे. पुढील ३० वर्षांत होणारी शहरांची वाढ लक्षात घेऊन हा आराखडा तयार केला गेला आहे.

वेगाने विस्तारणाऱ्या शहरांचे विकास आराखडे तयार करणे ही एक क्लिष्ट प्रक्रिया असून, ते करताना भविष्यातील अनेक बाबींचा बारकाईने विचार करावा लागतो. अत्यंत जलद गतीने होणारे नागरीकरण (Urbanization) आणि औद्योगिकीकरण या जागतिक स्तरावर सध्या चालू असलेल्या महत्त्वाच्या घटना आहेत. जगातील अनेक शहरांना सतत वाढणाऱ्या वस्तीमुळे आणि त्यामुळे नजीकच्या ग्रामीण प्रदेशाच्या होणाऱ्या अपरिहार्य अशा नागरीकरणामुळे अनेक समस्यांना सामोरे जावे लागत आहे. शहर नियोजनाची प्रक्रिया त्यामुळे अधिकच गुंतागुंतीची होऊ लागली आहे. विकास आराखडे आणि शहर नियोजन यांचा ताळमेळ अधिक शास्त्रशुद्ध पद्धतीने घालणे, ही आता एक आवश्यक गोष्ट होऊ लागली आहे. विकास आराखड्यात समाविष्ट होणाऱ्या आजूबाजूच्या भूप्रदेशाची सीमा निश्चित करण्यासाठी अनेक घटकांचा विचार केला जातो. नागरीकरण आणि औद्योगिकीकरण या प्रक्रिया शहरांची वेगाने होणारी वाढ व आजूबाजूच्या खेड्यांकडून शहरी भागांकडे होणाऱ्या स्थलांतर क्रियेमुळेच प्रामुख्याने होत असतात. याचा मुख्य परिणाम हा शहरी भूमी उपयोजन (Urban landuse) व नागरी भूरूपिक पर्यावरण (Urban geo environment) यावर होतो. शहरांची अनियंत्रित, अस्ताव्यस्त व भरमसाठ वाढ आणि त्याचा नागरी यंत्रणेवर पडणारा अवाजवी भार यांचा विचार शहर नियोजनात व विकास आराखड्यात करावाच लागतो.

आधुनिक जगातील बहुतांशी महानगरांच्या विकास प्रक्रियेत काही अपरिहार्य गोष्टी घडतातच. यात, उत्पादनक्षम, उपयुक्त आणि शेतीयोग्य जमिनी व हिरव्या, मोकळ्या जागांची हानी, भू-पृष्ठावरील जलाशयांचा नाश, घटणारे भूजल, डोंगर आणि टेकड्या यांची हानी आणि ऱ्हास, वनस्पती आणि झाडपाल्यांचा विनाश हे सगळे होतेच. याचा विचार आराखड्यात करणे गरजेचे असते. अनेकदा हे सगळे विवादविषय म्हणूनच हाताळले जातात.

या सर्व घटनांच्या सयुक्तिक व वैज्ञानिक विश्लेषणासाठी महानगरांचे पर्यावरण, त्यांची विविध दिशांनी चालू असलेली वाढ (Urban sprawl), या वाढीचे भविष्यातील आकृतिबंध, भूमी उपयोजनाच्या बदलत्या दिशा, यासंबंधी अचूक आणि अद्ययावत सांख्यिकी (data) उपलब्ध असणे गरजेचे असते.

शहरांचे अचूक विकास आराखडे बनविण्यासाठी आता उपग्रहांनी नागरी वस्त्यांच्या ठरावीक कालांतराने घेतलेल्या प्रतिमा परिणामकारकपणे वापरता येतात. उपग्रह प्रतिमांचे दृश्य विश्लेषण (Visual Interpretation) करून, तसेच संगणकीय पृथक्करण करून, महानगरांचे अचूक आराखडे व नियोजनाची सुनिश्चित दिशा ठरविता येते. केवळ एक मीटर किंवा त्याहीपेक्षा कमी वियोजन (Resolution) असलेल्या उपग्रह प्रतिमा वापरून आजकाल ऑस्ट्रेलियासारख्या देशात उच्च प्रतीचे शहर विकास आराखडे तयार केले जातात.

यासाठी शहरांच्या अद्ययावत मूलभूत नकाशांची (Updated Base Maps) यांची नेहमीच गरज भासते. हा असा दस्तऐवज असतो की, ज्यात नागरी वस्तीच्या भूरचने संबंधी सर्व गोष्टी अचूकपणे दाखविलेल्या असतात. नद्या, उपनद्या, जलाशये, टेकड्या, याबरोबरच निवासी क्षेत्र, रस्ते, लोहमार्ग, वने, जंगले, हे सर्व त्यात दाखविलेले असते. या नकाशावर भूसंदर्भीत (Georeferenced) उपग्रह प्रतिमा-प्रत्यारोपित (Superimpose) करून नवीन रस्ते, वस्त्या, शहर विस्ताराची सीमा, भूमी उपयोजनात झालेले बदल या सर्वांचे उत्तम आकलन करून घेता येते.

हे सगळे बदल, विशेषतः, शहरांच्या सीमावर्ती भागात झालेले बदल नेमकेपणाने दाखविण्याची ताकद उपग्रह प्रतिमांमध्ये असते. आय. आर. एस. या भारतीय उपग्रहांनी घेतलेल्या विविध प्रकारच्या प्रतिमा यासाठी खूपच उपयुक्त आहेत. जी. पी. एस.सारखे आधुनिक, जागतिक स्थान निश्चितीकरणाचे तंत्र सांख्यिकीसाठी वापरून आणि जी. आय. एस. सारखी संगणक आधारित प्रणाली वापरून, शहर विकास आराखड्यास अधिक विश्वासार्हता प्राप्त करून देणे, आता सहज सोपे झाले आहे, यात शंका नाही.

उपसंहार : 'मनुष्य युग'

पृथ्वीच्या जन्मापासून आजपर्यंतच्या सगळ्या भूशास्त्रीय काळाची वैज्ञानिकांनी निरनिराळ्या कालखंडात विभागणी केलेली आहे. ही विभागणी प्राथमिक, द्वितीयक, तृतीयक आणि चतुर्थक अशा चार प्रमुख महाकल्पात किंवा अजीव, प्रागजीव, पुराजीव, मध्यजीव आणि नवजीवन अशा नावांनीही केलेली आहे. भूशास्त्रीय कालगणनेनुसार साडे चार अब्ज वर्षांपासून म्हणजे पृथ्वीच्या जन्मापासून आजपर्यंतच्या कालखंडाची महाकल्प, कल्प आणि युग अशा काळात विभागणी केलेली आहे. होलोसीन म्हणजे नूतनतम, सध्या चालू असलेल्या भूशास्त्रीय युगाची सुरुवात दहा हजार वर्षांपूर्वी झाली, असे मानण्यात येते. याच कालखंडाच्या अगदी अलीकडच्या म्हणजे गेल्या काही दशकांच्या, मनुष्याच्या प्राबल्यामुळे महत्त्वपूर्ण बनलेल्या काळास 'आंथ्रपोसीन' म्हणजे 'मनुष्य युग' म्हणावे अशा तऱ्हेची सूचना नुकतीच पुढे आली आहे. सध्याच्या काळातील मनुष्याचा सगळ्या पृथ्वीवरील परिसंस्थांवर, पर्यावरणावर आणि जैवविविधतेवर जो चांगल्या-वाईट प्रकारचा आत्यंतिक आणि दूरगामी परिणाम होतो आहे तो पाहता, कालखंड केवळ आणि केवळ मनुष्याचाच कालखंड आहे, असे प्रकर्षाने लक्षात येते; त्यामुळेच या भूशास्त्रीय काळाचे 'मनुष्य युग' असेच नामकरण करणे गरजेचे आहे अशी वैज्ञानिकांच्या एका मोठ्या गटाची धारणा आहे.

'मनुष्य युग' ही संज्ञा पारिस्थितिकी तज्ज्ञ युजेन स्टोरमंर यांनी १९८०मध्ये सुचविली आणि पॉल क्रुटझेन या नोबेल पुरस्कार विजेत्या रसायन शास्त्रज्ञाने त्याचा मोठ्या प्रमाणावर प्रसार केला. त्यांच्या म्हणण्याप्रमाणे सध्याच्या पृथ्वी भोवतालच्या वातावरणावर सगळ्यात मोठा परिणाम करणारा कुठला घटक असेल, तर तो फक्त मनुष्य प्राणी आणि त्याचे विविध उद्योग हाच आहे आणि म्हणूनच आजचे युग हे 'मनुष्य युग'च आहे! १८७३मध्ये इटालियन भूशास्त्रज्ञ अंतोनियो स्टोपानी यांनी माणसाच्या पर्यावरणावरील वाढत्या प्रभावाचा विचार करून, या काळास 'मानववंश युग' असे म्हटले होते. १९९९मध्ये मायकेल साम्वेज यांनी होमोजिओसीन असे नामकरण केले होते. खरं म्हणजे या मनुष्य युगाची नेमकी सुरुवात कधी झाली, हे अजूनही नक्की करता आलेले नाही. १८ व्या शतकाच्या उत्तरार्धातील औद्योगिक क्रांतीचा कालखंड ही या मनुष्य युगाची सुरुवात मानावी, असे प्रथमतः ठरले. मात्र, त्यानंतर काही संशोधकांनी कृषी आणि नवपाषाण (निओलिथिक) क्रांतीपासून म्हणजे बारा हजार वर्षांपासून या युगाची सुरुवात मानावी, असे सुचविले. भूमी

उपयोजन, सर्व प्रकारच्या परिसंस्था व जैवविविधता यावर सहजपणे दिसू लागलेला मनुष्याचा प्रभाव आणि परिणामी काही जीवजंतूंच्या विनाशाला व लोप पावण्याच्या क्रियेला नेमकी कधी सुरुवात झाली, हे ठरविणे तसे कठीणच काम होते.

कोणताही अडथळा नसेल तर पृथ्वीवरील जैवविविधता घातांकी दराने वाढत राहते. मात्र, गेल्या काही शतकात माणसाच्या निसर्गातील वाढत्या हस्तक्षेपांमुळे ही वाढ काही ठिकाणी संथ गतीने होते आहे तर काही ठिकाणी पूर्णपणे थांबली आहे. पृथ्वीवरील पृष्ठजल, भूजल, मृदा, वनस्पती आणि वातावरणाचा थर यातील बदलांचा विचार करता होलोसीनचा उत्तरार्ध म्हणजे गेल्या पाच हजार वर्षांचा काळ हा मनुष्य युगाचा कालखंड आहे, असा दावा काही शास्त्रज्ञ करीत आहेत. अनेक अभ्यासकांच्या मते, माणसाच्या निसर्गातील व पर्यावरणीय प्रक्रियांतील वाढत्या हस्तक्षेपांमुळे पृथ्वीवरील जैवविविधता झपाट्याने कमी होत असून, पृथ्वीवरील सर्व पारिस्थितिकी संस्था (इकोसिस्टीम्स) या एकसारख्याच बनू लागल्या आहेत. त्यातील वैशिष्ट्ये नष्ट होण्याच्या मार्गावर असून, त्या सगळ्या एकसुरी दिसू लागल्या आहेत.

२०१० मधील एका संशोधनानुसार जगातील सगळ्या समुद्रातील वनस्पती प्लवकांचे प्रमाण (फायटोप्लांक्टन) गेल्या दशकात निम्म्यावर आले आहे. प्रवाळ व प्रवाळ प्रदेश, सदाहरित जंगले आणि आर्द्रभूमी प्रदेश ही पृथ्वीवरची ऊर्जाकेंद्रे आहेत. इथूनच जैविक विविधता सर्वदूर पसरते. त्यांच्या विनाशाला आणि लोप पावण्याला आजचा मनुष्यच कारणीभूत आहे. वैज्ञानिकांच्या मते, आत्ताच्या अंदाजानुसार सध्या अस्तित्वात असलेले प्रवाळ हे या मनुष्य युगातील घटनांचा पहिला बळी ठरण्याची शक्यता आहे. गेल्या लाखभर वर्षांत वातावरणातील कार्बन-डाय-ऑक्साइडचे प्रमाण १८० पी.पी.एम.पासून २८० पी.पी.एम.पर्यंत बदलते राहिले आहे. मात्र, २०१३च्या आकडेवारीनुसार हेच प्रमाण ४०० पी.पी.एम.इतके झाले आहे. गेली काही शतके सोडली तर आधीचा कालखंड जगभरातच तुलनेने कमी लोकसंख्येचा आणि मर्यादित मानवी क्रिया-प्रक्रियांचा होता. पर्यावरणाच्या-ऱ्हासाच्या सहजपणे लक्षात येणाऱ्या घटना आणि माणसाची निसर्गात अनिर्बंध, अविवेकी ढवळाढवळ सुरू असल्याची निरीक्षणे गेल्या १००० वर्षांत प्रामुख्याने आणि गेल्या दोन-तीन शतकात प्रकर्षाने दिसून येत आहेत. त्यानुसार गेली हजारभर वर्षे 'मनुष्य युग' म्हणून अधिक ठळकपणे मान्यता पावत आहेत, असे दिसते. मनुष्य युगाची ही सगळी लक्षणे गेल्या काही वर्षांत तयार झालेल्या मृदेच्या स्तरात आढळणाऱ्या अवसादात आणि उत्खनन पदार्थांत बंदिस्त झाली असून, त्यांचा अभ्यास करून, मनुष्य युगाची नेमकी सुरुवात केव्हा झाली ते नक्की करता येईल, असे

अभ्यासकांना वाटते आहे. या सर्वांतून एक गोष्ट मात्र नक्की लक्षात येते आहे ती ही की, आपण एक वेगाने बदलणारे आणि अत्यल्प विविधता असलेले एकसुरी जग आपल्याभोवती तयार करतो आहोत. या जगात अनेक जीवजंतूंच्या जमाती लोप पावत आहेत. गवताळ प्रदेश वाळवंटे बनत आहेत. शहरे पृथ्वीचा चेहरामोहरा बदलत आहेत आणि हजारो वर्षांनी भविष्यात येणाऱ्या आपल्या पिढ्यांना पर्यावरणावर आणि जैवविविधतेवर जो चांगल्या–वाईट प्रकारचा परिणाम मनुष्य युगातील माणसाने करून ठेवला आहे, त्याचे पुरावे सर्वत्र आढळून येतील.

भूगोल विषयावरील
डॉ. श्रीकांत कार्लेकर यांची इतर उपयुक्त पुस्तके

भौगोलिक माहिती प्रणाली (GIS)	डॉ. श्रीकांत कार्लेकर	१७०/-
दूर संवेदन आणि भौगोलिक माहिती प्रणाली	डॉ. श्रीकांत कार्लेकर	३००/-
Terms and Concepts in Geomorphology Oceanography and Climatology	Dr. Shrikant Karlekar	५९५/-
Statistical Analysis of Geographical Data (Rev. Edi. 2013)	Dr. Shrikant Karlekar	२५०/-
समुद्रशोध	डॉ. श्रीकांत कार्लेकर	१७५/-
महाराष्ट्राचा भूगोल (सुधा.आवृत्ती २०१३)	डॉ. श्रीकांत कार्लेकर	२००/-
दूर संवेदन (नवीन आवृत्ती)	डॉ. श्रीकांत कार्लेकर	१७५/-
Coastal Process and Landforms	Dr. Shrikant Karlekar	३००/-
हवामानशास्त्र आणि सागरविज्ञान	डॉ. श्रीकांत कार्लेकर	१५०/-
प्रात्यक्षिक भूगोल	डॉ. श्रीकांत कार्लेकर	१००/-
पर्यावरण समस्या निराकरण व क्षेत्र अभ्यास	डॉ. श्रीकांत कार्लेकर	१५०/-
भूगोल (UPSC / MPSC/ NET / SET)	डॉ. श्रीकांत कार्लेकर	४००/-
भूगोलशास्त्रातील संख्याशास्त्रीय पद्धती	डॉ. श्रीकांत कार्लेकर	१५०/-
भूगोलशास्त्रातील संशोधन पद्धती	डॉ. कार्लेकर, डॉ. काळे	१७०/-
डायमंड भूगोल पर्यावरणशास्त्रकोश	डॉ. कार्लेकर, प्रा. बोर्जेस	१८००/-
प्राकृतिक भूगोलाची मूलतत्त्वे	डॉ. कार्लेकर, प्रा. भागवत	१२५/-